அழகிய பூவே!

அதிசய தீவே!

மாய உமையாள்

(இலக்கியா)

aelay
publish

அழகிய பூவே! அதிசய தீவே!
கதை

முதல் பதிப்பு : செப்டம்பர் 2022
வெளியீடு : ஏலே பதிப்பகம்
5/175, பாத்திமா நகர், கூத்தென்குழி,
திருநெல்வேலி - 627104
தொடர்புக்கு : +91 9944992571

Azhakiya poovae athisaya theevae
Story

First Edition : September 2022
Pages: 313
ISBN : 978-93-5533-260-8
Aelay Publish
Contact : +91 9944992571
Designed by : Aelay publish team

அத்தியாயம்

1

பளார்ர்ர்.... ஓங்கி அறைந்த சத்தத்தில் இவ்வளவு நேரம் அடங்கியிருந்த சலசலப்பு அடங்கியது... அடிவாங்கியவன் வயல் வரப்பில் குப்புற கிடந்தான்.

கீழே கிடந்தவனை எரிக்கும் பார்வை பார்த்தான் ருத்ரதேவன். கிழக்கு மலை முகட்டிலிருந்து மெல்ல எட்டி பார்த்த சூரியனின் ஒளி முகத்தில் பட்டு மின்ன... சிவபெருமான் ருத்ர தாண்டவம் ஆடும் போது அவர் முகம் எப்படி இருந்தது என்று யாருக்கும் தெரியாது... ஆனால் விடிந்தும் விடியா பொழுதில் அங்கே கூடியிருந்த பத்து பதினைந்து நபர்களின் மனமும் இப்படிதான் இருந்திருக்கும் என்று அடித்து கூறியது.

எங்க வந்து என்னடா... பேசிட்டு இருக்க... சிங்கமாய் ருத்ரன் கர்ஜிக்க அனைவரும் இவ்வுலகம் வந்தனர். அடிவாங்கிய சண்முகத்தின் காது வாங்கிய அறையின் பலனாக ஆப்ரேஷன் செய்யாமலே கேட்கும் திறனை இழந்திருந்தது... இருந்தாலும் தைரியத்தை திரட்டி கொண்டு பாதி நனைந்தும் நனையாமலும் எழுந்து நின்று பேசினான்.

என்னங்க நீங்கபாட்டுக்கு வந்து அடிக்கிறிங்க...என்று கத்த

ஏய்.... நீ பண்ண வேலைக்கு உன்ன இவ்ளோ நேரம் உயிரோட விட்டுவைச்சதே தப்பு... வயல்ல தேவை

இல்லாத விஷத்தெல்லாம் உரம்ன்ற பேருல போட்டு... பயிரெல்லாம் கருக வைச்சிட்டு பேச்சா பேசுற... சண்முகத்தை அறைய ருத்ரன் மறுபடியும் பாய.... அவனைவிட வேகமாக பாய்ந்து தடுத்தான் அருளரசன் ருத்ராவின் ஆருயிர் நண்பன்.

மாப்ள...கொஞ்சம் அமைதியா இருடா...அருள் நண்பனை இழுத்து பிடிக்க...

டேய்... இப்ப நீதான் என்ட்ட அறை வாங்க போற... இவன்கிட்ட என்னைய பொறுமையா உக்காந்து பல்லாங்குழி ஆட சொல்றியா..இந்த புத்திகெட்டவன் செஞ்ச வேலைய பார்த்தியா... என்று ருத்ரா வயலின் பக்கம் கையை காட்ட அதை பார்த்த அருளுக்கு நெஞ்சே அடைத்துவிட்டது.

செழித்து வளர்ந்து நின்ற நெற்பயிர்கள் உயிரை இழந்து தலை தொங்கி மண்ணோடு உறவாடி கொண்டிருந்தது.

என்னடா இதெல்லாம்... எப்டி நடந்துச்சு... வருத்தமாகவும் பதட்டமாகவும் அருள் கேட்க...

அங்கிருந்த இளவட்டங்களில் ஒருத்தன் நடந்ததை சொல்ல தொடங்கினான்.

அண்ணே...நம்ம மாரிமுத்து பெரியப்பா நிலத்துல நெல்லு வைச்சுருந்தாரு... நெல்லு நல்லா வெளஞ்சு வர நேரத்துல... அவரு பொண்ணு ஜோதிக்கா புருசன் இந்தாளு வந்து மார்க்கெட்ல புதுசா ஒரு உரம் வந்துருக்கு... அத தெளிச்சா ஒரு நெல்லு மணிகூட வேஸ்டாகாது... எல்லாமே தரமா விளைஞ்சு நிக்கும்... நமக்கு ஐஞ்சு மடங்கு லாபம் அதிகமா கிடைக்கும்னு சொல்லி இருக்காரு... பெரியப்பா வேணானு

எவ்வளவோ எடுத்து சொல்லியிருக்காரு... ஆனா இந்தாளு ஜோதிக்காட்ட ஏண்டி உங்கப்பாக்கு மருமவன்ற மரியாத இல்ல.. நான் சொல்றத கேட்கலனு சண்டை போட்டு அடிச்சு இருக்காரு... அதனால பெரியப்பாவும் என்னமோ பண்ணுங்க மாப்ளனு சொல்ல... இந்தாளு என்னமோ மொத்தவயலையும் இவன் பேருக்கே மாத்தி எழுதுன மாறி ஒரே ஆட்டம்... என்ன மருந்த அடிச்சனோ தெரியலண்ணே ரெண்டே வாரத்துல பயிரெல்லாம் கருகிபோய் நிக்குது... இன்னைக்கு காலையில பெரிப்பா வந்து பாக்குறப்ப எல்லாம் கருகிபோயி கடக்கவும்... அவரு குய்யொமுறேனு கத்த பக்கத்து வய காரங்க கூடிட்டாங்க... நாங்கதான் ருத்ரா அண்ணனுக்கு தகவல் சொன்னோம்... அண்ண வந்து கேட்டதுக்கு எடக்கு மடக்கா பேசுறான்...அதே அண்ண விட்டாரு ஒரு அறை... எனக்கு தெரிஞ்சு.... இந்நேரம் அந்த பக்க காது சங்கு ஊதியிருக்கும்னு நினைக்கிறேன்... இவ்வளவு நேரம் ஆதங்கமாக பேசியவன் கடைசியில் நக்கல் சிரிப்புடன் சொல்லி முடித்தான்.

இவ்வளவு நேரம் ஏதோ தெரியாமல் செய்துவிட்டான் என்று இல்லாத பொறுமையை இழுத்துபிடித்திருந்த ருத்ரா... தெரிஞ்சேதான் பண்ணணான்னு தெரிஞ்சதும் கொட்டும் மழையில் வைத்த மண்ணாங்கட்டியாய் கரைந்தது அவன் பொறுமை....

ஏன்டா...நாயே சோறு போடுற மண்ணுக்கு வெசத்த கொட்டி... தளைஞ்சு நின்ன நெல்லு மணியெல்லாத்தையும் கொன்னுருக்கியே... மனுசானா நீயெல்லாம்....என்று கர்ஜித்த ருத்ரன் சண்முகத்தை ஓங்கிவிட்டான் ஒரு அறை... அதில் தடுமாறி விழுந்த சண்முகம்..... என்னடா... சும்மாசும்மா அடிக்குற... நீ யாருடா என்ன கேள்வி கேட்க... இது என் மாமனாரு

வயல் நான் என்ன வேணா பண்ணுவேன்... அத கேட்க எவனுக்கும் உரிமையில்ல... என்று எகுறினான்.

டேய்... யார பார்த்து டா போட்டு பேசுற...பல்ல தட்டி கையில கொடுத்துடுவேன் ராஸ்கல்.... இன்னைக்கு இந்த வளங்கொழில் கிராமம் இவ்ளோ செழிப்பா பச்சபசேல்னு விளைஞ்சு நிக்குதுனா அதுக்கு இவன்தான் காரணம்... அவன்ட்ட வந்து கேள்வி கேட்க என்ன உரிமை இருக்குனா கேட்குற... இப்போது அருள் மிதித்தான் ஒரு மிதி....

எங்க வந்து யாரகிட்ட பேசுறனு தெரிஞ்சு பேசுடா... இளவட்டங்களில் ஒருவனான ரமேஷ் சண்முகத்தை தூக்கி நிறுத்தி அடிக்க...மற்றவர்களும் அவனை பின் தொடர்ந்தனர்.

ரமேஷ் அவன விடு...ருத்ரா சொல்ல... என்னண்ணே நீங்க இவன் உங்களேயே கைநீட்டி பேசுறான்.... இவன சும்மா விட சொல்றிங்களா... அடித்துக்கொண்டே கேட்டான் வினோத்.

டேய்... அவன விடுங்கனு சொல்றேன்ல...ருத்ரா சொல்ல சண்முகத்தை விட்டனர்... அப்போதும் முறைத்துக்கொண்டே இருந்தனர்.

டேய்...ரமேஷ் இவன ஹாஸ்பிட்டல்ல சேருங்கடா... ருத்ரா சொல்ல... அண்ணே என்று குரல் எழுப்பிய ரமேஷை பார்வையால் அடக்கினான்.

வினோத்...நீயும் கூட போ...என்க மறுக்க வந்தவன் வலக்கையிலிருந்த தங்க காப்பை இடக்கையில் ஏற்றிவிட்டு மீசையை முறுக்கி ருத்ரா பார்த்த பார்வையில் தன்னால் ஆடியது வினோத்தின் தலை சரி என்று.

நீங்கலாம் இங்க என்னடா பண்றீங்க... காலேஜ்க்கு நேரம் ஆகல...கிளம்புங்கடா என்று விரட்ட....அடுத்த நொடி சுந்தர் ராம் கதிர் அங்கிருந்து மாயமாய் மறைந்திருந்தனர்.

ஜோதியின் புறம் திரும்பியவன் என்ன ஜோதி இது... முன்னாடியே சொல்லியிருந்தா இன்னைக்கு இவ்ளோ தூரம் வந்துருக்குமா... என கண்டிக்க

அண்ணே... யோசிக்க கூட இந்த மனுஷன் நேரம் கொடுக்கலண்ணே.... அப்பாவும் போன இடத்துல பிரச்சனை பண்ணாத பொறுத்து போனு... என்னயதான் அடக்குனாருண்ணே... நான் என்ன செய்ய ... என்று அழுதாள்.

சரி விடு...இனிமே நான் பாத்துக்குறேன்...நீ அப்பாவ பாரு அவரு இதல்லாம் தாங்க முடியாம மயக்கமே போட்டாரு... அவர நல்லா கவனிச்சுக்கோ...

உடம்பு தேறுனதும் பண்ணையில வந்து மாம்மா பாக்க சொல்லு...என்று கூறிவிட்டு ரோட்டில் நிறுத்தியிருந்த தன் ராயல் எண்பீல்டை நோக்கி சென்றான்.அருளும் கூடவே சென்றான்.

பக்கத்து வயலில் இருந்த இளம்பெண்கள் பேசியது அருளின் காதில் விழுந்தது.

ஏய்...எப்பிடிடி இந்த ருத்ரா இவ்ளோ அம்சமா இருக்காரு...

கண்மணி சொல்ல...

ஐயோ... இந்த வெள்ள வேட்டி கருப்பு சட்டையில மனுஷன் அப்டியே மெர்சல் பட அப்பா விஜய் மாறி இருக்காரு... என்றாள் தேவி.

எரிமலை மாறி எப்ப வெடிக்கும்னு தெரியாத இந்த கோவம் மட்டும் இல்லனு வைச்சுக்கவேன் என்ன கட்டிக்க ராசானு கால்ல விழுந்தாவது கட்டிப்பேன்...கண்மணி சொல்ல...

ஏன் இப்பதான் கட்டிக்கவேன்... யாரு வேணாம்னா.... என்ற வாசுகி கண்மணி தோளில் இடித்தாள்.

அடிபோடி கூறுக்கெட்டவளே...

இவ்ளோ தூரத்துலருந்து பாக்கும் போதே எனக்கு கைகாலெல்லாம் ஒதருது... இதுல எங்குட்டு பக்கத்துல இந்த கோவத்தெல்லாம் பாத்து குடும்பம் நடத்துறது.... ஆற்றாமையாக சொல்ல...

அந்த கோவம் தாண்டி அவருக்கு அழகே...தேவி சொல்லவும்... அதுவும் சரிதான் ஆனா எவளுக்கு கொடுத்து வச்சுருக்கோ தெரியல...வேலய பாருங்கடி...வாசுகி அதட்டவும் ஏக்க பெருமூச்சோடு வேலையை தொடர்ந்தனர் நால்வரும்.

அவர்களுக்கும் தெரியும் ருத்ரன் யாரையும் திரும்பி கூட பார்க்கமாட்டான்என்று...

ஆனாலும் அவனை சைட் அடிப்பர் இந்த பெண்கள்... அதற்கு ஆறடி மூணு அங்குல உயரம்... வயல் வேலையுடன் சரியான உடற்பயிற்ச்சியும் செய்து முறுக்கேறிய தேகம்... முறுக்கு மீசையுடன் ஆளை அசரடிக்கும் அழகும் கண்ணில் எப்பவும் ரௌத்திரம் கனிவு நேர்மை என்று ஒருவித ஒளியும் நிறைந்த தோற்றம் மட்டும் காரணமல்ல...ருத்ரனின்

குணம் அவன் இந்த ஊருக்கு செய்த விஷயங்களும் காரணம்.

வளங்கொழில் கிராமம் அனைத்து வளங்களும் நிறைந்த கிராமம்... மாதம் மும்மாறி மழை பெய்ந்து.... எந்நாளும் நிறைந்த நீர்நிலைகளுடன் விவசாயத்தில் சிறந்து விளங்கிய கிராமம்...

அப்படி இருந்த கிராமம் கொஞ்சம் கொஞ்சமாக தன் சுயத்தை இழக்க ஆரம்பித்தது... பெருகிய வெளிநாட்டு உரங்களும் விதைகளும்.... மக்களின் விவசாய முறையில் ஏற்பட்ட மாற்றம்... சரியாக பெய்யாத மழை போன்ற பல காரணங்களால்... வளங்கொழில் கிராமம் தன் வளத்தை இழக்க ஆரம்பித்தது..

அப்போது ருத்ரனும் அருளும் பள்ளி இறுதி ஆண்டில் இருந்தனர். பிறந்ததிலிருந்து செழுப்பாக இருந்த தங்கள் கிராமம் அதன் சிறப்பை இழப்பதை நண்பர்களால் தாங்க முடியவில்லை... இப்படியே சென்றால் கடையில் தன் கிராமத்தின் நிலை எண்ணவாகும் என்று எண்ணி பார்த்த ருத்ரானால் அந்த அழிவை யோசிக்க கூட முடியவில்லை... அதனால் இந்த பிரச்சனையை தீர்க்க என்ன செய்ய வேண்டும் திட்டமிட்டான்.

தற்போதைய காலகட்டத்திற்கு மூதாதையர் சொல்லி தந்த விவசாயமுறை மட்டும் பத்தாது தொழில்நுட்பமும் அதை எப்படி பயன்படுத்த வேண்டும் என்ற அறிவும் தேவை என்பதை உணர்ந்தான். எனவே விவசாயம் சார்ந்த படிப்பு படிக்க முடிவெடுத்தான்.அதை அருளிடம் சொல்ல அவனுக்கும் அதுவே சரி என்று பட்டது.

அருளுக்கு வேளாண்மை பொறியியல் படிக்க விருப்பம் இருந்ததால் அதில் சேர்ந்தான். ருத்ரன் விவசாய மேலாண்மை பிரிவு எடுத்தான். அதோடு விவசாய தகவல் தொழில்நுட்பம், உயிர் தகவல்,

தோட்டக்கலை என்று அனைத்தையும் கற்றான்.

ருத்ரனின் குடும்பம் அவ்வூரிலேயே மிகப்பெரிய குடும்பம். செல்வ வளம் மிகுந்த குடும்பம். தாத்தா மார்க்கண்டேயர் ஊர் பஞ்சாயத்து தலைவர்களில் ஒருவர். அப்பா பரமேஸ்வரன் விவசாயத்தோடு வேறு தொழில்களும் செய்ய மேலும் வளர்ந்ததுஅவர்களின் நிலை.

அதனால் படிக்கும் போதே பல்வேறு மாற்றங்களை சொந்த செலவில் செய்தான் ருத்ரன்.

முதலில் வயலை இயற்கை முறையில் பண்படுத்தினான்.

பயிர் வளர்ப்புக்கு... இயற்கை உரத்திற்கு... கால்நடை தீவனத்திற்கு என்று தனி தனியாக பண்ணை ஆரம்பித்தான். இயற்கை விவசாய முறையை மீண்டும் கொண்டுவந்தான்.

அனைத்தும் மாற வேண்டும் மாற வேண்டும் என்று சொன்னால் எதுவும் மாறாது... நமக்கு தேவையானதை நாம்தான் மாற்றி அமைக்க வேண்டும் என்பதை நம்புவன் ருத்ரன்... அதன்படி அனைத்தையும் மாற்றி அமைத்தான் ருத்ரதேவன்.

அதேபோல் அடுத்த தலைமுறையையும் விளையாட்டு போலவே விவசாயத்திற்குள் கொண்டு வந்தான். அதன் பலனாக இன்று அவ்வூரின் நண்டுசிண்டெல்லாம் மணலில் வீடு கட்டி விளையாடுவது போல வயலில் இறங்கி விவசாயம்

செய்துங்க...அப்படி ஒட்டிக்கொண்டவர்கள்தான் ரமேஷ் வினோத் ராம் சுந்தர் கதிர்... என்ன ஐவருக்கும் ருத்ரனோடு அதிக ஒட்டுதல் அவ்வளவுதான்.அருளுக்கு அடுத்து இவர்கள் ஐவரும்தான்.

அருளையும் பாராட்டியே ஆக வேண்டும் லட்ச ரூபாய் சம்பளத்தில் வந்த வேலை வாய்ப்புகளையும் உதறி தள்ளிவிட்டு....ருத்ரனுக்கு இன்றுவரை உறுதுணையாக இருக்கிறான்.

குடும்ப பெருமைக்காக அவனுக்கு மரியாதை கொடுத்தவர்கள் இன்று ருத்ரதேவனுக்காக அக்குடும்பத்திற்கு மரியாதை கொடுக்கின்றனர். பெண்களை மரியாதையுடன் மட்டுமே பார்க்கும் அவன் கண்கள். வயதில் மூத்தவர்கள் அம்மா அக்கா... இளவயது பெண்களிடம் தேவையின்றி நின்றுகூட பேசமாட்டான் தன்னால் அப்பெண்களின் பெயர் கெட்டுவிடக்கூடாது என்று...பிரச்சனை என்று வந்தாலும் அதை தீர்த்து வைப்பவன் அதைமீறி அப்பெண்களிடம் பேச்சுவைத்து கொள்ளமாட்டான்.... அதனால் பல பெண்களுக்கு ருத்ரன் அண்ணன்தான்... ஆனாலும் இவர்கள் நால்வரை போல சிலருக்கு கனவு நாயகனும் கூட... இப்படி பட்டவனை யாருக்குதான் பிடிக்காது... அதனால் அங்கங்கே ஒளிந்து மறைந்து ருத்ரனை சைட் அடிப்பார்கள்...

ருத்ரன் வண்டியை ஸ்டார்ட் செய்து ஏறிஅமர... அருளும் பின்னே ஏறினான்...

டேய்...ருத்ரா...இந்த கலவரத்துலயும் மேக்கப் போட்டுட்டு வந்துயாடா...

லூடா நீ... பிரச்சனைனு ரமேஷ் போன் பண்ணதும் தூங்கிட்டு இருந்தவன்... அப்படியே சட்டைய

மாட்டிட்டு ஓடிவந்தா மேக்கப் போட்டியானு கேக்குற...

ஏண்டா கழுவாத மூஞ்சியலயாடா இவ்ளோ கலையா இருக்க.... அருள் எரிச்சலாக கேட்டான்.

ஹாஹாஹாஹா.... மாப்ள என்னடா ஆச்சு உனக்கு... இப்ப எதுக்கு என்னோட அழகு குறிப்பெல்லாம் கேட்டுட்டு இருக்க...

பின்ன ஊர்ல இருக்க பொண்ணுங்க எல்லாம் உன்னதான் சைட் அடிக்குது... நீதான் எதுவும் பண்ணமாட்ட அட்லீஸ்ட் சைட் அடிக்குற பிள்ளைங்களுக்கு ரெஸ்பான்ஸாவது பண்ணலாம்ல... அப்பெண்களுக்காக வேதனை பட்டான் அருள்.

இப்ப யாரு என்ன சைட் அடிச்சா நீ யாருக்காக பீல் பண்ணிட்டு இருக்க...வெகு சாதாரணமாக ருத்ரன் கேட்டான்.

டேய்... உண்மையா சொல்லு அங்க வயல்ல அந்த நாலு வாயடிங்களும் உன்ன பாத்து வழிஞ்சது...நீ மெர்சல் பட விஜய் மாறி இருக்கனு சொன்துலாம் உனக்கு கேட்கல... கோவமாக அருள் கேட்க

இல்லயேடா...என்றான் ருத்ரன் அப்பாவியாக..

நம்பிட்டேன்டா...நம்பிட்டேன்... நம்பாத பாணியில் சொன்னான் அருள்.

நல்லவேளடா பயிரெல்லாம் காஞ்சு போச்சு... இல்லனு வையேன் உன்ன பாத்து இந்த அரடிக்கெட்டுங்க விட்ட பெருமூச்சுல பயிரெல்லாம் எரிஞ்சே போயிருக்கும்.... அதுலயும் அந்த வாசுகி

எவளுக்கு கொடுத்து வைச்சுருக்கோனு அவ்ளோ ஏக்கமா சொல்லுதாடா.... உன்னவிட இதுங்கதான் உன் பொண்டாட்டிய அதிகமா எதிர்பாக்குதுங்க...என அருள் சொல்ல... அதற்கு சிரிப்பை மட்டும் பதிலாக தந்தான் ருத்ரன்.

இத்தனை பேர் தன்னை பற்றி பேசுவது அறியாமல் ஏசி அறையில் தலைமுதல் கால்வரை இழுத்து போர்த்தி தூங்கி கொண்டிருந்தாள் நம்ம ஹீரோயின் சம்யுக்தா....

அவள பத்தி அடுத்த யூடில சொல்றேன் நண்பர்களே...

அத்தியாயம்

2

போர்வையை மெல்ல விலக்கி அறைக்குள் வந்து தன் தூக்கத்தை கெடுத்த சூரியனை வெறுப்பாக பார்த்தாள் சம்யுக்தா.

தினமும் உனக்கே இதே வேலையா போச்சு... என் தூக்கத்த கெடுத்துட்டே இருக்க...பே... தூக்கத்தில் உளரிக்கொண்டே மேலிருந்து படிக்கட்டில் தள்ளாடி தள்ளாடி வந்தவள் ஹாலில் இருந்த ஒற்றை சோபாவில் உட்கார்ந்து இரு காலையும் தூக்கி வைத்துவிட்டு அம்மா பூஸ்ட்ட்ட்... என்று கத்தியவள் சோபாவின் கைபிடியிலேயே தலை சாய்த்து விட்ட தூக்கத்தை தொடர்ந்தாள்.

ஒரு ஐஞ்சு நிமிசம் கூட இருக்காது யாரோ காலை சுரண்டுவது போல் இருக்க கண்ணை திறந்து பார்க்க கொழுகொழு ஒன்றரை வயது பெண்குழந்தை நின்றது.

த்த...தூக்....இரு கை நீட்டி மழலை மொழியில் கொஞ்ச... என் தங்கம்... ஜானுகுட்டியும் எழுந்திரிச்சிட்டிங்களா... என கொஞ்சிக்கொண்டே அண்ணன் மகளை தூக்கி மடியில் அமர்த்தினாள்.

அம்மா இன்னொரு பூஸ்ட்... மறுபடியும் பூஸ்ட் ஆர்டர் செய்ய... ஜானு குட்டி சம்யு கண்ணத்தில் முத்தமிட்டாள்.

இவளும் இரு கண்ணத்திலும் முத்தமிட்டுவிட்டு... பூஸ்ட் வரவரைக்கும்...தூங்கலாமா... செல்லம் என்க... அப்பிஞ்சு குழந்தையோ சிரித்துக்கொண்டே வேகமாக தலையாட்டிவிட்டு அத்தையின் கழுத்தை கட்டிக்கொண்டு சுகமாக கண்மூட சம்யுவும் வசதியாக சாய்ந்து மூன்றாம் கட்ட தூக்கத்திற்கு சென்றாள்.

இருவரும் ஆழ்ந்த உறக்கத்தில் இறுக்க... அங்கே வந்தான் முரளிதரண் சம்யுவின் அண்ணன்... முப்பது வயது ஆண்மகன்...வருமான வரித்துறையில் உயர் அதிகாரியாக இருக்கிறான். திருமணமாகி மூன்று வருடமாகிறது. மனைவி சுஜிதா... மகள் ஜானு என்கிற ஜான்விகா... முரளிக்கும் சம்யுவுக்கும் ஒன்பது வருட வித்யாசம்... தங்கை என்றாள் உயிரைவிட மேல்...இதுவரை அவள் முகம் சுருங்ககூட விட்டதில்லை.... இருவத்தியோரு வயது பெண்ணை பிறந்த குழந்தையைப்போல் தாங்குவான்.

முரளி நியூஸ் பேப்பர் படிச்சிட்டு இருக்கும் போது போன்வரவும் அதை பேச எழுந்த சென்ற கேப்பில் இருவரும் ஹாலில் வந்து தஞ்சமடைந்தனர்.

என்ன ரெண்டும் சீக்கிரம் எழுந்து வந்துருச்சுங்க... யோசித்துக்கொண்டே வந்தவன் இருவரும் கட்டிக்கொண்டு தூங்கும் அழகை ரசித்தான்.

சிரித்துக்கொண்டே மெதுவாக தன் முதல் குழந்தையான தங்கைக்கும்.... அடுத்து அவளை கட்டிக்கொண்டு உறங்கும் மகளுக்கும் நெற்றியில் முத்தம் இட்டான் அவர்கள் தூக்கம் கலையா வண்ணம்... அப்போதும் இருவரும் முரளியின் ஸ்பரிசத்தை உணர்ந்து ண்ணா... ப்பா... என்றனர்.

அதைக்கேட்டவனின் முகத்தில் சிரிப்பு ஒட்டிக்கொண்டது.

அம்மா பாப்பா ரெண்டு பேரும் எழுந்து வந்துடாங்க பூஸ்ட் கொண்டுவரலயா இன்னும்... கிச்சனை பார்த்து கேட்டுக்கொண்டே செய்திதாளை எடுக்க.... உள்ளிருந்து ஊர்மிளா அவனின் தாய் எட்டிபார்த்து இவனை முறைத்துவிட்டு சென்றார்.

நான் இப்ப என்ன தப்பா சொல்லிட்டேன்... காலையிலயே இப்டி முறைக்கிறாங்க... என குழம்பியவன் செய்தியை வாசிக்க தொடங்கினான்.

சற்றுநேரத்தில் சுஜிதா பூஸ்ட்டுடன் வர மனைவியின் கொலுசு சத்தத்தில் நிமிர்ந்து பார்த்தான். சுஜிதா அழகான பொறுப்பான மனைவி மற்றும் மருமகள் கல்லூரி பேராசிரியராக

பணியாற்றியவள் ஜானு பிறந்தவுடன் வேலையை விட்டுவிட்டாள்... அவளுக்கு மூணு வயதானாதும் மறுபடியும் வேலைக்கு போய்க்லாம் என்று இருக்கிறாள்.

ஏன் சுஜி இவ்ளோ லேட் பாரு ரெண்டும் எப்டி வாடி போய் கிடக்குதுங்க... என்றவன் மறுபடியும் தூங்கும் இருவரையும் ரசிக்க... நீங்க ரசிச்சு முடிச்சிட்டிங்கனா நான் ரெண்டு பேரையும் எழுப்பவா... நைட்டும் ரெண்டும் சரியா சாப்புடுல ஆட்டம் போட்டுக்கிட்டு... சுஜி சொல்ல...

அதான் பசியில சீக்கிரம் எழுந்திரிச்சுங்களா... முரளி தன் சந்தேகத்தை கேட்க... சுஜி கணவனை முறைத்தாள்.

ஏன் சுஜி நீயும் முறைக்குற...

பின்ன சொல்லிட்டே இருக்கேன் ரெண்டு பேரையும் எழுப்புங்கனு இப்பதான் சந்தேகம் கேட்டுட்டு இருக்கிங்க...என்று எகுற...

ஓகே ஓகே எழுப்புறேன்... என்றவன் குட்டிம்மா எழுந்திரி... பூஸ்ட் குடி... என்று தங்கையின் சிகையை மிகமிக மென்மையாக வருடினான்.

அவளோ அசையவில்லை... ஜானு எந்திரிடா இங்கபாரு உனக்காக பூஸ்ட் கொண்டு வந்துருக்காங்க... அடுத்து மகளை கொஞ்ச... சுஜி கொலைவெறியோடு பார்த்தாள் முரளியை...

ரெண்டும் வெறும் வயித்தோட இருக்கு எழுப்புனு சொன்னா... கொஞ்சி கொஞ்சி நல்லா தூங்க வைக்குறாரு பாரேன் இந்த மனுஷன்... என நொந்தவள் வாயை திறக்க போக பட்டாஸாய் வெடித்தார் ஊர்மிளா.

டேய்...ஏ தொட்டில் கட்டி தாலாட்டேன் உன் தங்கச்சிக்கு... எட்டு மணியாச்சு... இன்னும் தூங்குறா கும்பகர்ணன் பேத்தியாட்டம்.. இவன் உக்காந்து இப்பதான் கொஞ்சிட்டு இருக்கான் ஆளப்பாரு... என்று மகனை காய்ச்சியவர் ஏய் சம்யு எந்திரிடி... எட்டு மணியாவது நடு வீட்ல படுத்து எப்டி தூங்குறா பாரு... என்று கத்த

ஜானுவும் சம்யுவும் மெதுவாக கண்முழித்தனர். திருதிருனு முழித்த சம்யு என்னாச்சு எல்லாரும் டென்ஸனா இருக்கிங்க.... என்று கூலாக கேட்க...முரளியும் சுஜியும் போச்சே என்று ஊர்மிளாவை பார்க்க... அவரோ மேலும் கடுப்பாகி வழக்கமான அம்மாக்கள் டெயலாக்கை அள்ளி

வீசினார். ஜானு அத்தை மடியிலிருந்து இறங்கி தாய்க்கும் தந்தைக்கும் குட்மார்னிங் கிஸ் கொடுத்துட்டு பாட்டியிடம் சென்றது பேத்தி அருகில் வந்ததும் சிரித்து தூக்கி ஆசைதீர முத்தமிட்டவர் ஜானு இறங்கியதும் மீண்டும் மூஞ்சை சிடுசிடுப்பாய் வைத்துக்கொண்டார்.

தனக்கும் இதற்கும் எந்த சம்பந்தமும் இல்லை என்பது போல் பூஸ்ட் குடித்து கொண்டிருந்த சம்யுவின் மடியில் ஏறி அமர்ந்து தன் பூஸ்டை குடிக்க தொடங்கினாள் ஜானு .

இவ்ளோ பேசுறேன் எதாவது கண்டுக்குறாளா பாரேன்... ஊர்மிளா சொல்ல

அடவிடுங்க அத்த... காலையில இப்டி திட்டுனா அந்த நாள் நல்லா இருக்குமா... இப்ப சம்யு சீக்கிரம் எந்திருச்சு மட்டும் என்னா பண்ணா போறா... சுஜி சொல்ல....

அடயாருடி இவ... தேடி கண்டுபிடிச்சேன் பாரு நல்ல மருமகள... இந்நேரம் நீ அவள நாலு காட்டு காட்டிருந்தினா இவளுக்கு பயம் இருக்கும்... நீ என்னடானா...பூஸ்ட் போட்டுட்டு கொடுத்துட்டு இருக்க... சுஜிக்கு நாலு அர்ச்சனையை வழங்க...

இது எப்பவும் நடப்பதுதான் ஊர்மிளா மகளை திட்டும்போது யாராவது அவளுக்கு சப்போர்ட் பண்ணி பாதி அட்டேன்சனை தன்பக்கம் திருப்பி வாங்கி கட்டி கொள்வார்கள். சுஜி கல்யாணம் பண்ணி வந்த போது சம்யுக்தா கல்லூரி முதலாமாண்டு படித்துக்கொண்டிருந்தால். அப்போதும் குழந்தை தனம் மாறாமல் அண்ணி அண்ணினு சுற்றி வந்தவளை சுஜிக்கு சம்யுவை மிகவும் பிடித்துவிட்டது. அவளை

என்றும் நாத்தனாராக பார்த்ததில்லை...சுஜிக்கும் அவள் செல்லம்தான்.

சுஜி பாவமாக கணவனை பார்க்க அவனோ வாய்மூடி சிரித்துக்கொண்டிருந்தான். ரூம்குள்ள வாங்க... இருக்கு உங்களுக்கு... என்று கண்ணால் மிரட்டியவள் முகத்தை வெடுக்கென்று திருப்பிக்கொண்டாள். ஆனால் சம்யுக்தா அண்ணிக்கு சப்போர்ட்க்கு வர அவளை அன்பாக பார்த்தாள் சுஜி.

அம்மா... இப்ப எதுக்கு அண்ணிய திட்றிங்க... நீங்க எக்ஸ் ஹெச்சம் அதுவும் ஸ்கூலுக்குதான் வீட்ல இல்ல... என்றாள் சம்யு.... சுஜி கன்சீவ் ஆனதும் தலைமை ஆசிரியர் பதவியை ராஜினாமா செய்துவிட்டு மருமகளை பார்த்துக்கொண்ட அன்பான மாமியார் ஊர்மிளா.

வாய பாரேன் இவளுக்கு... இந்த வாய்மட்டும் இல்லனா உன்னெல்லாம் நாய் தூக்கிட்டு போடும்...

காலையிலயே என் பொண்ண திட்ட ஆரம்பிச்சுட்டியா... கேட்க்கொண்டே உள்ளே வந்தார் ஜெகநாதன் அக்குடும்பத்தின் தலைவர். ஓய்வு பெற்ற வங்கி மேனஜர்.

வந்துட்டாரு நட்டாமை பட விஜயக்குமாரு... மகள ஒன்னு சொல்லக்கூடாதே.... அப்படியே துப்பாக்கிய தூக்குன போர்வீரன் மாறி வந்துருவிங்களே.... என்று கணவனையும் காய்ச்ச அவரோ அதையெல்லாம் கண்டுக்கொள்ளாமல் வழக்கமாக காலையில் மகளுக்கும் பேத்திக்கும் தரும் முத்தத்தை கொடுத்து அவர்களை கொஞ்சி கொண்டிருந்தார்.

இந்த வீட்ல யாருக்காவது நான் சொல்றது காதுல ஏறுதா... பட்டாசாய் வெடிக்க...

ஊர்மி எதுக்கு இப்ப நீ டென்ஸன் ஆகுற... பாரு ஞாயிற்றுக்கிழமை அதுவுமா என் செல்லம் எவ்ளோ சீக்கிரம் எழுந்து வந்துடுச்சு அப்பயும் திட்ற நீ... என்றார். அவ்வளவுதான் ஊர்மிளா சாமி ஆடிவிட்டார்...இப்போ ஜெகநாதன் பாவமாய் முழிக்க முரளியும் சுஜியும் அவரை பார்த்து சிரித்தனர்.

ஒருகட்டத்தில் ஊர்மிளாவே சோர்ந்து அமர்ந்துவிட்டார். எங்கடா உன் தங்கச்சிய காணோம்... அப்போதுதான் கவனித்தார் சம்யு அங்கில்லாததை....

ரெண்டும் எப்பவோ ஷித் ரூம்க்கு போயிடுச்சுங்க... என்றான் முரளி சிரித்துக்கொண்டே....

ஐயோ... பிள்ளை நைட் சிப்ட் போயிட்டு காலையிலதான்டா வந்தான்... இவளுங்க போய் என்ன பண்றாளுங்களோ... ஊர்மிளா சொல்லிக்கொண்டிருக்கும் போதே மேலே இருந்து அம்மா என்ற அலறல் சத்தம் கேட்டது...

ஹர்ஷித் முரளிக்கு அடுத்து பிறந்தவன் . ஐந்து வருட வித்யாசம் அண்ணனுக்கும் தம்பிக்கும். சம்யுக்தாவுக்கும் ஹர்ஷிக்கும் சண்டை வராத நாளே இல்லை... தங்கையை சீண்டி பார்ப்பதே இவன் வேலை... அவளும் இவனை வீட்டில் போட்டுக்கொடுத்து தர்ம அடி வாங்கி தருவதில் பிஹெச்டி முடித்தவள்.... எவ்ளோதான் சண்டை போட்டாலும் ஹர்ஷித்தால் தங்கை முகம் பார்க்காமல் இருக்க முடியாது... முரளி குட்டிம்மா குட்டிம்மானு உருகுவான்... இவனுக்கு அதெல்லாம் செட் ஆகாது...

அவளை சீண்டி அடிவாங்குவான்... ஆனால் தங்கை மேல் உயிராய் இருப்பான்.

அம்மாவின் திட்டிலிருந்து நைசாக நழுவியவள் ஜானுவோடு தன் இரண்டாவது அண்ணன் ஹர்ஷித்தின் ரூம்க்குள் நுழைந்தாள் சம்யு... அவனோ ஏரப்லைன் மூடில் படுத்துக்கிடந்தான்... அதை பார்த்தவளின் மூளை தங்கையாக வேலை செய்ய... ஜானுவின் காதில் ஏதோ சொல்லியவள் அவளை மெத்தை மேல் உட்கார வைத்துவிட்டு பாத்ரூமிற்குள் சென்று பக்கெட்டில் தண்ணி எடுத்து வந்தாள்.

சம்யு ஜானுவிற்கு கண்ணை காட்ட அந்த குட்டி வாண்டு அத்தை சொல்லிக்கொடுத்தது போல சித்தப்பாவின் கண்ணத்தில் நறுக்கென்று கடித்துவிட்டு நகர்ந்து உட்கார்ந்து கொண்டது... அவன் எழுந்திருக்கும் பிள்ளைக்கு அடிபட்டு விடகூடாது என்ற முன்னெச்சரிக்கை...

கடி வாங்கியவன் ஆஆஆ... அம்மா... கத்திக்கொண்டே எழ பெட்டிலேயே அண்ணனை குளிப்பாட்டும் வேலையை செய்து முடித்தாள் சம்யு...

முகத்தில் தண்ணீர் வழிய எதிரே வயிற்றை பிடித்துக்கொண்டு சிரித்த தங்கையை முறைத்த ஷித் லூசு... மனுஷன் நிம்மதியா தூங்க முடியுதா... என்று கத்த பக்கவாட்டில் கைதட்டி சிரிக்கும் சத்தம் கேட்க... அங்கே குட்டியுண்டாக அமர்ந்திருந்த மகளை பார்த்ததும் வாண்டு நீயும் உங்க துணையா... என்றவன் மகளை அள்ளி முத்தமிட்டான்.

சித்தா....ஹா... சித்தா.... ஷித்தின் கண்ணத்தை தொட்டுகாட்டி சிரித்தாள் ஜானு...ஹர்ஷித்தை அனைவரும் ஷித் என்றே அழைப்பர்... ஜானுக்கு

சித்தப்பா என்று சொல்லித்தர அவளோ ஷித்தையும் சித்தப்பாவையும் சேர்த்து சித்தா என்றே அழைத்தாள்.

ஓஓஓ.... நீதான் கடிச்சியா... வாலு.... யாரு கடிக்க சொன்ன... குழந்தையின் மூக்கோடு உரசி விளையாடிக்கொண்டே கேட்க... அது அழகாக அத்தையின் பக்கம் கை காட்டியது... அண்ணன் மகளும் அண்ணனும் விளையாடுவதை ரசித்து கொண்டிருந்தவள் திருதிருனு முழிக்க...

அடிங்க கொய்யாலே ... இன்னைக்கு நீ செத்தடி... என்றவன் ஜானுவை தூக்கி கொண்டு சம்யுவை தூரத்த ஆரம்பித்தான்.

டேய்...நான் உனக்கு நல்லதுதான் பண்ணியிருக்கேன்... நீ ஆபிஸ் போகனும்ல... அதான் உன்ன எழுப்பிவிட்டேன்... நியாயம் பேசிக்கொண்டே ஓடினாள்.

ஏய் லூசு இன்னைக்கு ஞாயிற்று கிழமை... அதுவுமில்லாம தூங்குறவன இப்படிதான் எழுப்புவாங்களாடி.... ஷித்தும் தூரத்த

ஐய்யோ மண்டமேல இருந்த கொண்டைய மறந்துட்டியே சம்யு... இன்னைக்கு சன்டேன்றத மறந்து அள்ளிவிட்டுட்டியே... இவன் கையில சிக்குனா அடிப்பானே... எப்படியாவது தப்பிச்சு அண்ணாட்டயும் அப்பாட்டயும் போயிடனும் அங்க போயிட்டா இவன சமாளிக்குறது... ஜூஜூபி மேட்டர்... என யோசித்தவள் ஹாலை நோக்கி படையெடுத்தாள்....

அப்பா... கத்திக்கொண்டே வந்த சம்யு தந்தையின் பின் போய் நின்றுவிட...அருகே முரளியும் நின்றான்.

ஆஹா... ஷித் மிலிட்ரி போர்ஸ்ட்ட தஞ்சமடஞ்சுட்டடா இந்த குட்டிசாத்தான்... நீ சிக்குன உன்ன கொத்து புரட்டா போட்டுடுவாங்க... தப்பிச்சுக்கோ அவன் மூளை எச்சரிக்கை செய்ய... ஐயோ பாவம் அது அவன் காலை சென்றடையவில்லை... ஓடிவந்த வேகத்தில் சட்டென்று நிற்க முடியாமல் சறுக்கி வந்து நின்றான் நடு ஹாலில்...

லூசுபயலே எதுக்குடா இப்படி புள்ளய தொரத்திட்டு வர... ஜெகநாதன் கேட்க...

முரளியோ தம்பியை முறைத்துக்கொண்டே

ஏண்டா எப்பபாரு குட்டிம்மாட்ட வம்பிளுக்குறதுதான் உனக்கு வேலையா... ஏழுகழுத வயசாகுது...சின்னபிள்ளைட்ட சண்டைக்கு நிக்குற...

யாரு இவ சின்ன புள்ளை.... நான்தான் அவட்ட வம்பு பண்றேன்... அத நீ பார்த்தா... அண்ணா டேய் ஏன்டா... என்று ஷித் கேட்க.

ஆமா எப்பபாரு எதாவது... சண்டை போட்டுட்டே இருக்க... இங்க பாரு எப்டி மூச்சு வாங்குது...என முதுகை தங்கை வருடி அசுவாச படுத்தினான்.

சம்யு பாவமாக முகத்தை வைத்துக்கொண்டு வேண்டுமென்றே புசுபுசுனு வேகமாக மூச்சுவாங்குவது போல் நடித்தாள்... அடங்கப்பா.. ஆஸ்கார் ஆவார்ட்டா சாமி... என நினைத்தான் ஷித். நினைக்க மட்டும்தான் முடிந்தது... வெளியே சொன்னால் அப்பாவும் அண்ணனும் தன்னை கைமா போட்டு விடுவார்கள் என்பது தெரியுமே ஷித்துக்கு...

அறிவு கெட்டவன் குழந்தைய வச்சுட்டு எப்டி ஓடி வரான் பாரு...

குழந்த பயந்துருக்க போகுது வாங்குமா சுஜி... என்றார் மருமகளிடம்.

யாரு இவ பயப்பட்றவளா... அங்க பாருங்க ரோலர்ஹோஸ்ட்டர்ல ரைட் போனவ மாறி எப்டி சந்தோமா கைத்தட்டி சிரிக்குறா பாருங்க மாமா...என்று கூறிக்கொண்டே மகளை வாங்கினாள் சுஜி... ஜானு குட்டி தாயின் தோளில் சாய்ந்துகொண்டு நடப்பதை வேடிக்கை பார்க்க ஆரம்பித்தாள்.

இப்ப எதுக்கு ஆளாஆளுக்கு இவன திட்றிங்க... இங்க பாருங்க எவ்ளோ தண்ணிய மேல ஊத்தியிருக்கானு... என்று கூறிக்கொண்டே மகனின் தலையை முந்தானையால் துவட்டினார்.

ஏய் இங்க வாடி... என்று மகளை கணவனின் பின்னிருந்து இழுத்தவர் நைட் முழுக்க வேல பார்த்துட்டு வந்தவன தூங்கவிடாம தண்ணீய ஊத்தி அபிஷேகம் பண்ணிட்டு... இங்க வந்து அப்பாவி மாறி நடிக்கிறியா... என்று காதை திருகினார்.

ஆஹா... என் தாய்குலமே உனக்கு மட்டும்தான் என்மேல பாசம் அக்கரை...சக்கரை எல்லாம் இருக்கு... என நினைத்தவன் .. நல்லா கேளுமா...இங்க பாரு எப்டி தொப்பையா நனைஞ்சுருக்கேன்... இதுல அந்த வாண்ட விட்டு என்ன கடிக்க வைச்சுட்டா கிராதகி... நீ இப்டியே பேசிட்டு இருக்காத நல்லா நாலு போடு... எப்டி மூஞ்சிய பாவமா வைச்சிட்டு கண்ண உருட்டுறா பாருங்க... தங்கையை தாயிடம் மாட்டிவிட்டான்.

வலிக்குது விடுமா... வலுக்கட்டாயமாக தாயிடமிருந்து தன் காதை பறித்துக்கொண்டவள்...காதை தேய்த்துக்கொண்டே... டேய் ஷித் நீ நைட் சிப்ட்க்கு போனனு உங்கம்மா உன்ன ரொம்ப கொஞ்சுது... மகனே நீ நைட் சிப்ட் வேலைக்கு போகல... செகன்ட் ஷோ மிட்நைட் மசாலா படம் பார்க்க போனன்னு சொல்லவா... என்று அண்ணனின் காதை கடித்தாள்.

அடியே நாங்க மிட்நைட் மசாலா படத்துக்கெல்லாம் போலடி... சாதரணமான படத்துக்குதான் போனோம்டி... என்று பதறினான்.

நீ எந்த படத்துக்கு வேணா போயிருக்கலாம்... நான் மிட்நைட் மசாலா படத்துக்கு போனனுதான் சொல்வேன்... அப்படி மட்டும் சொன்னேன்... உனக்கு அறளிவிதை ரசம்தான்டி... என்று மிரட்டினாள்.

அடிபாவி தங்கச்சியா நீ கொலகாரி கொலகாரி... என்று புலம்பியவன்...அம்மா விடுமா... அவ என் தங்கச்சி என்ட்ட விளையாடாமா யார்ட்ட விளையாடுவா... நீ வாடி செல்லம் என்று அணைத்துக்கொண்டான்.

ஷித் அடித்த அந்தர் பல்டியை பார்த்து குடும்பமே வாய்பிளந்து நின்றது.

அனைத்து சண்டை சச்சரவுகளும் முடிந்து காலை உணவை சாப்பிட்டுக்கொண்டிருந்தனர் பதினோரு மணிக்கு...

இன்னும் கொஞ்சம் சாப்பிடு சம்யு... என்று இட்லியையும் மீன் குழம்பியையும் மகளுக்கு ஊட்டிக்கொண்டிருந்தார் ஊர்மிளா.இவ்ளோ பெரிய

பிள்ளைக்கு ஒரு மீன் சாப்ட தெரியுதா... சலித்துக்கொண்டே பார்த்து பார்த்து மீனை ஊட்டினார் மகளுக்கு... அனைவரும் இதை கண்டாக பார்த்தனர்... சற்றுமுன் பேசிய பேச்சு என்ன இப்போ கொஞ்சுவது என்ன என்றெல்லாம் இல்லை... அவர்களுக்கு தெரியும் சம்யுக்தாவை அனைவரைவிடவும் அதிகம் தாங்குவது ஊர்மிளாதான் என்று.... மகளுக்கு ஊட்டும் ஆர்வத்தில் இட்லியை வைத்தவர் யாருக்கும் குழம்பே ஊற்றவில்லை அதான்...

என் மூஞ்சிய ஏன் எல்லாரும் பார்த்துட்டு இருக்கிங்க.... அவங்க அவங்களுக்கு கை இருக்குல்ல...குழம்ப ஊத்தி சாப்பிடுங்க... என்க குடும்பமே தலையில் அடித்துக்கொண்டது.

சம்யு அனைவரையும் பலிப்பு காமித்துக் கொண்டே சாப்பிட்டாள்.

அனைவரை பற்றியும் சொல்லியாச்சு நம்ம ஹீரோயின பத்தி சொல்லல பாருங்க.... சம்யுக்தா.... மருத்துவம் நான்காமாண்டு படிக்கும் மாணவி... நல்ல நிறம் ஐந்தடி உயரம்....உடலுக்கு ஏற்ற எடையுடன் இருந்தாலும் கண்ணம் மட்டும் பொசுபொசுனு பன்னு மாறி இருப்பது எவரும் அறியாத விந்தையே... அரை முதுகுவரை பரந்து விரிந்த கூந்தல்... பார்ப்பவரை கண்ணெடுக்காமல் பார்க்க வைக்கும் அழகு பதுமை...

அனைவரையும் அன்பால் கட்டிபோட்டாலும்....கூட இருப்பவரை அலறவைப்பவள்...

இப்படி துள்ளி குதிக்கும் புள்ளிமானாய் இருப்பவள்... சிங்கமாய் இருக்கும் ருத்ரனை என்ன செய்வாள்....

அத்தியாயம்

3

நள்ளிரவு இரண்டு மணியிலும் அந்த கிராமத்து பெரியவீடு பரப்பரப்பாக இயங்கி கொண்டிருந்தது....

ஏய்...வசந்தா ஒரு சுடுதண்ணி எடுத்தார எவ்ளோ நேரம்டி உனக்கு....பதட்டமாக கத்தினார் வாணிஸ்ரீ.

இதோ எடுத்தாரேன்ம்மா... கத்தி கொண்டே பெரிய இரும்பு வாளியில் சுடு தண்ணியை எடுத்து வந்தாள் வசந்தா.

ம்ம்மா...ம்ம்மாமா... என்று வலியில் கத்தியது பசுமாடு லட்சுமி.

ஒன்னுமில்ல லட்சுமி.... ஒன்னுல்ல.... என்று தடவி கொடுத்து கொண்டிருந்தான் அருள்.

ருத்ரனின் தாத்தா மார்க்கண்டேயர் அப்பா பரமேஷ்வர் மற்றும் கால்நடை மருத்துவரும் லட்சுமிக்கு பிரசவம் பார்த்துக் கொண்டிருந்தனர்.

ஏங்க... இந்தாங்க சுடு தண்ணி ... வாணி ஸ்ரீ கணவரை அழைத்து கொடுத்தார் சுடுதண்ணியை...

அடுத்த இருபது நிமிடத்தில் லட்சுமி... வெள்ளையில் கருப்பு புள்ளியிட்ட மகளை

ஈன்றெடுத்தது...அப்போதுதான் அனைவரும் நிம்மதியாக மூச்சுவிட்டனர்.

இதை அனைத்தையும் சற்று தள்ளி நின்று பார்த்துக்கொண்டிருந்தான் ருத்ரன் மருதுடன்... இப்போ பிறந்த வெள்ளை கன்னுக்குட்டியின் தந்தை..

ருத்ரன் வளர்க்கும் காளைதான் மருது...வீட்டில் இருபது மாடுகள் இருந்தாலும்...மருது என்னவோ ஸ்பெஷல்தான் ருத்ராவுக்கு.... அதை சொந்த தம்பியாகவே பார்த்தான்.... அதுவும் அப்படிதான் இவனை உரசிக்கொண்டு பின்னாலயே சுத்தும்... ஆழ்ந்த கருப்பு நிறத்தில் கூரிய கொம்புடன் பார்க்கவே பயத்தை தோற்றுவிக்கும் வண்ணம் இருப்பான் மருது... அதனால் யாரும் அதனிடம் நெருங்க மாட்டார்கள்... நெருங்கவும் முடியாது.... யாரேனும் பக்கத்தில் வந்தாலே ஆக்ரோஷமாக தலையாட்டும்... ஆனால் ருத்ரனிடம் குழந்தையாய் அடங்கிவிடுவான் மருது... ருத்ரனால் மட்டுமே அவனை சமாளிக்க முடியும்... எப்போதாவது நல்ல மூடில் இருந்தாள் அருளை மட்டும் நெருங்கவிடுவான். இப்போதும் லட்சுமியின் கத்தலில் சீறிக்கொண்டிருந்தவனை ருத்ரன்தான் சமாதனப்படுத்தி கொண்டிருந்தான்.

அருள் வந்து டேய்...மருது பொண்ணு பொறந்துருக்காடா உனக்கு ... என்று அதன் தலையை தடவிக்கொண்டே சொல்ல அருள் மேல் முகத்தை தேய்த்து சந்தோஷத்தை வெளிப்படுத்தினான் மருது...

ம்ம்ம்... போடா அங்குட்டு... துரை நல்ல மூட்ல இருந்தா மட்டும் வந்து கொஞ்சுவாரு இல்லனா... முகத்த உர்னு வச்சுட்டு குத்தி குடல்ல கிழிக்கறவன் மாறியே பாப்ப... என்றவன் முகத்தை தள்ளிவிட மீண்டும் அவனிடம் கொஞ்சியது... பிறகு ருத்ரனை

சுத்தி சுத்தி வந்து அவன் மேல் முகத்தை தேய்க்க... அதை கழுத்தோடு கட்டிக்கொண்டவன்

காலையில லட்சுமியையும் குட்டியையும் பார்க்கலாம் இப்ப போடா... என்க மருதுவும் அமைதியாக சென்றான் தன் இடத்திற்கு.

முத்து அந்த இடத்தை சுத்தம் செய்யதான். முத்து அப்பெரிய வீட்டின் விசுவாசி... அவன் தாயோடு இவ்வூருக்கு தஞ்சம் வந்தவனை அரவணைத்துக் கொண்டார் மார்க்கண்டேயம்... அன்றிலிருந்தே இங்குதான் இருக்கிறான். காலப்போக்கில் அவன் தாயும் இறந்துவிட... பரமேஸ்வரும் வாணி ஸ்ரீயும் தான் வசந்தாவை திருமணம் செய்து வைத்தனர்.... அவர்களுக்கு ஆறுவயதில் ஒரு பையன் இருக்கிறான். மாட்டுத் தொழுகையிலிருந்து கொஞ்சம் தள்ளி இருக்கும் கச்சிதமான வீட்டில் வசித்து வருகின்றனர்.

வயல் வேலை வெளி வேலை ருத்ரனுக்கு உதவுவது... இப்படி பல வேலை செய்வான் முத்து... வசந்தா வாணியுடன் வீட்டு வேலை செய்வது தொழுவத்தை பார்த்துக்கொள்வது என்று இருப்பாள்.

அனைவரும் குளித்து முடித்து வர... வசந்தா டீ கொண்டு வந்து கொடுத்தார்.

ஏன்க்கா... இஞ்சி தட்டிபோட்டு ஸ்டாராங்கா டீ போடலாம்ல... ருத்ரன் டீயை குடித்துக்கொண்டே சொல்ல... அவனை ஒரு வெட்டும் பார்வை பார்த்த வாணி... எங்களுக்கு இப்டிதான்ப்பா போட தெரியும்... உனக்கு புடிச்ச மாறி சமைக்கனும்னா... பொண்டாட்டி கட்டிட்டு வந்து அவட்ட கேளு... வாய்க்கு வக்கனையா ஆக்கி போடசொல்லி சாப்பிடு... என்று நொடித்துவிட்டு...ஏய் போடி... அங்க உன் புருஷன்

பனியில வேல பாக்குறான் அவனுக்கு கொடு...நின்னு வாய பாத்துட்டு இருக்கா....என வசந்தாவை விரட்டினார்.

ஏய்...அப்பா டீ கேட்டது ஒரு குத்தமா...ருத்ரன் சலித்துக்கொண்டான்.

செஞ்சு தறத குறை சொல்லாம சாப்பிடனும்... இல்ல இப்படிதான் வேணும்னா செஞ்சு தறவளா பாத்து கட்டிக்கிட்டு வந்து அவட்ட கேட்கனும்...மகனை முறைத்துக்கொண்டே பேசினார் வாணி.

வாயய விட்டுட்டியே மாப்ள... இன்னைக்கு நமக்கு சிவராத்திரிதான்... அருள் புலம்பினான்.

நான் என்ன வேணும்டா சொன்னேன்... குளிருக்கு இஞ்சி டீ குடிச்சா நல்லாயிருக்கும்னு தோணவும் சொல்லிட்டேன்....டீ வைச்சே கல்யாண பேச்ச ஆரம்பிக்கிறது பாரேன்... என்றான் ருத்ரன் கடுப்பாக.

வாணி இந்நேரத்துக்கு எதுக்கு ஆரம்பிக்குற... போய் படு போ... பரமேஸ்வர் சொல்ல... கைலாச பரமேஸ்வரின் மனைவி ருத்ரகாளியாய் கணவரை பார்த்தவர்... இந்த நேரத்துல பேச வேணாம் சரிதான்... ஆனா பேச வேண்டிய நேரமெல்லாம் உங்க மவன் வீட்லயே இருக்குறது இல்ல...அப்ப எப்போ எதுக்க நிக்குறானோ அப்பதானே பேசமுடியும்... என்க
வாயை மூடிக்கொண்டார் பரமேஸ்வர்.

வாணி சொல்வதும் சரிதான் வயல் வேலை பண்ணை வேலை வெளியூருக்கு லோடு அனுப்புவது பழவகைகள் தேங்காய் இப்படி பலவற்றை தரம்பிரித்து அனுப்புவது இதில் ஊர்வேலை வேற... என்று ரொம்ப பிஸியாக சுற்றும் ருத்ரனை எப்படி பிடித்து வைப்பது...

மார்க்கண்டேயம் தாத்தா வயசான காரணத்தினால் உடல் தளர்ந்துவிட ஊரின் முக்கிய பணிகளில் மட்டுமே கலந்து கொள்ள... மற்ற ஊர் பணிகள் அனைத்தும் பரமேஸ்வர் ஐயா பார்க்கும் படி உள்ளது... இதில் அவரும் வயல் தோப்பு வரப்பு என்று கவனித்துக்கொள்வார் இருந்தாலும் மற்ற வேலைகளையும் செய்துதானே ஆக வேண்டும்... அதனால் ருத்ரனுக்கு வேலை கொஞ்சம் அதிகமாகி விட்டது... மகனை காண்பதே அரிதாகிவிட்ட ஏக்கம் நேரங்காலத்திற்கு சாப்பிடாமல் இப்படி ஓடி என்னத்த செய்ய போறான்ற ஆதங்கம்... அதி முக்கிய காரணத்தை வாணியே சொல்றாங்க கேளுங்க

நானும் நாலு வருசமா கேட்குறேன் கல்யாணம் பண்ணிக்க கல்யாணம் பண்ணிக்கனு...முப்பது வயசாச்சு... இன்னும் கல்யாணம் பண்ணமாட்டேன்... அத பத்தி பேசுனாலே புடிச்சு வைச்ச புள்ளையார்மாறி உட்கார்ந்து இருப்பேன் இருக்கவன என்ன பண்ண முடியும்... இப்போ மூத்த ஆண்கள் இருவரும் கூட வாயை திறக்கவில்லை... காரணம் அவர்களுக்கும் வருத்தம் கல்யாண பேச்ச எடுத்தாலே ஓடுறானேனு....

இவன்தான் இப்டி இருக்கானே பொண்ணு பாத்து வைப்போம் அப்டி பாக்குறவள எவளயாவது புடிச்சிபோயிடாதானு யோசித்து பொண்ணுகேட்டா இவன் பேரகேட்டாலே பொம்பளபுள்ளைங்க தலதெறிக்க ஓடுதுங்க... மகனுக்கு திருமணமாகலயே என்ற கவலையில் வாணி ஸ்ரீ புலம்ப கதை கேட்பது போல் கேட்டுக் கொண்டிருந்தான் ருத்ரன்.

அருள் வாய வைச்சுட்டு சும்மா இல்லாம... அவ்வளவு நடிப்புமா...நம்ம ருத்ரன எப்டி சைட்

அடிக்கும் தெரியுமா இந்த புள்ளைங்க எல்லாம்... ஒரு நாள் இவன் பின்னாடி பைக்ல உட்கார்ந்து போய் பாருங்க... அப்ப தெரியும்... ஊத்துற ஜொல்லுல பைக் வழுக்கிட்டு போவும்...இவன பாத்து ஓடுதுங்கனு சொல்றிங்க... சொல்லிவிட்டு சிரிக்க...

டீ குடிச்ச டம்ளர் பறந்து வந்தது... அருளின் மூக்கை குறி வைத்து நூலளவு இடைவெளியில் அதிலிருந்து தற்காத்திருந்தான் தன் மூக்கை...

ஜஸ்ட் மிஸ்டா ருத்ரா...அருள் கண்ணை உருட்டி சொல்ல ருத்ரனோ சிரித்தான். தாத்தாவும் அப்பாவும் கூட சிரித்தனர்.

எடுபட்ட பயலே பேச்சபாரு... அம்மாகாரிட்ட... சைட் ஜொல்லுனு...என்று மிரட்ட வாயை மூடிக்கொண்டான் அருள்.

தள்ளி நின்னு எவ வேணா பாப்பாடா...கட்டிகிட்டு வந்து குடும்பம் நடத்துவாளா...நாலு நாளைக்கு முன்னாடி மாரிமுத்து அண்ண வயல்ல அவரு மருமகன இவன் போட்டு பொறட்டி எடுத்தத பார்த்த எவளாவது துணிஞ்சு தாலிகட்ட கழுத்த நீட்டுவாளாடா...

அம்மா அவன் சும்மா இருக்கவனயா அடிச்சான்... அவன் பண்ண வேல அப்டி... அருள் நண்பனின் நியாதத்தை சொல்ல...

ஏத்தி விடுங்கடா இப்டி நல்லா... இது எல்லாத்துக்கும் மொத காரணம் உங்க தாத்தான்டா... என்ற வாணி மாமனாரின் பக்கம் திரும்ப....

நானா... நான் என்னமா பண்ணேன் வாணி... தாத்தா புரியாமல் கேட்க...

உங்களுக்கும் உங்க புளைக்கும் கோவமே வரது பாருங்க... குடும்பமே கோவத்த மொத்த குத்தகைக்கு வாங்குன மாறி முறைப்பிங்க... இதுல இவனுக்கு தேடி கண்டுபிடிச்சு ருத்ர தேவன்னு பேர் வைச்சு இருக்கிங்க...அதா இவன் இந்த ஆட்டம் ஆடுறான்...

ஓஓஓ...எங்களுக்கு வர நியாமான கோவத்த ஏத்துக்க முடியாது... ஆனா நீங்க குழாயடியில சண்டை போட்டுக்குறத எல்லாம் நாங்க சகிச்சுக்குணுமா... அருள் ஆண்வர்க்கத்திற்காக குரல் கொடுக்க... ருத்ரன் ஐயோ பாவம் என்று பார்த்தான் அருளை....

வாடா...வா நானே உன்ன கேட்கனும்னு நினைச்சுட்டு இருந்தேன் நீயே ஆரம்பிச்சு வச்சுட்ட...இவ்ளோ விவரமா பேசுறவன் சின்ன வயசுலயே உனக்குனு பேசி வச்ச உன் அத்த பொண்ணு தாரினிய இன்னும் கட்டிக்காம இழுத்து அடிக்கிறியே... அப்ப எங்க போச்சு உன் நியாயம்... ஓ ஆத்தாகாரி வந்து பொலம்புற... இவன்தான் கேட்க மாட்டேங்குறான்... பொண்ணும் நாம பாக்கல அமையல... உனக்காவது ஒரு கல்யாணத்த பண்ணி பாப்போம்னு நினைச்சா... அதுக்கும் முட்டுக்கட்ட போட்டா என்னடா பண்றது...என்று வாணி அருளை விலாசி தள்ள...

யாரு எங்கம்மா வந்து பொலம்புச்சா... அதுக்கு வேற வேல என்ன...அசால்டாக அருள் சொல்ல பித்தள சொம்பு ஒன்று சீறி வந்தது...படக்குனு உட்கார்ந்திருந்த கயித்து கட்டிலில் அப்டியே மல்லாக்க சரிந்துவிட தப்பியது அருளின் தலை....

ஏன்டா... பெத்தவ புள்ளைங்கள நினைச்சு வேதனைபட்டா உங்களுக்கெல்லாம்... வேலையத்தவளா தெரியுறோமா...வாணி கத்த

அட ஆத்தே...இனி இங்க உட்காந்தா... உயிருக்கு உத்திரவாதம் இல்ல... என பதறியவன் கமுக்கமா போய் தாத்தா பக்கத்துல உட்கார்ந்துட்டான்... மாமனார் மேல் மரியாதை கொண்ட மருமகள் அவர் பக்கம் ஆயுதம் வீசமாட்டார் அல்லவா...

கருவேப்பில கொத்து மாறி...ஒத்த புள்ளைய பெத்து வைச்சுருக்கேன்... அவனுக்கு ஒரு நல்லது பண்ணி வைச்சு... பேரபுள்ளைங்கள பார்க்கனும் நாங்க நினைக்கிறது தப்பா... உங்க தாத்தா உன்ன கீழ இறக்கி விடாம தோள் தூக்கி வளர்த்தாரு...ஒருநாள் ஒருசொல் சொல்லிருப்பாரா உன்ன... உன்ன மாலையும் கழுத்துமா பார்க்கனும்னு அவருக்கு அம்புட்டு ஆசை... ஆனா உனக்கு விருப்பம் இல்லனு...நான் புலம்பும் போதெல்லாம்... விடுத்தா... என் பேரன் எது செஞ்சாலும் அர்த்தமிருக்கும்... அப்படிபட்டவனுக்கு கல்யாணம் எப்ப பண்ணனும்னு தெரியாத... அப்பிடினு சொல்லிட்டு போறாரு... உங்க அப்பாருக்கு வம்சமே ஒத்த புள்ளயா போச்சே... நம்ம புள்ளைக்காவது நாலஞ்சு புள்ளைங்க பொறந்து மாளிகை மாறி இருக்க வீடு முழுக்க பிஞ்சு பாதம் நடக்காதானு ஏக்கம்... ஆனா நீ யார பத்தியாவது கவல படுறியா... இன்னும் புலம்ப... இவ்ளோ நேரம் பெற்றவள் பேசிய அனைத்தையும் ஐ வாண்ட் மோர் எமோசன் என்ற ரீதியில் கேட்டவன் இப்போ தாத்தாவையும் தந்தையும் யோசனையாக பார்த்தவன்...

அம்மா நாளைக்கு சென்னைக்கு போகனும் விவசாய சங்கம் பிரச்சனைக்காக... அப்புறம் அங்க இருக்க ஒரு பிரெண்ட்க்கு எங்க ஹெல்ப் வேணுமா... அதனால நாங்க வர ஒருவாரமாகும்... என்று

சொன்னவன் மறுபடியும் தாத்தாவையும் அப்பாவையும் பார்த்தவன் மாடியேறி சென்றுவிட்டான். அருளும் அவன் பின்னே சென்றுவிட்டான்.

எது ஒரு வாரமா...ரெண்டு நாள்னு சொல்லிட்டு போனாளே ஒருவாரத்துக்கு வரமாட்டானுங்க... இப்ப ஒரு வாரம்னு சொல்லிட்டு போறான்... இவனுங்க வைச்சுகிட்டு... வாணி அடுத்தகட்ட புலம்பலை தொடங்கிவிட்டார்.

இதுதான் ருத்ரா...கல்யாண பேச்சை வாணி ஆரம்பித்தாலே பேசா மடந்தை ஆகிவிடுவான்.

அவர் மன ஆதங்கத்தை கொட்டுகிறார் கொட்டிட்டு போகட்டும் என்று விட்டுவிடுவான். நடுவில் யாரேனும் தானே வந்தால் மாட்டிக்கொள்வர்... பெரும்பாலும் அருள் வாய கொடுத்து வாங்கிகட்டிக் கொள்வான்.... கடைசியில் ருத்ரா வேரு எதாவது பேச்சை ஆரம்பித்து வாணியின் கவனத்தை திசைதிருப்பி விட்டு அவன் வேலையை பார்க்க சென்றுவிடுவான். இப்போதும் அதையே தான் செய்தான்... ஆனால் தாத்தாவையும் அப்பாவையும் பற்றி அம்மா சொல்லும் போதுதான்.... தானே எதையோ நினைத்து அனைவரையும் வருத்திவிட்டோமோ என்று அவன் வருந்தினான்...ஆனால் அனைவரின் வருத்தமும் விரைவில் சரியாகும் என்பதை அறியவில்லை ருத்ரன்.

இங்கு சென்னையில் சம்யு அண்ணனிடம் கெஞ்சிக்கொண்டிருந்தாள்.

டேய் ஷித் சீக்கிரம் சாப்பிடுடா... நானே சாப்ட்டு முடிச்சுட்டேன்... என்க...

நீ சாப்டா...நான் சாப்டாம உடனே வரனுமா...என்று கேட்டுக்கொண்டே பூரியை ரசித்து சுவைத்தான்.

அண்ணி பூரி சூப்பரா இருக்கு.. என்ன சுவை சுவை... டேஸ்ட் நாக்குல நர்த்தனம் ஆடுது... கண்ணை மூடி சொல்ல...

அடேய்...மங்கி...அண்ணனோ அப்பாவோ வீட்ல இருந்துருந்தா... இந்நேரம் உன் முதுகுல நர்த்தனம் ஆடிருப்பாங்க... இந்த அண்ணன் இப்ப எல்லாம் ஏதோ பாலப்போன மினிஸ்டர் கேஸுனு அதகட்டிட்டே அழுறார்... இதுல இந்த அப்பாவும் அம்மாவும் இப்பதான் கோவிலுக்கு போயே தீரனும்னு காஞ்சிபுரம் போயிருக்காங்க... அந்த தைரியத்துலதானே நீ ஆடுற ஆடுடா மகனே... நீ சிக்கும் போது உன்ன சிறப்பா வைச்சு செஞ்சுடுறேன்... என்று மனதில் நினைத்தாள்.... அவளால் வெளியே திட்ட முடியாதே... ஷித்தின் தயவு வேண்டுமே இப்போது... சம்யூவின் ஸ்கூட்டி பஞ்சராகி ஒர்க் ஷாப்பில் இருப்பதால் ஷித்தான் அவளை காலேஜில் விடவேண்டும் அதுவும் இன்று எக்ஸாம்...

ஷித்... இன்னைக்கு எக்ஸாம் இருக்குடா...வாடா...கோவமும் பாவமும் கலந்து கேட்க... அப்போது

சித்தா... ம்ம்ம்...தா... என்று டைனிங் டேபிள் மேல் அமர்ந்திருந்த ஜானு கை நீட்ட.... மசாலாவில் இருந்த உருளைங்கிழங்கை எடுத்து மகளின் குட்டி கையில் கொடுக்க...முகம் கொள்ளா சிரிப்புடன் அதை வாங்கி நாக்கில் எச்சில் ஒழுக சுவைக்க தொடங்கினாள் ஜானு... இருபது நிமிடமாக சித்தாப்பாவும் மகளும் ரசித்து சாப்பிட்டுக் கொண்டிருக்கின்றனர்.

ஷித்... அவளுக்கு லேட் ஆகுது பாருங்க...விளையாட இதுவா நேரம்... கேட்டுக்கொண்டே சுஜி வர...

நான் எங்க அண்ணி விளையாடுறேன் சாப்பிட்டுட்டுதானே இருக்கேன்...என்றான் அப்பாவியாக... சுஜி முறைக்கவும் சிரித்தவன் உங்களுக்காக...பட் ஒன் கண்டீசன்... உங்க நாத்தனார என்ன அண்ணனு கூப்பிட சொல்லுங்க... என்றான்.

அடேய்.... ஏ பொறுமைய ரொம்ப சோதிக்குறடா தடியா... அண்ணி உங்க கொழுந்தன நான் கொன்னுட்டா நீங்க எனக்கு எதிரா சாட்சி சொல்ல கூடாது... இருவரையும் ஒரு சேர மிரட்டினாள். எப்பயாவது அத்திபூத்தாற் போல் சம்யு ஷித்தை அண்ணா என்பாள் அவனும் அதேபோல் எப்பயாவது குட்டிம்மா என்பான்...அதான் இந்த ரணகளம்.

சுஜி சிரித்துக்கொண்டே உங்க பஞ்சாயத்துக்கு நான் வரல... ஆனா யாரவது ஒருத்தர் இறங்கி வந்து போய் எக்ஸாம் எழுதிட்டு வந்து சண்டை போடுங்க.... என்றாள்.

அண்ணா சொல்லு...உன்ன நானே ஈவினிங்கும் பிக்கப் பண்ணிக்குறேன்... என்க சம்யு முறைத்து பார்த்தாள். முகம் வாடிய ஷித் சரி வா... என்று முன்னே நடக்க...அவனை தடுத்தவள் அண்ணனை கட்டிக்கொண்டாள்.

டேய்... அண்ணா நான் அண்ணா சொன்னாதா நீ அண்ணனா...நான் உன்ன ரொம்ப ஹர்ட் பண்றேனா அண்ணா...என்று பாவமாக கேட்க... அதில் பதறியவன்

அட லூசு குட்டிம்மா...உன்ட்ட வம்பிளுக்கதான்டா நான் அப்பிடி சொன்னேன்... அதுக்கு ஏன் இப்டிலாம் பேசுற... நீ ஏன்ட்ட இப்டி இருக்குறதுதான் எனக்கும் புடிக்கும்...அவள் தலையை வருடியவாறே சொல்ல...

நிஜமா... என் மேல கோவம்லாம் ஒண்ணும் இல்லையே... நிமிர்ந்து அண்ணனை பார்த்து கேட்டாள்.

ப்ச்...என் செல்ல தங்கச்சி மேல நான் எதுக்கு கோவபடப்போறேன்... இப்பவும் நீ எங்க எல்லாருக்கும் குழந்ததான்... உனக்கும் ஜானுக்கும் எங்களுக்கு வித்தியமே தெரியல... என்றவன் தங்கையின் நெற்றியில் முத்தமிட்டான் அன்பாய்...

உண்மையாவாண்ணா... நானும் அவ்ளோ குட்டியா அழகா இருக்கேனா... என்றாள் மாறா குழந்தை தனத்துடன்...

அண்ணன் தங்கை பாசத்தை பார்த்து ரசித்துக்கொண்டே ஜானுவின் வாய் கையெல்லாம் கழுவி விட்ட சுஜி...அய்யய்ய அடிச்சிக்கிட்டாலும் ஓவரா அடிச்சுகிறிங்க கொஞ்சிக்கிட்டாலும் ஓவரா கொஞ்சிக்கிறிங்க... என்று சலித்து கொண்டாள்.

ஈஈஈஈ... என்று சிரித்தனர் அண்ணன் தங்கை இருவரும்...

ஜானு செல்லம் பாய்...அத்த காலேஜ் போயிட்டு வரேன்... என்று சம்யு ஜானுக்கு முத்தமிட அவளோ சம்யு கழுத்தை கட்டிக்கொண்டு நானு... நானு... என்றாள்.

குட்டி தங்கத்துக்கு அத்த கூட வெளிய போணுமா... அத்தைக்கு இன்னும் ரெண்டு எக்ஸாம்தான் இருக்கு

அத முடிச்சிட்டா அப்புறம் லீவுதான்... நம்ம ரெண்டு பேரும் ஜாலியா இருக்கலாம்... என்று கொஞ்சி சமாதனப்படுத்த...குழந்தையோ விடுவேனா என்றது....

அடியே...விடுடி அவள... அவளுக்கு எக்ஸாம்க்கு லேட்டாச்சு...என்ற சுஜி மகளை வாங்கிட... ஜானுவோ அது ம த்த.. போ... என்று சிணுங்கினாள்.

ஓ அத்ததான்...பின்ன எனக்கா அத்த....சாய்ந்தரம் வீட்டுக்கு வந்ததும் அத்தையும் மருமகளும் என்னமோ பண்ணுங்க... நீ கிளம்பு சம்யு நான் இவள பாத்துக்குறேன்... என்றாள்.

சரி அண்ணி பாய் ஜானு...

ஏய் லூசு போ...அவளே அழுதுட்டு இருக்கா... இப்பதான் மறுபடியும் ஆரம்பிக்குற நீ... போ வெளிய... அண்ணி நீங்க பத்திரமா இருங்க... பத்து மணிக்கெல்லாம் அப்பாவும் அம்மாவும் வந்துடுவாங்க... நடுவுல எதாவது தேவனா எனக்கு கால் பண்ணுங்க... என்று ஷித் சொல்ல...

ஓகே ஷித்... கொஞ்ச நேரம் தானே நான் மேனேஜ் பண்ணிப்பேன் கிளம்புங்க... எனவும் இருவரும் கிளம்பினர்.

கல்லூரியில் விசாகா பயங்கர கோவத்தில் குறுக்கும் நெடுக்கும் நடந்து கொண்டிருந்தாள்... சம்யுக்தாவின் ஆருயிர் தோழி... சீக்கிரமே வந்துவிடுவேனு சொன்ன தோழி எக்ஸாம் ஆரம்பிக்க இன்னும் அரைமணி நேரமே இருக்க... இன்னும் அவள் வரவில்லை என்ற கடுப்பில் நின்றாள்.

ஷித்தின் பைக் வந்து விசாகா அருகில் நிக்க... அதிலிருந்து இறங்கிய சம்யுவை பார்த்ததும் பொறிய தொடங்கிவிட்டாள்...

ஏ ஷாம்... உனக்கு அறிவில்ல எவ்ளோ நேரம் வெயிட் பண்றது எருமமாடு...என்று கத்தியவள் ஹே விசா நான் சொல்றத கேளுடி...என ஷாம் (ஆமாங்க வீட்டில் சம்யு காலேஜில் ஷாம்) கூறியதை காதிலே வாங்காமல் நாலு போட்டாள் தோழியின் முதுகில்...

ஹாஹாஹாஹா....என்று ஷித் சிரிக்க அந்த சத்தத்தில் சுற்றுபுறம் உணர்ந்த விசாகா... ஹை அண்ணா... எப்டி இருக்கிங்கண்ணா...என்று அவன் பைக்கை பிடித்துக்கொண்டு குதித்தாள்.

பார்ற என்னலாம் தெரியுது... ஷித் சொல்ல...

கலாய்க்கதிங்கண்ணா இந்த லூசு சீக்கிரம் வரேன் சொல்லவும் நானும் சீக்கிரம் வந்துட்டேன் ஒருமணி நேரமா வெயிட் பண்றேன்....ஆடி அசஞ்சு வர பக்கி...என்று தோழியை முறைத்துக்கொண்டே சொன்னாள் விசா.

ஜானு விடல... அதான் லேட்...என்க..

ஓஓ...அப்ப ஓகே... ஜானு பாப்பா எப்டி இருக்காண்ணா...வீட்ல எல்லாரும் எப்டி இருக்காங்க...

ஏண்டி தினமும் காலேஜ்ல என்ட்ட பேசுறதானே... நீ போன் பண்ணு போது ஜானு முழிச்சு இருந்தா அவட்ட முக்கா மணிநேரம் மொக்க போடுவ... இப்போ என்னமோ பலவருசம் பாக்காதவ மாறி கேள்வி கேட்குற இடியட்... ஷாம் கடிய...

போடி... என் அண்ணாட்டநான் பேசுவேன் நீங்க சொல்லுங்கண்ணா... என்றாள் ஷித்திடம்.

எல்லாரும் நல்லா இருக்கோம்... நீ வீட்டுக்கு வரலாம்ல...

வரேன்ண்ணா... எக்ஸாம்னால கொஞ்சம் பிஸி... நாளைக்கு ஷாப்பிங் பிளான் பண்ணி இருக்கோம்... அது முடிச்சுட்டு டைம் இருந்தா வரேன் இல்லனா இந்த வாரம் எக்ஸாம்ல முடிஞ்சிடும் அப்புறம் வரேன் இன்னும் ஜாலியா இருக்கும்... என்றாள் குதுகலமாக...

ஓகே...எப்ப பீரியா இருக்கியோ அப்ப வா... சரி உள்ள போங்க டைம் ஆச்சு... என்றவனும் கிளம்பிவிட்டான்.

தோழிகள் இருவரும் தீவிரமாக விவாதித்து கொண்டே சென்றனர்... எக்ஸாம் பத்தினு நினைச்சா நூறு சதவீதம் தப்பு... நாளைக்கு ஷாப்பிங் போறத பத்திதான் பேசிட்டு போகுதுங்க பக்கிங்க....

இந்த ஒருவாரம் தனக்கு என்னவெல்லாம் வைத்திருக்கிறது... அதன் முடிவில் தன் வாழ்க்கை தலைகீழாக மாறிவிடும் என்பதை அறியாமல்... சென்றாள் சம்யுக்தா...

அத்தியாயம்

4

இரவு உணவுக்காக அனைவரும் கூடியிருக்க சம்யு முகத்தை தூக்கி வைத்துக் கொண்டிருந்தாள்.

குட்டிம்மா...இன்னைக்கு எக்ஸாம் ஈசியா இருந்துச்சா.... நல்லா எழுதி இருக்கியா... தங்கையின் அருகில் அமர்ந்துக்கொண்டே கேட்டான் முரளி.

ஈசியாதான் இருந்துச்சு... நல்லாதான் எழுதியிருக்கேன்... என மூஞ்சை உர்ரென வைத்துக்கொண்டு சொன்னாள்.

என்னடா ஆச்சு ஏன் டல்லா இருக்க...உடம்புக்கு ஏதும் பண்ணுதா...அக்கறையாக கேட்க.

யாருக்கும் இந்த வீட்ல என்மேல பாசமே இல்ல... என நொடித்துக்கொண்டாள் சம்யு.

இப்ப என்ன பஞ்சாயத்த கொண்டு வந்திருக்க... கேட்டுக்கொண்டே சாப்பாட்டை பறிமாறினார் ஊர்மிளா.

ஏய்...என் பொண்ண குறை சொல்றதயே வேலையா வச்சுருக்கியா நீ... குழம்ப ஊத்து... முரளி பாரு வெறும் இட்லியோட உட்கார்ந்திருக்கான்... நீ

சொல்லுடாம்மா... என்னாச்சு... என்றார் மகளை பார்த்து... ஜெகநாதன்.

உங்க யாருக்கும் என்மேல அக்கறை இல்ல...எனக்கு இன்னைக்கு எக்ஸாம் இருக்குனு தெரிஞ்சும் அந்த ஷித் லூசுகிட்ட மாட்டிவிட்டு போயிட்டிங்க... அவன் என்ன காலேஜ் கூட்டிட்டு போக எவ்ளோ டார்ச்சர் பண்ணா தெரியுமா...கொஞ்சம் லேட்டா போயிருந்தா எக்ஸாம் எழுத முடியாமயே போயிருப்பேன்... என்று அழுவது போல் சொல்ல... முரளி மகளுக்கு விளையாட்டு உணவு ஊட்டிக்கொண்டிருந்த மனைவியை பார்த்தான்... அவளோ சிரித்துக்கொண்டே எப்டி அள்ளி விடுறா பாரேன் என நினைத்தவள் கணவனை பார்த்து எப்பவும் போல தான் என ஜாடை செய்ய... தங்கையின் ஆசையை அறிந்துகொண்டவன் மெலிதாக சிரித்தான்.

சாப்ட கூப்பிட்டும் இந்த பைய வராம இருக்கும் போதே நினைச்சேன் எதாவது வம்பு பண்ணி இருப்பானு... வரட்டும் இன்னைக்கு... ஜெகநாதன் சொல்லிக்கொண்டிருக்கும் போதே வந்த ஷித் யாரப்பா தேடுறிங்க... என்றான்.

உன்னதான்டா... ஒரு நாள் சாரல தங்கச்சிய கொண்டு போய் காலேஜ்ல விட முடியாதோ... என கத்த

ஆஹா... குட்டி பிசாசு நல்லா கோர்த்து விட்டுடுச்சு போல.. என்னன்ன பிட்டு போட்டா தெரியலயே...வாய்க்குள்ளே புலம்பிய ஷித் தங்கையை பார்க்க அவளோ ஓரக்கண்ணில் இவனை பார்த்து கண்ணடித்து சிரித்தாள். சர்தான்... இன்னைக்கு ஈரதுணிய வயித்துல கட்டிட்டு படுக்க வேண்டியதுதான்... என நினைத்தவன் ... அப்பா அவ பிட்டுபிட்டா போடுறா நீங்களும் நம்புறிங்க...குட்டிபிசாசு மூஞ்சிய பாரு...என்க

இடக்கையில் தம்பியின் முதுகில் ஒரு போடு போட்ட முரளி... அடி வாங்க போறடா... எத்தனை தடவ சொல்லியிருக்கேன்... பேய் பிசாசுனு குட்டிம்மாவ சொல்லாதனு...என்க.

அதான் நல்லா அடிச்சுட்டியே... இன்னும் வேற அடிக்கனுமா... முதுகை தேய்த்துக்கொண்டே சொன்னான் ஷித்.

ஏன்டா...அவ நம்ம தங்கச்சிதானே அவகிட்டபோய் எப்ப பாரு வம்பு பண்ணிட்டு இருக்க... முரளி மிரட்ட...

பக்கத்து வீட்டுகாரன் தங்கசிட்ட வம்பு பண்ணா சும்மா விடமாட்டான்ல அதான்... என்க அவ்வளவுதான் ஜெகநாதனும் முரளியும் வாட்டி வதைத்துவிட்டனர் ஷித்தை...

ஷித் கடுப்பாகிவிட்டான்...டேய் அண்ணா அவ அண்டபுழுகு ஆகாச புழுகு புழுகுறானு உனக்கு நல்லாவே தெரியும்... அப்புறம் எதுக்கு என்ன இப்டி திட்ற... என்க

பாரு குட்டிம்மா எப்டி சிரிக்குறானு... அதுவுல்லாம ஒரு இட்லி கூட சாப்பிட்டு இருக்கா அதுக்குதான்... முரளி சிரித்துக்கொண்டே சொல்ல...

ஓஓஓ... குழந்தைக்கு பூச்சாண்டி பேர் சொல்லி சோறு ஊட்ற மாறி...இந்த லூசு திட்டி திட்டி ஊட்டி வளக்கிறிங்க... அப்படிதானே... கடுப்பில் மேல்மூச்சு கீழ்மூச்சு வாங்க ஷித் சொல்ல... அனைவரும் பக்கென்று சிரித்துவிட்டனர்.

இதெல்லாம் ஒரு குடும்பமா என்ற ஷித்தும் சிரித்துவிட்டான்.

அப்படியே இனிமையாக இரவு உணவு முடிந்தது.

தனது அறையில் அமர்ந்து லேப்டாப்பில் தீவிரமாக ஷித் வேலை செய்து கொண்டிருக்க... மெதுவாக இரண்டு தலை உள்ளே எட்டிபார்த்தது... வேறுயாரு நம்ம சம்யுவும் ஜானுவும் தான்... த்த... ஜானு சம்யுவின் கண்ணத்தை சுரண்ட.... ஸ்ஸ்ஸ்...வாயின் மேல் விரல் வைத்து சத்தமிட்டவள் உங்க சித்தப்பாவ எதாவது பண்ணணும் ஜானுகுட்டி... நமக்கு போர் அடிக்குதுல...ஹாஸ்கி வாயிசில் சொல்ல... ஜானுவும் தன் பிஞ்சு விரலை வாய் மேல் வைத்து ஸ்ஸ்ச்...என்றாள். அந்த அழகில் மயங்கியவள் குழந்தையை முத்தமிட்டு கொஞ்சினாள் சம்யு.

என்ன வேணும் உங்க ரெண்டு பேருக்கும்... வெளியில நின்னு எப்டி இவன டாச்சர் பண்றதுனு பிளான் பண்ணிட்டு இருக்கிங்களா... மெத்தையில் அமர்ந்து வேலை செய்து கொண்டிருந்தவன் திரும்பி பார்த்து கேட்க... ச்சை மாட்டிக்கிட்டோம் ஜானுகுட்டி.... என்றவள் சென்று அண்ணனின் அருகில் அமர்ந்தாள்.

சம்யுவிடம் இருந்து ஷித்திடம் தாவிய ஜானு சித்தாப்பாவின் கண்ணத்தில் தன் தடையத்தை பதித்தாள்.

ஆஆஆஆ....ஷித் கத்த சம்யு சிரித்தாள். ஏ சித்தா கந்து... நானு த்த அவுத்... முகத்தை சுருக்கி சொல்ல... அப்போதுதான் அண்ணன் தங்கை இருவருக்கும் புரிந்தது இவர்கள் ஒழிந்திருந்ததால் அதை கண்ணாம்மூச்சி என்று ஜானு நினைத்திருக்க... ஷித் பேசவும் சம்யு உள்ளே முகத்தை பாவமாக

வைத்துக்கொண்டு வர தாங்கள் அவுட் ஆகிட்டோம் சித்தாப்பா தான் அவுட் பண்ணிட்டாருனு நினைத்தவள் கடுப்பில் கடித்து வைத்துவிட்டாள்.

ஓஓஓ.... கண்ணாமூச்சி விளையாண்டிங்களா.... தெரியாம சித்தப்பா கண்டுபிடிச்சுட்டேன்...அதுக்கு எதுக்குடா பீல் பண்ற வா நம்ம மறுபடியும் விளையாடலாம்.... இந்த முறை நீ சித்தப்பாவ கண்டுபிடி...என்க குழந்தை தன் பற்கள் தெரிய சிரித்தது... அதன்பிறகு என்ன மூவரும் ஒரே ஆட்டம் தான்.

கிட்டத்தட்ட ஒரு மணிநேரம் அறைக்குள்ளேயே ஓடியாடி விளையாண்டு மெத்தையில் சரிந்தனர் மூவரும்...

சம்யு போய் பாப்பாவ அண்ணிட்ட விட்டுட்டு வா ரொம்ப நேரம் ஆச்சுபாரு... தேட போறாங்க... ஷித் சொல்ல

நோ... இன்னைக்கு ஜானுகுட்டி என்கூட தான் தூங்குவா... இல்ல ஜானு... என்று குழந்தையின் மூக்கோடு உரசி விளையாண்டு கொண்டிருந்தாள்.

விளையாடதடி... ஜானுவ தூங்க வைச்சுட்டுதான் அவங்களும் தூங்கனும் பாவம் அவங்களும் காலையில இருந்து எவ்ளோ வேலை செஞ்சாங்க... இவ சீக்கிரமே தூங்கிட்டா அவங்களும் கொஞ்சம் சீக்கிரம் படுப்பாங்கல்ல... என்ற அண்ணனை நிமிர்ந்து பார்த்தவள்...

அததான் பக்கி நானும் சொல்றேன் இவள அங்கவிட்டா... அண்ணிக்கு இவள பாக்கவே சரியா இருக்கும்...அண்ணன் அந்த மினிஸ்டர் கேஸ்

ஆரம்பிச்சதுல இருந்து ரொம்ப பிஸி... ஸோ... கொஞ்சம் அவங்களுக்கு டைம் தராலாம்னுதான் இவள நான் தூக்கிட்டு வந்துட்டேன்... என்ற தங்கையை வியப்பாக பார்த்தான்.

ஏண்டா அப்டி பாக்குற... என்ன பார்த்தா சீரியல்ல வர நாத்தனார் மாறி இருக்கா... அண்ணிகாரிய கொடுமை படுத்தி... அண்ணனுக்கும் அண்ணிக்கும் சண்டை மூட்டிவிட்டு ... அவங்கள சந்தோஷமா இருக்கவிடாம இருக்கறத்துக்கு... என்று முறைப்பாக கேட்க...

அட இல்ல லூசு... என் தங்கச்சி எவ்ளோ மெச்சூரிட்டியா யோசிக்கிறானு நினைச்சேன்.. அவ்ளோதான்...ஆமா நீ சொல்றத பாத்தா ஊர்ல இருக்க எல்லாரும் கெட்டவங்க நீ ரொம்ப நல்லவ மாறி பேசுற... நீயுதான் அண்ணிய டார்ச்சர் பண்ற ஜானுக்கு செய்றதவிட உனக்குதான் அதிக வேல செய்றாங்க... என்றான் நக்கலாக...

அடேய்...அதுலாம் அண்ணின்ற உரிமையில நான் கேட்குறது என் மேல இருக்க பாசத்துல அவங்க செய்றது...நானோ அம்மாவோ இப்ப அண்ணிய டார்ச்சர் பண்ணோம் வையேன் அதோட ரியாக்ஷன் எங்க இருக்கும் அண்ணாட்டதானே... அப்ப யாரோட சந்தோஷம் அழிஞ்சு போகும் நம்ம அண்ணணோடதுதானே....
நம்மவங்களே நம்மலே கஷ்டபடுத்துறத மிருகங்ககூட செய்யாது... ஆனா மனுஷன் அததான் பண்ணுவான்... சீப் மெண்டாலிட்டி ஹுயுமன்ஸ்... என்று கோவமாக சொன்னாள் சம்யு...ஜானு ஷித் லேப்டாப்பில் எதையோ தட்டிக்கொண்டிருக்க அதை பார்த்தவன் ஒரு நியூ பேஜ்ஜை ஓபன் செய்து தந்தவன் தங்கைக்கு பதிலளித்தான்.

நீ சொல்றதும் சரிதான்.... சாகுற வரை வாழ வந்த பொண்ணு... வாழ வந்த பொண்ணு... சொல்ற லூசு உலகம் இது... எப்ப கல்யாணம் பண்ணி அந்த பொண்ணு நம்ம வீட்டுக்கு வருதோ அப்பவே அது நம்ம வீட்டு பொண்ணாயிடுது... ஆனா இவங்க கடைசி வரைக்கும் வேற வீட்டு பொண்ணா டீரீட் பண்ணுவாங்க... அப்படி பார்த்தா மாமியாரும் முப்பது வருசத்துக்கு முன்னாடி தானே அந்த வீட்டுக்கு வராங்க... அவங்க எந்த தைரியத்துல என் குடும்பம்னு மார்தட்டிக்கிறாங்கனு தெரியல... என்று சீரியஸாக பேச...ஜானு கைத்தட்டி சித்தா கத கத...ம்ம்ம்... ம்ம்ம்... சூப்பர் என்பது விரல் மடக்கி காமித்தாள்.

அடிங்கொய்யாலே... நான் மூச்ச தம்கட்டி கருத்து சொல்லிட்டு இருக்கேன்... நீ கதை நல்லா இருக்குனு கை தட்டி சிரிக்கிறியா.... என்றவன் ஜானுவை தலைக்கு மேல் தூக்கி போட்டு விளையாட அவளும் பால் பல்தெரிய சிரித்தாள்.

இதுக்கு கூட நல்ல ஐடியாதான்...டேய் ஷித் கத சொல்லுடா...

நீ பால் குடிக்குற பப்பா உனக்கு கத சொல்ல போவியா...

நீ சொல்ல மாட்ட....

சொல்லமாட்டேன்....

சொல்லமாட்ட... இடுப்பில் கைவைத்து முறைத்து கேட்க....

நீ காளிதேவி மாறி முழிச்சாலும் சொல்லமாட்டேன்.... என்றான் ஷித்.

ஜானுகுட்டி இங்க பாருடா... சித்தாப்பா நமக்கு கத சொல்ல மாட்டேங்குறான்.... அவனுக்கு நம்ம மேல பாசமே இல்ல... என்க.... குழந்தை உதடு பிதுக்கி அழத்தொடங்கியது...ஜானுக்கு யாரவது உன்ன பிடிக்கல நீ வேண்டாம் அப்படிலாம் சொன்னா உடனே அழுதுவிடுவாள்... வேற என்ன சொல்லி திட்டுனாலும் கோவம் வருமே தவிர அழமாட்டா... ஆனா பிடிக்கலனு சொன்னா சொல்லி முடிக்கறத்துக்குள்ள கண்ணு தண்ணி தரையை முத்தமிடும்.

அடியே லூசு... என்றவன் பட்டென்று அவள் மண்டையில் அடித்துவிட்டு... இல்லாடா தங்கம் சித்தாவுக்கு உன்னதான் ரொம்ப பிடிக்கும்...பாரு நான் யார்கூட அதிகம் விளையாடுறேன் பாப்பாகூடதானே.... உன்னதானே பைக் ரைடெல்லாம் கூட்டிட்டு போறேன்.... என் தங்கத்ததான் எனக்கு ரொம்ப பிடிக்கும்... கண்ணைத்துடைத்து முத்தமிட்டு கொண்டே சொல்ல... சித்தா பாப்பா பிதுக்கும் என்று அவன் கழுத்தை கட்டிக்கொண்டது...

ஆமா சித்தாக்கு பாப்பாதான் ரொம்ப பிடிக்கும்... கண்ணத்தில் அழுந்தமிட்டு அணைத்துக்கொண்டான் தங்கையை முறைத்துக்கொண்டே....

ஜானுகுட்டி சித்தாக்கு உன்ன தான்டி ரொம்ப பிடிக்கும் அத்ததான் தப்பா சொல்லிட்டேன்... சாரி தங்கம் இங்கவா என்று சம்யுவும் முத்தமிட்டு மருமகளை சமாதானம் செய்தாள்.

சரி படுங்க கத சொல்றேன்... ஷித் சொல்ல இரண்டும் வேகமாக தலையை ஆட்டி படுத்துக்கொண்டது....

ஷித்தும் கதை சொன்னான் ஜானுக்கு தட்டி கொடுத்துக்கொண்டே.... போட்ட ஆட்டத்திற்கு பத்து நிமிடத்தில் இரண்டும் தூங்கிவிட்டது.

ஜானு சம்யு இருவரின் சத்தத்தையும் காணோம் என்று தேடி வந்த முரளி ஷித்தின் அறையை எட்டிப்பார்க்க... மெத்தையில் லேசாக சாய்ந்து அமர்ந்து வலக்கையால் ஜானு தட்டிக்கொடுத்து... இடக்கையால் தங்கையில் வருடிக்கொண்டிருந்த தம்பியை பார்த்தவன் அப்படியே நின்றுவிட்டான்.

முரளியை தொடர்ந்து வந்த சுஜி இதை பார்த்து தூங்குற பிள்ளைங்கள இப்டி பார்க்காதிங்கனு எத்தன தடவ சொல்லியிருக்கேன்...என்று கணவனில் இடுப்பில் கிள்ளினாள்.

ஸ்ஸ்ஸ்... வலிக்குது சுஜி... என்றவன் அங்க பாரேன்... மூணு பேரையும் பார்க்க எவ்ளோ நல்லா இருக்கு... குட்டிம்மா முழிச்சு இருக்கும்போது அப்டி சண்டைக்கு நிக்குறான் இப்ப எப்படி கதை சொல்லிட்டு இருக்கான் பாரேன்... என்க

அது என்னவோ உண்மைதான்... சம்யுவையும் ஜானுவையும் பாருங்களேன் ஒரே மாறி படுத்து இருக்காங்க.. ஜானு நிறைய விசயத்துல அப்டியே சம்யு மாறியே இருக்கா... என்று சொல்ல...

வேணா உன்னமாறி இன்னொரு பொண்ண ரெடி பண்ணலாமா...என்று முரளி கேட்க முன்னைவிட வேகமாக நறுக்கென கிள்ளிவிட...

ஆஆஆ...என்று வேகமாக முரளி கத்திவிட ஷித் பார்த்துவிட்டான்.

ஹே... நீங்க ரெண்டு பேரும் இங்க என்ன பண்றீங்க...ஷித் கேட்க...

ஏன்டா...இப்போ இவ்ளோ கொஞ்சுரவன் முழுச்சிருக்கும் நல்லா பேசலாம்ல... டார்ச்சர் பண்ற...

யாரு நானா... இப்பதான் ரெண்டும் என்ன போட்டு படுத்தி எடுத்துட்டு தூங்குதுங்க...இதுல நான் டார்ச்சர் பண்றேனாம்... எதாவது சொல்லிட போறேன்...போ போய் தூங்குற வழிய பாரு...

ரொம்ப பண்ணாத பாப்பாவ கொடு... குட்டிம்மாவ எழுப்பி அவ ரூம்ல படுக்க வை...என்று முரளி ஜானுவ தூக்க வர...

தூங்குறங்கவல எழுப்பி என்ன பண்ண போற...இங்கயே தூங்கட்டும்...

டேய்...நீ உருண்டு பாப்பா மேல படுத்துருவடா...நான் தூக்கிட்டு போறேன்...என்க

டேய்...லூசாடா நீ...ஷித் கேட்க...

என்னடா பொசுக்குனு மரியாத இல்லாம பேசிட்ட...முரளி அதிர்ச்சியாக...

பின்ன என்னடா... சொல்லிட்டே இருக்கேன்... போய் அண்ணியோட இருடானு சொன்னா... நைநைனு பேசிட்டே இருக்க...என்றான் கடுப்பாக...

அடபாவி என்ன பேச்சு பேசுற... ஆளபாரு...என்று முரளி தம்பியின் பேச்சில் வெட்கம் கொள்ள...

ச்சை கருமம்... கேவலமா இருக்கு... இப்ப நீ போறியா இல்லையா... ஷித் மிரட்டலாக சொல்ல...

லூசுபயலே... பாத்துக்கோ... நைட்ல முழிச்சா ரெண்டு பேருமே பயந்து போயிடுங்க மூஞ்ச பக்கத்துல காமிக்காத... என்று தம்பியை சீண்டிவிட்டு நகர்ந்தான் முரளி...

போறதுதான் போற...அந்த லைட்ட ஆஃப் பண்ணிட்டு போ... என்ற ஷித் படுத்துக்கொண்டான்.

நேரம்டா... வெளியில் சலிப்பாக சொன்னாலும் உள்ளுக்குள் சிரித்துக்கொண்டே லைட்டை ஆப் பண்ணிட்டு தன் அறைக்கு சென்றான் முரளி.

என்ன பல்ப்பா...சுஜி கேட்க

என்ன... முரளி புரியாமல் முழித்தான்.

இல்ல... நம்ம ரெண்டு பேரவிட பாப்பா சம்யுகிட்டயும் ஷித்கிட்டயும் தான் அதிகமா இருக்கா... அப்ப அவங்களுக்கு தெரியாத அவள எப்டி பாத்துனும்னு...என்றாள்.

பகல்ல வேற சுஜி நைட்ல அவனால சமாளிக்க முடியாதுனுதான் கேட்டேன்... குட்டிம்மா குழந்தடி... அவளுக்கு என்ன தெரியும்... மனைவியை அணைத்துக்கொண்டே சொன்னான் முரளி.

என்னங்க நான் ஒன்னு சொல்லட்டுமா...

சொல்லு சுஜி...

சம்யுவ இவ்ளோ பாக்காதிங்க... நாளைக்கு இன்னொரு வீட்டுக்கு போற பொண்ணு.... நீங்க இப்டி தாங்காதிங்க...

ஏன் சுஜி இப்டி சொல்ற....

இல்லங்க...நீங்க நாலு நாளா பிசியா இருக்கிங்க... அது அவளுக்கு புரியுது ஆனாலும் உங்கள எதிர்பாக்குறா...அதே போலதான் ஷித்கிட்டயும் எவ்ளோ சண்டை போட்டாலும் பேசாம அவளளா இருக்க முடியாது... கல்யாணம் ஆகிபோனா ஏங்கி போயிடுவாங்க...என சுஜி சொல்ல...

ஏய்... அவ குழந்தடி... அவளுக்கு போய் கல்யாணம் அதுஇதுனு பேசிட்டு இருக்க... முரளி கத்த

ம்ம்ம்.... சாப்பாடு ஊட்ட ஒரு அண்ணா...தாலாட்டுபாடி தூங்க வைக்க ஒரு அண்ணனு பாக்குற உங்களுக்கு அவ குழந்த மாறிதான் தெரிவா... அத்த அவள நினைச்சு கவலபடுறாங்க... இப்டி சின்ன புள்ளையா ஒன்னும் தெரியாம இருக்காளேனு... ஆனா அதுக்கு நீங்கதான் காரணம்...முதல்ல அவள குழந்தைய மாறி பாக்குறத நிப்பாட்டுங்க... சம்யுவ செட்டில் பண்ணாதான் அடுத்து ஷித்துக்கு பாக்கமுடியும்...என்க

சற்றுநேரம் அமைதியாக இருந்தவன்... புரியுது சுஜி... ஆனா நான் பண்ண... குட்டிம்மா மூஞ்சு வாடுனாளே பாக்க முடியல... ஒருநாள் கூட அவள பார்க்கம இருக்க முடியல...என்றான்.

கணவன் வருந்துவது தாங்காமல் சரி விடுங்க நாளைக்கேவா சம்யுவுக்கு கல்யாணம் பண்ணபோறோம்...
நடக்கும் போது பாத்துக்கலாம்...
என்று தேற்றினாள்.

அதானே... இப்பவேவா நம்மளவிட்டு குட்டிம்மா போகபோறா...நீ சொன்ன மாறி நடக்கும் போது பாத்துக்காலம்... இப்ப உன்ன பாத்துக்குறேன்... இவ்ளோ நேரம் அண்ணனாக இருந்தவன் கணவனாக மாறினான்.

ஆனால் பாவம் இந்த அன்பு அண்ணன் அறியவில்லை... இன்னும் சில நாட்களே தன் தங்கை தன்னுடன் இருக்க போகிறாள் என்று...

அடுத்தநாள் சம்யுவும்
விசாகாவும் போதும் போதுமென்ற அளவு ஷாப்பிங் பண்ணிட்டு கலைச்சு போய்... சாப்பிடுவதற்காக புட் கோர்ட்டில் அமர்ந்திருந்தனர்.

ஷாம்...இந்த பர்கர் ஏண்டி இவ்ளோ பெருசா இருக்கு... வாய்க்குள்ள போகவே மாட்டேங்குது... பர்கரை வாய்க்குள் வைக்க முடியாமல் திணறிகொண்டே கேட்டாள் விசாகா.

பெருசா இருக்குனு தெரியுதுல அப்புறம் ஏன் அத வாங்குற... பிங்கர் ஸிப்ஸை சாசில் தொட்டு சப்புக்கொட்டி சாப்பிட்டுக்கொண்டே சம்யு கேட்க...

நல்லா டேஸ்டா இருந்து தொலைக்குதே...விசா சொல்லிட்டு இருக்கும் போதே

ஹேஹ...விசா அங்க பாருடி... செம்ம மேன்லியா ஒருத்தன் வரான்...ஆம்பளனா இப்டி இருக்கனும்டி... என்ன ஒரு கம்பீரம்... நடந்துவர ஸ்டைல பாரேன்...ப்பா சான்ஸே இல்லடி... கண்ணில் பளபளப்புடன் சம்யு சொல்ல...

யாரடி சொல்ற...வெடுக்கென்று திரும்பி பரப்பரப்பாக சுற்றிமுற்றி பார்த்தாள் விசாகா.

ஏய்...நீயே காட்டி கொடுத்துருவ போல...சம்யு கடிய

இல்லடி... நீ சைட் அடிப்பன்னாலும் பெருசா அத எடுத்துக்கமாட்ட பிரெண்ட்ஸ்லாம் யாரயாவது பத்தி டிஸ்கஸ் பண்ணாலும் நல்லாதான் இருக்கான்... நீங்க இவ்ளோ புகழ்ற அளவுக்கு ஒன்னும் இல்லனு சொல்லிட்டு போயிடுவ... அப்படிபட்டவ இவ்ளோ டீப்பா சொல்ற... அதுவும் ஓ கண்ணுல தெரியுற ஸ்பார்க்... அதான் நான் கொஞ்சம் எக்ஸைட் ஆகிட்டேன்... சீக்கிரம் சொல்லு யாடுனு... பார்வை சுழற்றிக்கொண்டே விசாகா கேட்க..

அங்கபாரு ஸ்டெப்கிட்ட... மெருன் கலர் ஷர்ட் வேஷ்டி கட்டிட்டு...கூலிங் கிளாஸ் போட்டு ராம்ராஜ் காட்டன் வேஷ்டி விளம்பரத்துல வரமாறி கம்பீரமா நெஞ்ச நிமிர்த்தி வரான் பாரு... அதுவும் அந்த முறுக்கு மீசை... ஹி இஸ் எ ரியல் மேன்...சம்யு குரலில் குதூகலத்துடன் சொல்ல... விசாகா தோழியை ஒருமுறை பார்த்துவிட்டு திரும்பினாள்... எதுக்கு இவ்ளோ உற்சாகம் என்று... அதுதான் சம்யுவுக்கே தெரியலயே...தோழிகள் இருவரும் பார்த்த திசையில் வந்தது சாட்ஷாத் நம்ம ருத்ரதேவனே...

சென்னை வந்தவன் விவசாய சங்க வேலையை முடித்துவிட்டு நண்பனை அழைக்க அவனோ சம்யு

இருந்த ஷாப்பிங்மால் வர சொல்லியிருக்க ருத்ரனும் அருளும் அங்கு வந்தனர்.

மாப்ள... சென்னைக்கு வந்து நாலுநாள்தான் ஆகுது... அதுக்குள்ள கண்டதையும் சாப்பிட்டு நாக்கு செத்து போச்சு.... ஊருக்குபோய் நல்லவிடக்கோழியா அடிச்சு சாப்பிட்டாதான்டா...என் நாக்கு உயிர் பொழைக்கும்... தோழிகளை கடந்து செல்லும் போது அருள் பேசியது இருவரின் காதிலும் விழுந்தது.

ஷாம்...கிராமத்து ஆளுங்க போல... ஆனா படிச்சவங்க மாறிதான் தெரியுது... செம்ம ஹேன்சம் மேன்தான்... பட் பாக்கதான்டி கொஞ்சம் பாடிபில்டர் மாறி பயங்கரமா இருக்காங்க... நம்ம பக்கதுல நின்ன குட்டி பப்பி இருப்போம்டி... என்றவள் தோழியை பார்க்க அவள் எங்கே இவள் பேசுவதை கவனித்தாள்... தன்னை கடந்து சென்ற ருத்ரனையே பார்த்துக்கொண்டிருந்தாள்.

சம்யு பார்க்காத ஆண்கள் கிடையாது... மாடலிங் செய்யும் அளவு அழகான ஆண்களையும் பார்த்திருக்கிறாள்....ஆண் நண்பர்கள் கூட உண்டுதான் ஆனால் அனைவரிடமும் அளவோடு பேசுவாள் அவர்களும் நல்ல நண்பர்களாகதான் பழகுவார்கள்... ஆனால் இதுவரை யாரிடமும் ஏற்படாத ஈர்ப்பு ருத்ரன் மேல் உருவானது.. இத்தனைக்கும் அவன் தன்னை கவனித்தானா என்பது கூட அவளுக்கு தெரியவில்லை...

அடியே... என்ன ஆச்சு... விசா சம்யுவை உலுக்கவும் அவளின் போன் ரிங்ஆகவும் சரியாக இருந்தது... ஊர்மிளாதான் போன் செய்திருந்தாள். அதை அட்டன் செய்தவள் வரேன்ம்மா என்றுவிட்டு ருத்ரனை தேட

அவன் கண்ணில் படவில்லை... சரியென்று கிளம்பிவிட்டாள்.

அப்டியே இன்னும் இரண்டு நாட்கள் செல்ல... நாளை லாஸ்ட் எக்ஸாம் அன்றுதான் ஒரு தோழிக்கு பெர்த் டே என்பதால் கிப்ட் வாங்க சம்யுவும் விசாவும் ஒரு பிரபலமான கிப்ட் ஷாப் சென்றனர்.

ஹூசு...விசா ரெண்டு நாள் முன்னாடி ஷாப்பிங் போனப்பவே நாளைக்கு ஷாலினிக்கு பெர்த் டேனு சொல்லி இருந்தினா... அப்பவே கிப்ட் வாங்கி இருக்கலாம்... நாளைக்கு எக்ஸாம் வைச்சுட்டு இப்படி அலைய வேண்டியது இருக்காது... என்று திட்ட....

நான் என்ன வேணும்னா ஷாம் பண்ணேன்...மறந்து போச்சு... என்றாள் விசா பாவமாக...

ஓகே சீக்கிரம் செலக்ட் பண்ணு... முரளிண்ணா வெளிய போறேன்னதும் காச்மூச்சுனு கத்துனாரு நான்தான் கெஞ்சிகொஞ்சி வந்தேன்.... அதனால சீக்கிரம் படபடனு பேசினாள் சம்யு.

சரிடி பத்து நிமிஷம்... என்ற விசாவும் வேகமாக தேட ஆரம்பித்தாள். இருபது
நிமிடமாகியும் தேடிக்கொண்டிருக்க... சம்யு பதட்டமாக நடந்து கொண்டிருந்தாள் இப்படியும் அப்படியும்...

ஷாம்....இது நல்லா இருக்கா பாரேன்...விசா கேட்க

நான் இப்ப கிப்ட் செலக்ட் பண்ற மூட்ல இல்ல... எதயாவது ஒண்ண செலக்ட் பண்ணு... என்க

என்னாச்சு இவளுக்கு ஏன் இவ்ளோ ரெஸ்ட்லஸ்ஸா இருக்கா... என விசா யோசித்துக்கொண்டே ஒரு கிப்டை செலக்ட் பேக் பண்ண சொன்னவள் பில் பே பண்ண சென்றுவிட்டாள்.

சம்யுவுக்கு ஏதோ தப்பாக பட சுத்திமுத்தி பார்த்தாள். உள்ளுக்குள் பக் பக்குனு அடித்துக்கொள்ள ஆரம்பித்தது. நிதானமாக யோசிக்க வேண்டும் என்று அப்போதான் சுத்தி நடப்பதை உணர முடியும் என்று புரிந்தாலும் அவளால் நிதானமாக யோசிக்க முடியவில்லை.... ஒருகட்டத்தில் சம்யுவால் அங்கு நிற்கவே முடியவில்லை... விறுவிறுனு சென்றவள் விசா கையை பிடித்து இழுத்துக்கொண்டு நடக்க ஆரம்பித்தாள்.

ஏய்... கிப்ட்டி... விசா கத்த பாதி பேக் பண்ணியும் பண்ணாத கிப்டை கடை பெண்ணிடம் இருந்து பிடுங்கி விசா கையில் திணித்தவள்... வந்து தொல என கத்திவிட்டு இழுத்து சென்றாள்.

வேகமாகவும் பதட்டமாவும் சுத்தி பார்த்துக்கொண்டே வந்தவள் யாரின் மேலோ இடித்து கீழே விழ போக... எதிரில் வந்தவனே கையை பிடித்து தடுத்து நிறுத்தினான் ருத்ரன்.

கடைக்குள் வந்த ருத்ராவின் மேல் சம்யு மோத அவளை கீழே விழாமல் பிடித்தவன் அப்போதுதான் நன்றாக பார்த்தான்... உடம்பெல்லாம் வேர்த்து ஊத்தி முகமெல்லாம் வெளுத்து போயிருந்தது... கண்கள் அலை பாய்ந்து கொண்டிருந்தது...அவளை பார்த்தவன் ஏதோ பிரச்சனை என்று உணர்ந்து கொண்டான்.

ஹே...இங்க பாருமா... என்று அவள் கண்ணத்தில் தட்ட அப்பொழுதான் அவள் கண்கள் ஒரு இடத்தில் நின்றது... ருத்ரனை பார்த்தவளின் கண்கள் விரிந்தது.

இங்க பாரு ஒன்னுமில்ல... ரிலாக்ஷ்... ரிலாக்ஷ்... நீ நல்லாதான் இருக்க ஓகே... இங்க பாரு உன்ன சுத்தி எவ்ளோ பேர் இருக்காங்க... காம் டவுன்... சம்யுவின் இருதோள்களிலும் மெல்ல அழுத்தி பிடித்தவாறே ருத்ரன் பேச... இவ்வளவு விளையாட்டு காட்டிய அமைதி கப்சிப் என்று அடங்கி அவளிடம் தஞ்சம் கொண்டது...

என்னாச்சு... நீ நல்லாதானே இருக்க... ருத்ரன் கேட்க... ம்ம்ம் என்று தலையை மட்டும் ஆட்டினாள்.

சம்யு ருத்ரன் மேல் இடிக்கவும் அவள் பின்னால் வந்த விசா சம்யு மேல் நிலை தடுமாறி பின் சமாளித்து நின்றாலும் கையிலிருந்த பொருட்கள் கீழே விழுந்துவிட அதை எடுத்துக்கொண்டு சம்யுவை பார்க்க அவளோ முறுக்கு மீசை காரனை பார்த்து தலையை ஆட்டிக்கொண்டிருக்க... இதுக்கா இவ்ளோ ஆர்ப்பாட்டம் என்று எண்ணிய விசா... ஷாம் என்னாச்சு... என்க

விசாவை திரும்பி பார்த்த சம்யு... ஒன்றும் பேசாமல் அவளை பார்க்கிங் இழுத்து சென்று ஸ்கூட்டியிடம் சென்றாள்.

ஷாம் என்னாச்சு... ஏன் இவ்ளோ வியர்டா பிகேவ் பண்ற ... விசா கேட்டதும் சுத்தி முத்தி பார்த்தாள் சம்யு... தோழியின் செயல் புதிராக இருக்க... ஷாம் என்னாச்சு மறுபடியும் விசா கேட்க

விசா... யாரோ நம்மள பாலோ பண்ற மாறி இருக்கு... என்றாள் சம்யு பதட்டமாக...

என்னடி சொல்ற... விசாவும் பதட்டமாகிவிட்டாள் ஏனென்றாள் தோழியின் முகமும் குரலுமே அவள் விளையாடவில்லை உண்மையைதான் சொல்கிறாள் என்பதை உணர்த்தியது.

இங்க எதுவும் சொல்ல முடியாது போகும் போது சொல்றேன்... சாவிய கொடு என்க விசாவும் சாவியை கொடுத்தாள் விசாவின் ஸ்கூட்டியில் தான் இருவரும் வந்திருந்தனர்.

அதை வாங்கிய சம்யு ஒரு நிமிடம் ஏதோ யோசித்தவள் ஸ்கூட்டியை இரண்டு மூன்று முறை ஸ்டார்ட் செய்ய அதுவும் ஸ்டார்ட் ஆகாமல் போக... அதை ஒரு உதை உதைத்தவள்... விசா வண்டி ஸ்டார்ட் ஆகல... நாம பஸ்ல போலாம்... என்றாள்.

ஏதோ பேச வந்த விசாவையும் கண்ணால் தடுத்துவிட்டு பக்கத்திலிருந்த பஸ் ஸ்டான்ட் சென்று பஸ்ஸில் ஏறி அமர்ந்தனர்.

இப்ப சொல்லு ஷாம் என்னாச்சு...

இருபுறமும் இருந்த சீட்டில் ஏற்கனவே அமர்ந்திருந்தவர்கள் அமர்ந்திருக்கின்றனர் என்பதை உறுதி படுத்திக்கொண்டு பேச தொடங்கினாள் சம்யு...

விசா நம்மல யாரோ பாலோ பண்றாங்கடி...எனக்கு ஒரு வாரமா அப்டி தோணுச்சு... நான் அத பெருசா எடுத்துக்கல... சும்மா நமக்குதான் அப்டி தோணுதுனு விட்டுட்டேன்... ஆனா இன்னைக்கு கன்பார்ம்மா

தெரிஞ்சுது யாரோ நம்மள வாட்ச் பண்றாங்கனு ரொம்ப படபடனு வந்துருச்சு... ரொம்ப பெருசா எதோ நடக்க போகுதுனு தோணுச்சு.... என்னால யோசிக்கவே முடியல... இங்க இருந்து கிளம்பு கிளம்புனு மனசு சொல்லுச்சு... அதான் உன்ன இழுத்துட்டு வந்தேன்...

அதுக்கு ஸ்கூட்டி ஸ்டார்ட் ஆகலனு ஏன்டி பொய் சொன்ன...

இல்லடி... நம்ம ஸ்கூட்டில போறது நமக்கு ஷேப் இல்ல... பர்ஸ்ட் நம்ம ரெண்டு பேருமே நிதானமா இல்ல.... செகன்ட் ஸ்கூட்டில போகும் போது நம்ம நிறைய குறுக்கு சந்துல போவோம்...ஆள் நடமாட்டம் இல்லாத ஏரியால போவோம்... லாஸ்ட் ஒருத்தர டிராப் பண்ணிட்டு இன்னொருத்தர் தனியாதான் போகனும்... நம்மள பாலோ பண்றவன் யார பண்றான் எதுக்கு பண்றான் தெரியல... நாமே எதுக்கு அவனுக்கு சான்ஸ் கொடுக்கனும்... பஸ்னா... நிறைய பேர் இருப்பாங்க எதாவது ஒன்னுன்னா... யாரவது ஒருத்தராவது கண்டிப்பா வருவாங்க... பாலோ பண்றவங்க அப்படி இல்லனா கூட பப்ளிக்ல நம்ம பக்கத்துல வரவே யோசிப்பாங்கனுங்க...

அதான் அப்படி சொன்னேன்.

ஷாம் நம்ம வீட்ல சொல்லியிரலாம்டி... விசா சொல்ல

என்னனு தெரியாம அவங்கட்ட போய் சொல்லி அவங்களையும் பயமுருத்த போறியா...

முரளிண்ணா கிட்டாயாவது சொல்லலாம்...

நோ வே அண்ணாட்டாதான் சொல்லவே கூடாது...எனக்கு எதாச்சு ஒன்னுனா அவரால தாங்கவே

முடியாது... நேத்து நான் ஜானுவோட விளையாடும் போது விழுந்துட்டேன் லைட்டாதான் அடி அதுக்கே அண்ணா ஒரே ஆர்பாட்டம்... படபடனு ஆடி போய்ட்டார் தெரியுமா... எல்லாரும் ஒரே திட்டு விழுந்த அவளே நல்லா இருக்கா... நீ ஏன் இப்டி இருக்கனு...அதுக்கு அப்புறம்தான் அண்ணா கொஞ்சம் அடங்கினாரு... இருந்தாலும் என்ன வாட்ச் பண்ணிட்டே இருந்தாரு... எனக்கு வழிக்குதானு... சோ அவர்ட்ட சொல்ல வேணாம்... பாப்போம் மறுபடியும் இதுமாறி ஆச்சுனா கண்டிப்பா வீட்ல சொல்லிராலாம்... ஸ்கூட்டிய ஆள்விட்டு எடுத்துக்கலாம்... ஷித்க்கு தெரிஞ்ச மெக்கானிக் இருக்கான்... அவன்ட்ட சொல்லி எடுத்துட்டு வர சொல்றேன்... நீ அப்பாவ பஸ் ஸ்டான்ட்ல வந்து பிக்கப் பண்ணிக்க சொல்லு... நான் ஷித்துக்கு போன் பண்றேன்...என்றாள்.

விசாவும் சரியென்று தன் அப்பாவுக்கு போன் செய்து ஸ்கூட்டி ரிப்பேர் ஆகிவிட்டது அதனால் பஸ்ல வரோம் வந்து கூட்டிட்டு போங்க என்றாள். சம்யுவும் ஷித்துக்கு போன் பண்ணி அதேபோல் சொல்ல இருவரும் பத்திரமாக வீடு போய் சேர்ந்தனர்.

அடுத்த நாள் எக்ஸாம் முடிந்துவிட மாணவர்கள் அனைவரும் மிகவும் உற்சாகமாக இருந்தனர்... அப்படியே ஷாலினியின் பெர்த்டேவையும் சிறப்பாக கொண்டடினர். சம்யுவும் விசாவும் நேற்றைய சம்பவத்தை பத்தி எதுவும் பேசிக்கொள்ளவில்லை சுற்றி நண்பர்கள் இருந்ததால்.... ஒருவழியாக ஆட்டம் பாட்டம் முடிந்து ஒவ்வொருத்தராக கிளம்பினர்.

சம்யுவும் விசாவும் இன்னும் சில தோழிகளுடன் பேசிக்கொண்டே நடந்து திடீரென அருகில் வந்த கார் சம்யுவையும் விசாவையும் இழுத்து உள்ளே தள்ளி கதவை மூடி பறந்தது... கண்மூடி திறப்பதற்குள்

நடந்துவிட்ட நிகழ்வில் சுற்றியிருந்த ஆண்பெண் நண்பர்கள் அனைவரும் சிலையென நின்றுவிட.... அதில் ஒருத்தி மட்டும் சீக்கிரம் தெளிந்து கத்த... சில ஆண்கள் பின்தொடர்ந்து ஓட சிலர் பைக்கில் பாலோ செய்தனர்..

ஆனால் அக்கார் மின்னல் வேகத்தில் மாயமாய் மறைந்தது... சம்யு விசா கடத்தப்பட்டனர்.

அத்தியாயம்

5

காருக்குள் இழுக்கப்பட்ட சம்யுவும் விசாவும் துள்ள... இருவரின் முகத்திலும் மயக்க மருந்து அடிக்கப்பட இருவரும் மயங்கினர்.

யா...ருடா... யா...ரு...நீங்க... மயக்கம் கண்ணை சுழட்டும் போதும் கேள்விக் கேட்டுக்கொண்டே சம்யு மயங்கி சரிந்தாள் ருத்ரனின் நெஞ்சில்... ஆமாங்க இந்த கடத்தலுக்கு தலைவன் ருத்ரதேவன்.

அது எட்டு பேர் அமரக்கூடிய கார்...அதில்தான் சம்யுவும் விசாவும் கடத்தப்பட்டனர். முன்னால் டிரைவர் புயல் வேகத்தில் வண்டியை ஓட்டிக்கொண்டிருந்தான்.

பின் சீட்டில் அமர்ந்து விசாவை கடத்திய அருள்... நடுங்கும் கரத்தோடு மயங்கி சரிந்த விசாகாவை நன்றாக படுக்கவைத்து போர்த்திவிட்டான்.

பாவி...பால் குடிக்குற வயசுலருந்து நண்பனா இருந்ததுக்கு... இன்னைக்கு கடத்தல் காரனா மாத்திவிட்டானே... உருப்புடாம போறவன்...என அருள் பயத்தில் திட்டிக்கொண்டே நடுசீட்டில் அமர்ந்திருந்த ருத்ரனை பார்க்க அவனோ தன் மேல் மயங்கி சரிந்த சம்யுவை விசித்திரமாக பார்த்துக்கொண்டிருந்தான்.

அடேய்... நாசமா போறவனே... இப்ப எதுக்குடா இந்த புள்ளைங்கள... இப்டி கடத்திட்டு போறோம்...ருத்ரனின் தோளில் அடித்து அருள் கேட்க...

சும்மா...விளையாட்டுக்குடா... ஒரு கடத்தல் பண்ணா எப்டி இருக்கும்னு தெரிஞ்சுக்க... ஆசப்பட்டேன்... அதான்...என்று கூலாக சொல்ல...

டேய்... உனக்கு பயமாவே இல்லையா... எனக்கு நெஞ்செல்லாம் பக்குபக்குனு அடிச்சுக்குதுடா... கைகாலெல்லாம் உதறுதுடா... அருள் படபடப்பாக சொல்ல...

நரம்பு தளர்ச்சியா இருக்கும்டா அருளு...என்ற ருத்ரனை கொல்லும் அளவிற்கு கோவம் வந்தது அருளரசனுக்கு...

இங்கே காரை பின்தொடர்ந்த நண்பர்கள் தோழிகளை கடத்தி சென்ற காரை தவறவிட்டனர்... அது சென்னை டிராப்பிக்கினாலா.... இல்லை காரை ஓட்டியவனின் லாவகமா தெரியவில்லை... என்ன செய்வது என்று தெரியாமல் மீண்டும் கல்லூரிக்கே வந்தனர்.

இன்று முதல் வருடம் மற்றும் நான்காம் வருட மாணவர்களுக்கு மட்டுமே தேர்வு... அதனால் மாணவர்கள் அதிகம் இல்லை...அதிலும் பிறந்தநாள் கொண்டாடிவிட்டு லேட்டாக வந்ததால் இவர்களது வகுப்பு மாணவர்கள் மட்டுமே இருந்தனர் சம்பவம் நடக்கும் போது...

ஒரு இருபது பேர் கல்லூரியின் விளையாட்டு மைதானத்தில் கவலையோடும் பதட்டத்தோடும்

அமர்ந்திருக்க... பைக்கில் சென்ற நான்கு ஆண்களும் அங்கே வந்தனர் கவலை தொய்ந்த முகத்தோடு...

டேய்... என்னடா திரும்பி வந்துட்டிங்க...ஷாலினி தூரத்தி சென்ற மாணவர்களிடம் கேட்க... மற்ற தோழிகளும் தோழர்களின் முகத்தையே பார்த்தனர்

அந்த காரை மிஸ் பண்ணோட்டோம்டி... எந்த பக்கம் போச்சுனே தெரியல... சரத் சொன்னான்.

என்னடா... இப்டி சொல்றிங்க நல்லா தேடி பார்க்க வேண்டியதுதானே... என்றாள் ஸ்ரீ.

இல்ல ஸ்ரீ நாங்க எவ்ளோ தேடி பாத்தோம் அந்த கார் எந்த பக்கம் போச்சுனே தெரியல... அனிருத் சொல்ல....

இதுக்கு மேல வெயிட் பண்ண வேண்டாம் ஷாம் வீட்டுக்கும் விசா வீட்டுக்கும் இன்பார்ம் பண்ணிடலாம்...ஒரு தோழி சொல்ல... அனைவரும் அதை ஆமோதிக்க.... சரத் முரளிக்கு போன் செய்தான்.

ஆபிஸில் வேலையில் இருந்த முரளி சரத் போன் வர யோசனையுடனே எடுத்தான் சம்யுவின் நண்பர்கள் அனைவரையும் முரளிக்கும் ஷித்துக்கும் தெரியும்.

சொல்லுடா சரத்... எக்ஸாம் முடிஞ்சுதா...முரளி கேட்க

அண்ணா...அண்ணா...
சரத்துக்கு எப்படி என்ன சொல்வது என்று தெரியவில்லை...

என்னடா... தந்தியடிக்குற...

அண்ணா...அது வந்து.... வந்து... குரலில் தடுமாற்றத்துடன் சரத் தயங்க...

சரத் என்னாச்சு... எதாவது பிரச்சனையா... சீரியஸாக கேட்டான் முரளி.

ஆமாண்ணா... ஷாம்...ஷாம்...

குட்டிம்மாக்கு என்னாச்சு.... சீக்கிரம் சொல்லுடா... தங்கையின் பெயரை கேட்டதும் முரளிக்கு பயம் தொற்றி கொண்டது...

அண்ணா ஷாம் அ யாரோ கிட்நாப் பண்ணிட்டாங்க ண்ணா...சரத் சொல்லியது தான் தாமதம் முரளிக்கு பூமியே சுற்றுவது போல் இருந்தது...

சரத் என்னடா சொல்ற... முரளியின் குரல் தேய்ந்து ஒளித்தது...

ண்ணா...இன்னைக்கு எக்ஸாம் முடிஞ்சதும்... ஷாலினிக்கு பெர்த் டே செலபேர்ட் பண்ணிட்டு வெளிய வரும் திடீர்னு ஒரு கார் வந்து... ஷாம்யையும் விசாவையும் உள்ள இழுத்து போட்டு பறந்துடுச்சுண்ணா... பசங்க பைக்ல பாலோ பண்ணோம்... ஆனா அந்த கார மிஸ் பண்ணிட்டோம்...என்ன பண்றதுனு தெரியல அதா உங்களுக்கு கால் பண்ணோம்... நடந்ததை சொல்லி முடிக்க...

விசாகாவையும் கடத்திட்டாங்களா...

ஆமாண்ணா...அடுத்து முரளிக்கு என்ன பண்றதுனு தெரியல...தங்கையை கடத்திவிட்டார்கள் என்பதை கேட்டவனுக்கு மூளை வேலை நிறுத்தம்

செய்துவிட்டது... அவன் அரசாங்கத்தில் முக்கிய பதவியில் இருப்பவன்... தன் வேலையினால் தன் குடும்பத்திற்கு பாதிப்பு ஏற்பட வாய்ப்பு உள்ளது என்பது தெரியும்... அப்படி நடந்தால் என்ன செய்ய வேண்டும் என்ற பயிற்சியும் அவனுக்கு வழங்கப்பட்டுள்ளது.... இருந்தாலும் உயிராய் நினைப்பவர்களுக்கு ஆபத்து என்றால் நமக்கு பயமும் பதட்டமும் தான் ஏற்படும்.

ண்ணா...ண்ணா... முரளியிடமிருந்து சத்தம் வராமல் போக பயந்து போன சரத் ஷித்துக்கு அழைத்துவிட்டான்.

ஹலோ... சொல்லு சரத்...

ஹலோண்ணா... ஷாமையும் விசாவையும் கிட்நாப் பண்ணிட்டாங்க... முரளிண்ணாக்கு போன் பண்ணி சொன்னா... அண்ணாட்ட இருந்து பதிலே வரல... எனக்கு பயமா இருக்குண்ணா.... சரத் ஒரே மூச்சில் வேகமாக அனைத்தையும் சொல்லி முடிக்க... ஷித் அவன் சொல்லியது புரியவே சில நொடிகள் தேவை பட்டது... புரிந்ததும் ஷித்துக்கு கண்ணில் நீர் துளிர்த்தது...

அண்ணா... சரத்தின் குரலும் அழுகைக்கு தயாராய் இருந்தது...

சரத்...என்ன நடந்துச்சு முழுசா சொல்லு...ஷித்தின் குரலில் இப்போது ஆக்ரோஷமிருந்தது.. தங்கையை கடத்தியவனை கொன்றுவிடும் வேகம் இருந்தது...சரத் அனைத்தும் சொல்லி முடிக்க...

ஓகே... விசா வீட்டுக்கு இன்பார்ம் பண்ணிட்டிங்களா... பார்க்கிங்கை நோக்கி ஓடிக்கொண்டே கேட்டான் ஷித்.

பண்ணிட்டோம்ண்ணா.... ஓகே.. மத்த பொண்ணுங்களையும் நீங்களே ஸேஃபா அவங்க வீட்ல டிராப் பண்ணிட்டு பத்திரமா எல்லாரும் வீடு போய் சேர்ந்துட்டு எனக்கு மெஸேஜ் பண்ணு புரியுதா... என்றவன் பைக்கை புயல் வேகத்தில் கிளப்பினான்.

அண்ணா... நாங்களும் வரோம்... போலீஸ்ல கம்ப்லெயின்ட் பண்ணலாம்.... சரத் சொல்ல...

அத நான் பாத்துக்குறேன்.... நீ பர்ஸ்ட் மத்த பொண்ணுங்கள வீட்டுல விடு... அப்புறம் எதாவது தேவன்னா உன்ன கூப்பிடுறேன்.... என்ற ஷித் பட்டென்று போனை கட் பண்ணிட்டு அண்ணனுக்கு அழைத்தான். ஆனால் ஷித்தின் போன்கால் செகன்ட் லைனில் போக... இவனுக்கு ஒருபுறம் கடுப்பானாலும் கடத்தியவன் ஏதேனும் கேட்டு மிரட்டுகிறானோ... தங்கைக்கு என்ன ஆச்சோ.... ஏன் கடத்த வேண்டும்...என்று பல கேள்விகள் மண்டையை குடைந்தது.

ஷித் நினைத்தது போலவே முரளிக்கு சம்யுவை கடத்தியவன் போன் செய்தான்.... அதான் நம்ம ருத்ரன்ப்பா...

சரத் போன் செய்து விஷயத்தை சொல்லி பத்துநிமிடம் ஆனபோதும் முரளியால் கை காலை கூட அசைக்க முடியவில்லை....பித்து பிடித்தவன் போல் அமர்ந்திருந்தவனை அவன் போன் ரிங்டோன்... அசைத்தது.

ஒருவித பயத்துடன் மூச்சை இழுத்து பிடித்து போனை அட்டன் செய்து காதில் வைக்க... என்ன மிஸ்டர் முரளிதரன்... எப்டி இருக்கிங்க... என்ற ருத்ராவின் கம்பீர குரல் கேட்க...

நீ...நீ... ருத்ரா... முரளி குழப்பத்துடன் கோவமாக கேட்க..

பரவால்லயே... உங்க செல்ல தங்கச்சிய கடத்திட்டாங்கனு கேள்விபட்டும்கூட என் வாய்ஸ கண்டுபிடிச்சுட்டிங்களே... நீங்க கிரேட் தான் மிஸ்டர் முரளிதரன்... என்று ருத்ரா நக்கலாக கேட்க... முரளிக்கு இவ்ளோ நேரம் இருந்த பயம் போய் சொல்லிலாடங்க கோவம் வந்தது...

டேய்... நாயே... நீதான் குட்டிம்மாவ கடத்துனியாடா.... முரளி எகுற....

சாட்ஷாத் நானேதான் முரளிதரன்...குரலில் சிரிப்பு இழையோட சொன்னவனை நார்நாராய் கிழிக்க வேண்டும் தோன்றியது முரளிக்கு...

அவள எதுக்குடா கடத்துன... மறுபடியும் பிரச்சனை பண்ண பாக்குறியா...முரளி கோவத்தில் கத்த...

என்னடா பண்ண என் தங்கச்சிய... அவ எப்டி இருக்கானு கேட்காம.... எதுக்கு கடத்துனனு கேட்குறிங்க முரளிதரன்... இதுவும் ஒருமாறி நல்லாதான் இருக்கு... மாரி2 பட சாய்பல்லவி டோனில் சொன்ன... ருத்ரன்...எதுக்கு கடத்துவாங்க... கல்யாணம் பண்ணதான்.... என்று கேஸ்வலாக சொல்ல... முரளிக்கு பிபி எகுறியது.

டேய்... உன்ன கொல்ல போறேன்...ஒழுங்கா குட்டிம்மாவ கொண்டுவந்து வீட்ல விட்டுடு இல்ல.... கொல்ல கூட தயங்க மாட்டேன்... பல்லைக்கடித்துக்கொண்டு முரளி சொல்ல..

சும்மா டேய்...டேய்னு தெலுங்குபட வில்லன் மாறி கத்திட்டு இருக்காம.... என் மாமனார் மாமியார் சின்ன மச்சினன் தங்கச்சி மருமகள எல்லாம் கூட்டிட்டு வந்து சேரு... கட்டளையாக சொன்னான் ருத்ரா.

ருத்ரா...குட்டிம்மாக்கு எதாவது ஆச்சு... நான் மனுசனா இருக்கமாட்டேன்....

இப்ப மட்டும் நீ மனுசனவா இருக்க... உன் குட்டிம்மா நல்லா ஏ தோளில சாஞ்சு மயங்கி கடக்குறா.... லேட்டா வந்தினா... உன் தங்கச்சி கல்யாணத்த பாக்க முடியாம போயிடும் அப்புறம் நான் பொறுப்பு இல்ல என்ட்ட வந்து சண்டை போட கூடாது என்ன... தங்கச்சி கல்யாணத்துக்கு சீக்கிரமா வந்துடுவியாம் ஓகே... பாய் மச்சா.... என்றவன் போனை வைத்துவிட முரளி கோவத்தில் அங்கிருந்த அனைத்தையும் போட்டு உடைத்தான்.

மறுபடியும் போன் அடிக்க... ஷித்தான் அழைத்தான்... போனை அட்டன் செய்தான்.

அண்ணா... இவ்ளோ நேரம் போன எடுக்காம என்ன பண்ற.... சரத் எனக்கும் போன் பண்ணான்... நீ ஐஜிக்கு கால் பண்ணி பேசு.... கடத்துனவங்க சிட்டிய விட்டு தாண்டுறத்துக்குள்ள பிடிக்கனும்.... கோவமாக பேச ஆரம்பித்த ஷித் அடுத்து செய்ய வேண்டியதை படபடனுசொல்லி முடித்தான்.

அவன் எப்பவோ சிட்டிய தாண்டிட்டான்.... கோவத்தில் வார்த்தையை கடித்து துப்பி முரளி சொல்ல....

அண்ணா யாருனு கண்டு பிடிச்சாச்சா... டிரேஸ் பண்ணியாச்சா அவங்கள... ஷித் கேட்டுக் கொண்டிருக்கும் போதே அவனுக்கு வீட்டிலிருந்து கால் வந்தது....டேய் வீட்லருந்து போன் பண்றாங்க... இரு நான் கான்பரன்ஸல போடுறேன்.... என்ற ஷித் காலை கனக்ட் செய்ததுதான் தாமதம் பொறிய தொடங்கிவிட்டார் ஊர்மிளா.

டேய்... என்னடா பண்றீங்க.... ஒரு அவசரத்துக்கு போன் பண்ண எடுக்குறிங்களாடா... அழுது கொண்டே பேச...

ம்மா... ஷித் வாய திறப்பதற்குள் ஜெகநாதன் பேச ஆரம்பித்தார் ஸ்பீக்கரில் போட்டு பேசினர் போல.... ஷித் நம்ம சம்யுவ கடத்திடாங்கனு காலேஜ்லருந்து பசங்க போன் பண்ணி சொல்றாங்கடா... ஒன்னும் புரியல... முரளிக்கு போன் பண்ணா அவன் எடுக்க மாட்டேங்குறான்... நீயும் இப்டி பண்ற.... மகளை பற்றிய பதட்டத்தில் அவர் குரலும் உடைந்தே வந்தது...

ப்பா... சரத் எங்களுக்கும் போன் பண்ணான்ப்பா... அண்ணனும் லைன்லதான் இருக்கான்.... இப்பதான் யாரு கடத்துனதுனு கண்டுபிடிச்சாச்சுனு சொல்லிட்டி இருந்தான் அதுக்குள்ள நீங்க கால் பண்ணிட்டிங்க.... ஷித் சொல்ல...

என் பொண்ணு எங்க இருக்கானு தெரிஞ்சுதா....

நல்லா இருக்கால்ல... அவளுக்கு ஒன்னுமில்லையே... எப்படியாவது அவள என்ட்ட கொண்டு வந்து சேத்துருங்கடா.... யாருடா என்

பொண்ண கடத்துனது... ஆதங்கமாக அழுகையுடன் ஊர்மிளா கதற...

ஆங்ங்... உன் அண்ணன் பையன் உத்தம சிகாமணிதான்... இவ்ளோ நேரம் அமைதியாக இருந்த முரளி வெடிக்க....

அந்த போன்காலில் அனைவரின் மூச்சு சத்தம் மட்டுமே ஒரு நிமிடம் கேட்டது...

யாரு... யாரு... ருத்ரனா... ஊர்மிளா இழுத்து இழுத்து கேட்க....

அதே விளாங்கதவன்தான்... முரளி கடுப்புடன் சொல்ல... ருத்ரனின் பெயரை கேட்டதும் ஒவ்வொருவருக்கும் ஒருசில நிகழ்வுகள் கண்ணில் தோன்றி மறைந்தது.... ஊர்மிளா ஏன் என்று முழிக்க.... ஜெகநாதன் யோசனை செய்ய.... சுஜி இவர்கள் என்ன பேசுகிறார்கள் என்று புரியாவிட்டாலும் சம்யு நலமாக இருக்க வேண்டும் என கடவுளிடம் வேண்டுதல் வைக்க.... ஷித்க்கோ சில முகங்களும் நினைவுகளும் மனக்கண்ணில் தோன்றியது.

முரளி நீ என்ன சொல்ற... அவ எதுக்கு இப்ப சம்யுவ கடத்தி இருக்கான்... என்ன வேணுமா அவனுக்கு... ஜெகநாதன் கோவமாக கேட்க...

அவனுக்கு குட்டிமாதான் வேணுமா...அவள கல்யாணம் பண்ண போறானாம்... நம்ம எல்லாரும் கிளம்பி போய் அர்ச்சனை போட்டு வாழ்த்தனுமாம்...

என்னடா சொல்ற... ஊர்மிளா கேட்க...

ம்மா... தமிழ்தானே பேசுறேன்... என்று முரளி கத்த...

எதுக்குங்க... கத்துறிங்க... அத்த ஏதோ பயத்துல பேசுறாங்க... நீங்க பேசுறது எதுவும் எனக்கு புரியலதான்... ஆனா நாம எல்லாரும் இப்ப சம்யுகூட இருக்கனும்... அதுக்கு அந்த ருத்ரன்றவரு எங்க வர சொன்னாரோ நாம அங்க போகனும்...என சுஜி சொல்ல... அண்ணி சொல்றதுதான் சரி... ஷித்தும் சொல்ல.... அனைவரும் வளங்கொழில் கிராமத்தை நோக்கி புறப்பட்டனர்.

அத்தியாயம்

6

சம்யுவை கடத்தியது ருத்ரன் என தெரிந்ததும் அவள் குடும்பத்தினர் வளங்கொழில் கிராமத்தை நோக்கி புறப்பட்டனர்.ஷித் போலீஸ் ஸ்டேசன் சென்று கொண்டிருந்தவன் பைக்கை அப்டியே பைபாசில் செலுத்தினான். முரளி அலுவலகத்திலிருந்து தன் காரில் புறப்பட... ஜெகநாதன் ஊர்மிளா...சுஜி ஜானு நால்வரும் வீட்டிலிருந்த காரில் புறப்பட்டனர்.

ஜெகநாதன் காரை வேகமாக செலுத்திக் கொண்டிருந்தார். அவருக்கு இப்போது கோவம் இருந்ததே தவிர மகளுக்கு என்ன ஆனதோ என்ற பயமும் பதட்டமும் இல்லை... ஆனால் ஊர்மிளாவுக்கு இதில் எதுவுமே இல்லை போலும்... ஜாலியாக பின் சீட்டில் அமர்ந்து போனில் எதையோ தீவிரமாக தேடிக்கொண்டே வந்தார்.

சுஜி மாமனாரையும் மாமியாரையும் மாறிமாறி பார்த்தவள் தூங்கி வழிந்த மகளை மடியில் நன்றாக படுக்க வைத்துக்கொண்டே கேட்டாள்... அத்த என்ன பண்றிங்க...

போனிலிருந்து கண்ணை எடுக்காமலே என்ன சுஜி... என்றார் ஊர்மிளா.

இல்லத்த... ரொம்ப நேரமா என்னமோ போனயே பார்த்துட்டு இருக்கிங்க... அதான் என்ன பண்றிங்கனு

கேட்டேன்...என பொறுமையாக கேட்டாள் ஏனெனில் சம்யுவை பற்றிய கவலையில் இருப்பாரே... நாம எதாவது கேட்க போய்... இன்னும் வருத்தபட கூடாதே... என்று நினைத்து வார்த்தைகளை யோசித்து யோசித்து பேச... அவளது மாமியாரோ... உன் நினைப்புக்கு எல்லாம் அப்பார்பட்டவள் நான் என்பதை உணர்த்தினார் சுஜிக்கு....

அதுவா சுஜி... எப்டியும் நம்ம இங்க இருந்து வளங்கொழில் கிராமத்துக்கு போக ஆறுமணி நேரமாகும்... இப்ப உங்க மாமா போற ஸ்பீட்ல போனாலுமே நாலு நால்ற மணிநேரமாகும்... சாய்ந்தரம் ஒரு ஐஞ்சு மணிக்கு அங்க போயிடுவோம்.... அதுக்கு அப்புறம் நல்ல நேரம் இருக்கானு பாக்குறேன்... என்க

சுஜிக்கு இப்ப இங்க என்ன நடந்துட்டு இருக்கு இந்த அத்த நல்ல நேரம் பாக்குறாங்க என்று யோசித்தவள் அதை வாய்விட்டும் கேட்டுவிட்டாள்... இப்ப எதுக்குத்த நல்ல நேரம் பாக்குறிங்க...

இது என்ன கேள்வி சுஜி இது... என் பொண்ணுக்கு கல்யாணம் நல்ல நேரத்துல நடக்க வேணாம்... அதுக்குதான்... ஊர்மிளா சாந்தமாக பதில் சொல்ல தீயாய் திரும்பி முறைத்தார் காரை டிரைவ் பண்ணிட்டு இருந்த ஜெகநாதன்.

சுஜிக்கோ பயம் தொற்றிக்கொண்டது.... தன் அத்தைக்கு ஏதேனும் ஆகிவிட்டதோ என்று.... என்னாச்சு இந்த அத்தைக்கு.... சம்யுவ எவனோ ஒருத்தன் கடத்திட்டு போயிருக்கான்.... இதுல கல்யாணம் பண்ண போறேன் வேற சொல்லியிருக்கான் இவங்க என்னடானா... இவங்க

என்னடானா திடீர்னு பிளான் பண்ணி டூர்க்கு போகும் போது தங்க நல்ல ஹோட்டல் எதுனு கூகுள்ல செக் பண்ற மாறி.... கல்யாணத்து முகூர்த்தத்துக்கு நல்ல நேரம் கூகுள்ல தேடிட்டு இருக்காங்க....மாமியாரை ஒருமாறி பார்க்க... ஜெகநாதனும் மனைவியை அப்டிதான் பார்த்தார் ஆனால் இவளுக்கு கொழுப்பு கூடி போச்சு என்ன ரீதியில் பார்த்தார். அவருக்கு பேச தோன்றவில்லை... எதுவோ ஒன்று அவர் மண்டைக்குள் குடைந்து கொண்டிருந்தது.

பயப்பபாடத சுஜி எனக்கு பைத்தியம்லா புடிக்கல.... போனை ஆஃப் செய்தவாறே சொல்ல.... அத்த.... திருதிருனு முழித்தாள் சுஜி.

நீ மைண்ட் வாய்ஸ்னு நினைச்சு சத்தமா பேசிட்ட....சம்யுவ யாரோ கடத்துல... என் அண்ணன் பையன் தான் தூக்கிட்டு போயிருக்கான்... புரியுது நீ என்ன கேட்க வரனு... ரெண்டுக்கும் என்ன வித்தியாசம்னுதானே.... நிறைய இருக்கு சுஜி... ருத்ரா சம்யுவ கொடுமை பண்ணவோ கொலை பண்ணவோ நினைக்கல... நமக்கு உரிமையானது அடுத்தவங்கட்ட இருந்து அத நம்மகிட்ட கொடுக்க மறுத்தா நாமளே அத எடுத்துப்போம்ல அதுபோலதான் ருத்ரா இப்ப பண்ணி இருக்கான்... சம்யுவ அவன் அவனோடவளா பாத்துருக்கான்... சோ அவன் அத்த பொண்ண அவன் தூக்கிட்டு போயிட்டான் அவ்ளோதான்... என்றார் சிம்பிளாக....

அத்த நான் கேட்குறேனு தப்பா நினைக்காதிங்க.... நீங்க இவ்ளோ உறுதியா நம்புறவங்க ஏன் இத்தன வருசமா நம்மளோட தொடர்புல இல்ல... அப்புறம் யாரு அவங்க...

இதுல தப்பா நினைக்க என்ன சுஜி இருக்கு... நாங்கதான் சாரி சொல்லனும்...இவ்ளோ நாள் உன்கிட்ட சொல்லாததுக்கு...

அச்சோ அப்டிலாம் சொல்லாதிங்கத்த.... நீங்க சொல்லலனா அதுக்கு ரீசன் இருக்கும்... என்றாள் உடனடியாக...

சுஜி தலையை வருடி மென்மையாக சிரித்தவர்... ஜானுவ கொடு ரொம்ப நேரம் நீயே வச்சுருக்க கால் வலிக்கும் என்று ஜானுவை தன் மடியில் படுக்க வைக்க தூக்கியதால் சிணுங்கிய குழந்தையை தட்டி கொடுத்துக்கொண்டே பேச தொடங்கினார்.

மறைக்கனும்னு நினைக்கல சுஜி சொல்ல வேண்டிய சூழ்நிலை வரலாம்னு வேணா சொல்லலாம்... அதுக்கு என் புருஷனும் உன் புருஷனும் தான் காரணம் என்றார் முன்னால் இருந்த கணவனை பார்த்துக்கொண்டே.... சுஜி முழிக்க...

உனக்கு பர்ஸ்ட்லருந்து சொன்னாதான் புரியும் சொல்றேன்... எங்கம்மா பார்வதி.. என் பெரியம்மா ராசாத்தி... பெரிம்மாவ வளங்கொழில் கிராமத்து ஊர் தலைவரான மார்க்கண்டேர்க்கு கல்யாணம் பண்ணிகொடுத்தாங்க... அவங்க பையன் பரமேஸ்வரன் அண்ணா...எங்க அம்மாவுக்கு ரொம்ப நாள் கல்யாணம் தள்ளி போயிட்டே இருக்கவும் தங்கச்சி தனியா இருந்தா கவல படுவா குழந்தையோட இருந்தா நல்லா இருக்கும்னு பெரியம்மா பாதி நாள் என் தாத்தா வீட்லதான் இருப்பாங்களாம்... அதுனால பரமேஸ்வர் அண்ணாவ வளர்த்தது எங்கம்மாதான்... அண்ணாக்கு சித்தினா அவ்ளோபிடிக்கும் பெரியம்மாவையும் எங்க அம்மாவையும் ஒன்னுபோல தான் நினைச்சாரு... அண்ணனுக்கு ஐஞ்சு

வயசு இருக்கும் போதுதான் எங்கம்மாவுக்கு கல்யாணம்ஆச்சு... எங்க அப்பாவும் ஒரே பையன்றதால பெருசா சொந்தம் எல்லா கிடையாது... அதனால பெரியம்மா வீட்டுக்கு போறதுக்கு ஒரு நாளும் அவரு தட சொன்னது இல்ல... பெரியப்பாவும் அப்பாவும் நிஜ அண்ணன் தம்பி போல பாசமா இருந்தாங்க...அண்ணனுக்கு ஏழு வயசுல நான் பொறந்தேன்.... அண்ணனும் ஒரே பையன்... பெரியப்பாவுக்கும் கூட பொறந்தவங்க யாரும் இல்லன்றதால அண்ணனுக்கு தம்பி தங்கச்சினு யாரும் கிடையாது... என்ன சொந்த தங்கச்சியாவே பார்த்தாரு... எனக்கும் எங்கண்ணா அவ்ளோ பிடிக்கும்... வருசத்துல முக்காவாசி நாளு பெரியப்பா வீட்லதான்... பெரியப்பா என்ன தூக்கி வச்சு கொஞ்சிட்டே இருப்பாரு... அவருக்கு பொம்பள பிள்ளைங்கனா ரொம்ப பிடிக்கும்... அண்ணனுக்கு வாணி ஸ்ரீ அண்ணியோட கல்யாண ஆச்சு... அப்புறம் ஆறு மாசத்துலயே எங்கப்பாக்கு உடம்பு சரியில்லாம போனதால என்னையும் புடிச்சு உங்க மாமா தலையில கட்டி வச்சுடாங்க....

இவ்ளோ நேரம் அமைதியாக வண்டி ஓட்டிக்கொண்டிருந்தவர் திரும்பி... ஓஓஓ....அதுல மேடம்க்கு ரொம்ப வருத்தமோ இத்தன வருசம் கழிச்சும் சலிச்சுக்குற... ஜெகநாதன் கேட்க....

ஆமாமா...இப்பதான் ரொம்ப முக்கியம் முன்னாடி பாத்து ஓட்டுங்க... புளியமரத்துல போய் முட்டிற போரிங்க...நக்கலாக சொல்ல... மருமகளின் முன்னால் சின்ன பிள்ளை போல் சண்டை போட விரும்பாத ஜெகநாதன் பல்லைக்கடித்து திரும்பி கொண்டார்.

சுஜி நான் பாக்கலப்பா என்பது போல் மகள் முழிக்கும் நேரம் வந்துவிட்டதால் அவள் குடிக்க

பாலை பிளாக்ஸில் இருந்து சிப்பர் பாட்டிலுக்கு மாற்றினாள் ஆறட்டும் என்று....

இவரு கிடக்குறாரு சுஜி... இவரையும் மாப்ள மாப்ளனு எங்க அண்ணன் தலைவைச்சு ஆடுனாரு... எங்கப்பா செஞ்சத விட எங்க பெரியப்பா எங்களுக்கு செஞ்சதுதான் அதிகம்... அப்புறம் முரளி பொறந்தான் அவன் பொறந்து ரெண்டு மாசத்துல ருத்ரன் பொறந்தான்.

முரளியும் ருத்ரனும் ஒன்னாதான் வளந்தானுங்க.... ஒருத்தன விட்டுட்டு இன்னொருத்தன் ஒருநிமிஷம் இருக்கமாட்டானுங்க... ஆனா இப்ப.... என்று பெருமூச்சு விட.... சரியாக ஜானு சிணுங்கினாள். சிணுங்கல் அழுகையாக மாறி ம்மா...ம்மா என்று அழ...

ஜானு இங்க பாரு அம்மா இங்கதான் இருக்கேன்....நீ பாட்டிட்டதான்டா இருக்க... சுஜி சொல்ல... தாயின் குரலை கேட்டவள் நன்கு முழித்து பார்க்க பாட்டியின் முகத்தை பார்த்ததும்... அழுகையை நிறுத்தினாலும் கேவிக்கொண்டே இருக்க சுஜி மகளை தூக்கி கொஞ்சி பால் பாட்டிலை கொடுக்க... தாயின் மடியில் படுத்து பாலை ருசிக்க தொடங்கினாள் ஜானுகுட்டி....

அவ பால் குடிச்சு முடிக்கறத்துக்குள்ள குட்டி பிளாஸ்பேக் போயிட்டு வந்துடலாம்....

முதலி..நீ எங்க இதுக்க... நான்கு வயது ருத்ரன் நண்பனை தூக்க கலக்கத்தில் தேடிக்கொண்டே வந்தான்.

ருத்ரா நான் இங்க இருக்கேன்டா... பின்னாடி மாட்டுத்தொழுவத்திலிருந்து முரளி குரல் கொடுக்க

அங்கே சென்றான் ருத்ரா. ருத்ரா இன்னும் மழலையாக பேச முரளி தெளிவாக பேசுவான்

முரளி மண்ணில் சப்பணமிட்டு அமர்ந்து பரமேஸ்வர் பால் கறப்பதையே பார்த்து கொண்டிருந்தான்.அது ஒரு சிவப்பு பசு மாடு மிகவும் அழகாக இருக்கும்... வீட்டு தேவைக்கு மட்டுமே இந்த பால் உபயோகிப்பதால் பரமேஸ்வரர் மட்டுமே அதில் பால் கறப்பார். முரளிக்கும் ருத்ராக்கும் அதனோடு விளையாடுவதே தலையாய கடமை...

ப்பா...ப்பா... என்று ருத்ரா தந்தையிடம் செல்ல...

செத்த அங்கேயே இருடா..பால் கறந்துட்டு அப்பா உன்ன தூக்குறேன்... எந்திருச்சு வரும்போதே முரளிய தேடிட்டு வரவேண்டியது... ஆனா நான் வேல செய்றத பாத்த உடனே வேணும்னே தூக்குனு அடம்புடிக்க வேண்டியது... திட்டுவது போல் மகனை கொஞ்சினார்.

ருத்ராவும் சமத்தாக முரளி பக்கத்தில் அமர்ந்து கொள்ள.... முரளி கலைந்திருந்த ருத்ராவின் தலையை கையாலே சரிசெய்தவன் ருத்ரா... மாமா... பால் கறந்தவுடனே சூடா குடிக்கலாம்... என்க ருத்ராவும் முகத்தில் ஒளிபரவ வேகவேகமா மண்டையை ஆட்டினான். கறந்த உடனே அந்த பாலை குடிப்பது சிலருக்கு மிகவும் பிடிக்கும் அந்த லிஸ்டில் சேர்ந்தவர்கள் இருவரும் அதற்காகவே காத்திருந்தனர் சப்புக்கொட்டிக்கொண்டு...

பூனைக்கூட தேவலாம் போல இந்த பயலுகட்ட இருந்து பால மறைக்க முடியல... என நினைத்து சிரித்தவர் பாலை கறந்து கொடுத்தார் இருவருக்கும்... ரசித்து குடித்த இருவரும் உள்ளே ஓடி ராசாத்தி மடியில் அமர்ந்துக்கொண்டு கதையளந்தனர்.

காலை உணவை முடிக்கவும் அருள் அலறி ஓடி வரவும் சரியாக இருந்தது...

ஓடி வந்தவனை தூக்கிய ராசாத்தி பாட்டி... அடி கூறுகெட்ட சிறுக்கி எதுக்குடி புள்ளைய இப்டி தொறத்திட்டு வர... பாரு அவனுக்கு எப்டி மூச்செறக்குது... அருளின் நெஞ்சை நீவிக்கொண்டே அவன் அம்மா கோகிலாவிடம் கேட்க....

ஆத்தா.... இவ என்ன பண்ணானு தெரியாம என்ன வையிறிங்க...

ஏம்மா...சின்ன புள்ள எதாவது குறும்பு பண்ணதான் செய்வான் அதுக்குனு இப்டியா... அடிப்ப மார்க்கண்டேயர் கேட்க...

ஐயா... இவன நான் அடிக்கவே இல்ல... அந்த ராங்கி ரங்கம்மா தேவகி இருக்கால்ல அவ புள்ளகூட உருண்டு புரண்டு சண்டை போட்டுருக்கான்.... அவ வீட்டுக்கு முன்னாடி வந்து பேயாட்டம் ஆடிட்டு போரா.... ஏன்டா சண்ட போட்டனு கேட்டதுதான் தாமதம் அழூது ஊரயே கூட்டி இங்க ஓடியாந்துட்டான்...

முரளி அருள் ருத்ரா மூவரும் ஒருவரை ஒருவர் பார்த்துவிட்டு திருதிருனு முழிக்க....

பெரிப்பா...மூணும் சேந்துதான் ஏதோ களவாணிதனம் பண்ணி இருக்குங்க...ஊர்மிளா சொல்ல...

என்னடா பண்ணிங்க...வாணி பிள்ளைகளிடம் கேட்க... ஒருவனும் வாயை திறக்கவில்லை...

டேய்... சொல்ல போறியா இல்லயா...ஊர்மிளா முரளியின் காதை திருக....

அத்த அவன ஏன் அதிக்கிதிங்க... அந்த தடியன் எங்கட்ட சந்தைக்கு வந்தான் அதான் அடிச்சோம்... ருத்ரா கோவமாக கத்த உண்மையிலே அனைவரும் ஒரு நொடி பயந்துவிட்டனர்... அப்படி இருந்தது அவன் குரல் அழுத்தமான கம்பீரத்துடன்... ருத்ரனுக்கு அவன் பெயருக்கேற்றாற் போலவே கோவம் வரும் என்பதை குடும்பத்தினர் உணர்ந்ததே அன்றுதான்...

அதன்பிறகு தாத்தா மூவரிடமும் தேவையில்லாமல் சண்டை போடக்கூடாது புரிய வைத்தார்.

அன்றிலிருந்து மூவரும் நெருங்கிய நண்பர்களானார்கள்... லீவு நாட்களில் மூவரும் அடிக்கும் கொட்டத்திற்கு அளவே இல்லாமல் போனது...ஷித் பிறக்க மூவருக்கும் ஒரே கொண்டாட்டம்...தம்பி தம்பினு ஷித்தை தூக்கி தூக்கி வைத்து கொள்வார்கள்.ஷித்தையும் தங்களோடு சேர்த்து கொண்டு ஊரையே ஒரு வழிபண்ணினர்.

சம்யு பிறக்கும் போது ஊர்மிளாவின் தாய்தந்தை இருவருமே இல்லலாததால் ராசாத்தி பாட்டிதான் பார்த்துக்கொண்டார். வாணியும் நாத்தனாரை உள்ளங்கையில் வைத்து தாங்கினார்.

சம்யுவும் பிறக்க அந்த வீட்டில் மகிச்சிக்கு அளவே இல்லை... ஜெகநாதன் மகளை பார்த்து பார்த்து ரசித்தார். பாட்டியும் தாத்தாவும் பேத்தியை கண்ணுக்குள் வைத்து பார்த்தனர். பரமேஸ்வர் மருமகளுக்கு தங்க தொட்டிலே வாங்கி வந்து அதில் போட்டு சீராட்டினார். வாணியை சொல்லவே

வேண்டாம் அவருக்கு பெண்பிள்ளை இல்லையே என்ற கவலையை போக்கும் தேவதையாக கிடைத்தாள் சம்யு. பிறந்து ஐந்து மாதங்கள் கழித்தே ஊர்மிளாவை சென்னைக்கு அனுப்ப மனமே இல்லாமல் சம்மதித்தனர். ஆண்பிள்ளை நால்வரும் அவளை தரையில் நடக்கவிடாமல் பார்த்துக்கொண்டனர். ஷித்தாவது அவளிடம் எப்பாவது வம்புக்கு நிப்பான் மத்த மூன்றும் உருகும் சம்யுவை கண்டாலே...

முரளி குட்டிம்மா குட்டிம்மா என்று உருக...அருள் பாப்பா பாப்பா என்று அவள் பின்னாலே திரிவான்...

ருத்ராவோ அனைவருக்கும் சம்யுக்தா மேல் உயிரையே வைத்திருந்தான். பட்டுபட்டுனு கோவம் கொள்பவன் அவளிடம் மட்டும் அமைதியின் சிகரமாய் இருப்பான். ஒன்பது வயது பையனுக்கு குட்டியூண்டு கைக்குள் அடங்கி இருக்கும் குழந்தை பொம்மை போலவே தோன்ற பொம்மு பொம்முனு அவளின் நிழல் போல் பின்தொடர்ந்து காவலாய் இருப்பான்.

சம்யுவும் மாமா மாமானு இவன் கைபிடித்துக்கொண்டே திரிவாள்.

அப்போ சம்யுவுக்கு இரண்டு வயது... பள்ளி விடுமுறைக்காக கிராமத்திற்கு வந்திருந்தனர்.

தூங்கி எழுந்த சம்யு அந்த பெரிய முற்றத்தில் ஒரு கயித்து கட்டில் எப்பவும் இருக்கும் அதில் கஷ்டப்பட்டு ஏறி படுத்துக்கொண்டு மீண்டும் தூங்கினாள். இது சம்யுவின் பழக்கம் காலை எத்தன மணிக்கு எழுந்தாலும் ஹாலில் வந்து பத்து நிமிடம் தூங்கினால்தான் அவளுக்கு அந்நாள் நன்னாள்.

கட்டிலில் கிடந்தவளை வாணி பார்த்துவிட அச்சோ என் பட்டு எழுந்தாச்சா... என்று தூக்கி கொள்ள அத்த பூத்ட்... என்றாள் அறைதூக்கத்தில் அத்தையின் கழுத்தை கட்டிக்கொண்டு... (ஜானு போல... இல்ல இல்ல இவள போலதான் ஜானு)

தங்கத்துக்கு பூஸ்ட்தானே இதோ அத்த கொடுக்குறேன் சம்யுவை தூக்கி கொண்டே சமையலறை சென்றவர் பூஸ்ட் கலந்து கொடுக்க... தேவ் மாமா என்றாள்.

மாமாதானே இப்ப வந்துடுவான் குடி... என்க

வேண்டாம் என்று தலையை ஆட்ட... வந்ததே வாணிக்கு கோபம் புள்ள எழுந்த உடனே பூஸ்ட் குடிக்கும்னு தெரியும் அது அவன் கொடுத்தாதான் குடிக்கும்னு தெரியும் இவ எழுந்து வர வரைக்கும் பொறுத்து எதாவது குடிச்சதுக்கு அப்புறம் விளையாட போன என்ன... இந்த ருத்ரா இன்னைக்கு வரட்டும் கால ஒடிக்குறேனா இல்லையா பாரு... வாணி பாட்டுக்கு மகனை வறுத்தெடுக்க... அத்த வேணா மாமா பாவும்... சம்யு அழத்தொடங்கவும் ருத்ரா வரவும் சரியாக இருக்க... வேகமாக தாவினாள் ருத்ரனிடம்.

ஏன்டா பொம்மு ஏன் அழுவுற... மாமா பாரு... என்று கொஞ்ச...

ஆமா இப்ப வந்து கொஞ்சு... அவ எழுந்ததும் பூஸ்ட் குடிப்பா அதுவும் நீதான் கொடுக்கனும்னு தெரியும்ல... அப்புறம் நீ பாட்டுக்கு வெளிய ஓடி போயிற புள்ள எவ்ளோ நேரம்டா பசியோட இருப்பா... வாணி கத்திட்டு இருக்கும் போதே பரமேஸ்வர் வந்துவிட

ஏய்ய்ய்... புள்ள அழுதுட்டு இருக்கா அவள பாக்காம இவன திட்டிட்டு இருக்க... என்று மகனின் கையிலிருந்து மருமகளை வாங்கி சமாதான படுத்த... அவளோ அத்தையின் பக்கம் கைநீட்டி அத்த...மாமா... காலு...ஒடிச்சு.... என்று மாமாவிடம் புகார் அளிக்க அப்பாவுக்கும் மகனுக்கும் ஒன்றும் புரியாமல் முழிக்க... புரிந்த வாணியோ சிரித்தார்.

வாணி எதுக்கு சிரிக்குற... இவ வேற உன்ன கை காமிச்சு எதோ சொல்றா...

அதுங்க... எப்பவும் பூஸ்ட் கொடுத்தேன்... இவ மாமான கேட்டு அழுதா... நான் ருத்ரா இல்லாம பால்குடிக்க மாட்டானு தெரிஞ்சும் இந்த பைய வெளிய போயிட்டானே... பசியில புள்ள அழுவுதேன்ற ஆதாங்கத்துல... இவன் வந்தா கால ஓடிக்குறேனு சொல்லிட்டேன்... அவ மாமான திட்டிட்டேனா அதுக்கு உங்ககிட்ட பஞ்சாயத்து வைக்குறா... என்ற வாணி அவள் கண்ணத்தில் விளையாட்டாக குத்த... ம்மா பொம்முக்கு வழிக்கும்மா... என்ற ருத்ரா தேய்த்துவிட்டான்.

பாத்திங்களா இதுங்கள... வாணி இருவருக்கும் திருஷ்டி கழித்தார்.

சரிவிடு தங்கம் அத்தைய அடிச்சுடலாம்... பரமேஸ்வர் சொல்ல வேணா வேணா வேகவேகமாக தலையாட்டி... அத்த பாவும்...வேணா...அத்த கொஞ்சு... மாமா கொஞ்சு... அத்தையின் கையை எடுத்து தன் தேவ் மாமாவின் கண்ணத்தில் வைத்து கொஞ்ச சொன்னாள். ருத்ராவிற்கு சந்தோஷம் தாங்கவில்லை.... அம்மா கூட திட்ட விட மாட்றாளே... என் பொம்மு என் பொம்மு... என்று பூரித்து போனான்.

கடைசியாக வாணி ருத்ராவை கொஞ்சி முத்தமிட்டு இனி அவனை திட்ட மாட்டேன் என்று கூறிய பிறகே... ருத்ரா கொடுக்க பூஸ்ட்டை குடித்தாள்.

ருத்ரா பொம்மு பொம்முனு சம்யுவை கொஞ்ச... அவளோ தேவ் மாமா தேவ்மாமா என்று அவன் கைக்குள்ளே சுற்றி வந்தாள் உலகை. இதற்கிடையில் ராசாத்தி பாட்டியும் இவ்வுலகை விட்டு பிரிந்திருந்தார்.

சம்யுவுக்கு ஐந்து வயது இருக்கும் போது சம்யு ருத்ரா முரளி மூவரும் விளையாண்டு கொண்டிருந்தனர். அருள் ஊருக்கு சென்றிருக்க.... ஷித் தூங்கி கொண்டிருந்தான்.

மூவரும் நன்றாகதான் விளையாடி கொண்டிருந்தனர். திடீரென்று ருத்ராவும் முரளியும் அடித்துக்கொள்ள ஆரம்பித்தனர். அண்ணனும் மாமனும் அடித்துக்கொள்வதை பார்த்து சம்யு வீறிட்டு அழ சத்தம் கேட்டு பெரியவர்கள் ஓடி வந்து இருவரையும் பிரித்தனர்.

ஏன் சண்டை என்று விசாரிக்க இருவரும் வாய் திறக்கவில்லை... பிள்ளைகள் சண்டையை அப்படியே விட்டுவிட வேண்டும் பெரியோர்கள் உள்ளே நுழைந்தால் விளைவு விபரீதமாக முடியும் அது போலதான் இங்கேயும் முடிந்தது. சிறியவர்கள் தகராறு பெரியவர்கள் தகராறாய் மாறி வாய் வார்த்தை முத்திவிட்டது.

பரமேஸ்வர் முரளி ருத்ரா இருவரையும் திட்ட ... ஜெகநாதனோ என் பிள்ளையை திட்ட நீ யார் என்று கேட்டுவிட... அனைவரும் திகைத்து நின்றுவிட்டனர்.

ஏ புள்ள ஓ புள்ளனு பிரிச்சு பேசுற அளவுக்கு வந்துடுச்சா.... என்ன பேசுறிங்க மாப்ள... பரமேஸ்வர் ஆதங்கமாய் கேட்க

ஆமாயா... இப்ப என்னங்குறிங்க அதுக்கு...

என்னங்க அண்ணன மரியாத இல்லாம பேசுறிங்க பாத்து பேசுங்க.... ஊர்மிளா உறும...

ஊர் உலகத்துல இல்லாத அண்ணன்... வந்துட்டா பேச.... ஜெகநாதனும் கத்த ...

ஒண்ணுமில்லாதவனுக்கு பொண்ண கொடுத்து.... ஒன்னு ஒன்னு பாத்து பாத்து செஞ்சா நீ பேசுவடா... பரமேஸ்வரும் வாயை விட்டுவிட...

வீட்டு மாப்ளய என்ன இப்டி பேசுறிங்க... இம்முறை வாணி கணவனை கண்டிக்க.... ஊரில் ஒரு பிரச்சனைக்காக வெளியே சென்றிருந்த தாத்தா வந்து பார்க்கும் போது நிலமை கைமீறி இருந்தது...

பரமேஸ்வரையும் ஜெகநாதனையும் அன்று நாக்கில் சனி பிடித்து ஆட்டி வைத்தான் போல.... யாரு பேச்சையும் கேட்கவில்லை வார்த்தைகள் வரம்பு மீறி வந்துவிட குடும்பம் பிரிந்தது.

ஊர்மிளா சொல்லி முடிக்க.... கதை கேட்ட ஜோரில் ஜானுகுட்டி மறுபடியும் தூங்கி இருந்தாள். சுஜிக்கோ மண்டை பிச்சுக்கொண்டது.

ஏன்த்த.... பசங்க சண்டை போட்டுகிட்டதுக்கு இவ்ளோ பெரிய பிரச்சனை வருமா... சுஜி அப்பாவியாக கேட்க.

வராதுதான்... சின்ன பசங்க சண்டையில பெரியவங்க தலையிட கூடாது அப்படி போனாலும் ஆனா வாயடக்கம் வேணும்....அது ரெண்டுமே அன்னைக்கு நடக்கல... உங்க மாமா அன்னைக்கு எங்கள கூட்டிட்டு போகதான் வந்தாரு... வரும் போதே டென்ஸானா தான் வந்தாரு... பேங்க்ல யாரோ பணத்த திருடிட்டாங்க போல அந்த பிரச்சனையில கொஞ்சம் டென்ஸன்.... அதேமாறி ஊருலயும் ஒரு பொண்ணும் பையனும் ஓடி போய் அது ஜாதி பிரச்சனையா மாறி நாலு நாள் ஊருக்குள்ள ஒரே கலவரம்... அண்ணனும் பெரிப்பாவும் தூங்க நேரம் இல்லாம ஓடுனாங்க... அந்த வேகத்துல இருந்த அண்ணாட்ட உங்க மாமா புள்ளங்கள பிரிச்சு பேச... நாலு புள்ளங்களையும் ஒண்ணா பாத்த அண்ணனால ஏத்துக்க முடியாம அவரும் வார்த்தைய விட.... குடும்பம் பிரிஞ்சு போச்சு.... ஊர்மிளா சொல்ல தப்பு செய்து விட்டோமோ என யோசித்தார் ஜெகநாதன்.

வார்த்தைகள சிந்திச்சு பேசலனா உறவுகள் சிதறி போயிடும் சுஜி....

கோடியில் ஒரு வார்த்தை ஊர்மிளா அம்மாவினது.............

அத்தியாயம்

7

ருத்ராவின் கடத்தலால் ஒவ்வொருவரும் ஒவ்வொரு மனநிலையில் இருக்க.... இதில் தன் இறப்பின் ரகசியத்தை முன்பே தெரிந்து கொண்டவனின் மனநிலை எவ்வாறு இருக்குமோ அப்படி இருந்தது அருளின் நிலை.... அதுவும் ருத்ரா முரளியிடம் பேசியதை கேட்டவனுக்கு நெற்றிபொட்டில் துப்பாக்கி வைத்தது போல இருந்தது.

டேய்...ருத்ரா நீயெல்லாம் மனுசனா... உன்ன நம்பி வந்த பாவத்துக்கு இப்டி கொல்ல பாக்குறியே... நீ நல்லா இருப்பியா.... என்று கழுவி ஊத்த... ருத்ரனோ அனைத்தையும் உதட்டில் புன்சிரிப்போடு கேட்டுக்கொண்டிருந்தான்.

கண்ணாடியில் சிரிக்கும் நண்பனின் முகத்தை பார்த்தவன் மேலும் காண்டாகி... திரும்பி முறைத்தான்... ஆமாங்க பின்னாடி அமர்ந்திருந்தவன் ஒரு வயசு பெண்ணுடன் அதிலும் அவள் மயக்கத்தில் இருக்கும் போது அருகில் இருக்க கூடாது என்று பாதியில் காரை நிப்பாட்ட சொல்லி டிரைவர் பக்கத்தில் அமர்ந்து கொண்டான்.

டேய்... தடி தாண்டவராயா... இப்ப எதுக்குடா அந்த லூசுபயலுக்கு போன் பண்ண.... அருள் கேட்க...

அருளை முறைத்த ருத்ரன் ஏன்டா ஒரு பொண்ண கடத்திட்டாங்கனு தெரிஞ்சா அவுங்க வீட்ல இருக்கவங்க எப்டி பதறுவாங்க... அதான் போன் பண்ணி சொன்னேன் இவ என் கூடதான் இருக்கானு... தன் தோளில் சாய்ந்திருந்தவளை குனிந்து பார்த்து மென்சிரிப்போடு சொன்னான். சம்யுவும் மயங்கும் போது முகத்தை பார்க்கவில்லை பயத்துடனே மயங்கி சரிந்தவளின் உடல் லேசாக நடுங்கியது... அதை உணர்ந்த ருத்ராவுக்கு நெஞ்சே வெடித்திடும் போல வலித்தது... தன் பொம்முவை தானே இப்டி கஷ்டபடுத்துறோமே... என்னை பார்த்தே இவள் இப்படி நடுங்குகிறாளே.... ருத்ரனுக்குள் ஒரு பிரளயமே நடந்து கொண்டிருந்தது.

ஒரு இரண்டு நிமிடத்தில் மொத்தமாக அவளின் நடுக்கம் நின்றது...அவன் தோள் சாய்ந்தவள் அதில் பாதுகாப்பை உணர்ந்தாள்...சம்யுவின் உடல் மருந்தின் கட்டுபாட்டால் தளர்தாலும்... மூளை முழுதாக செயல் இழக்கவில்லை என்பதை மூடியிருந்த கண்ணுக்குள் மெதுமெதுவாக உருண்டுக்கொண்டிருந்த கருவிழியே சொன்னது. ருத்ரனும் அதை பார்த்துக்கொண்டே மெல்ல அவள் தோளை வலியோடு வருடிக்கொடுக்க... அந்த தொடுதல் கொடுத்த ஆறுதல் அவன் தோள் தந்த பாதுகாப்பு அதிலும் அவனின் பிரத்யோக வாசனை அவளுக்குள் புரிந்தும் புரியாத பல உணர்வுகளை தோற்றுவிக்க... அவன் சட்டையை இறுக்கி பிடித்தவள் ஏதோ உளறியவள் ஆழ்ந்த மயக்கத்திற்கு சென்றாள் நிம்மதியாக.அப்போது தோன்றிய புன்னகை இன்னும் ஒட்டிக்கொண்டிருந்தது ருத்ரனின் முகத்தில்... மயக்க நிலையிலும் இரண்டு நிமிடத்தில் யார் என்றே தெரியாத போதிலும் என் ஸ்பரிசத்தை உணர்ந்திருக்கிறாள்... அதில் பாதுகாப்பையும் நம்பிக்கையும் உணர்ந்திருக்கிறாள் என் பொம்மு....

வேற என்ன வேண்டும் எனக்கு... ருத்ராவின் மனது கர்வமாய் சிரித்தது.

ருத்ரனின் எண்ணத்தை கலைத்தது அருளின் குரல்.... அத சொல்லலடா... கல்யாணம் அதுஇதுனு ஏன் தேவையில்லாம பேசி முரளிய டென்ஸன் பண்ற...

தேவையில்லாமயா... டேய் உண்மையாவே கல்யாணம் பண்ண போறேன்டா... அப்ப அவங்க பொண்ணு கல்யாணத்த பாக்க அவங்களும் இருக்கனும்ல... நாளைக்கு என் பொம்முவும் அப்பா அம்மா அண்ண இல்லாம கல்யாணம் ஆகிடுச்சேனு வருத்த படக்கூடாதுல்ல... ருத்ரா சொல்ல.... அருளுக்கு பயத்தில் உதறல் எடுத்தது....

மாப்ள... என்ன சொல்ற... என்ன பண்றனு தெரிஞ்சுதான் பண்றியா... முழுதாக பின்புறம் திரும்பி அமர்ந்து பயத்துடன் அருள் கேள்வி கேட்க....

உண்மையாதான்டா... இதுல போய் யாராவது விளையாடுவாங்களா...

நீ வீட்ல சொல்லியே கல்யாணம் பண்ணியிருக்கலாமேடா....

நான் சொன்ன உடனே அப்டியே சரினு சொல்லிடுவாங்க பாரு... அப்பா அந்த பிரச்சனைய நினைச்சு வருத்த பட்டலும் கொஞ்சம் கோவமும் இருக்கு... அதனாலதான் இன்னும் பேச யோசிக்கிறாரு... அம்மாவும் தாத்தாவும்... ஏன்டா இந்த மூஞ்சுக்கு... அந்த குழந்தை கேட்காதுனு கேவலமா கேட்பாங்க... அதுலயும் அம்மா சொல்லவே வேணாம் குழந்தைய கல்யாணம் பண்ணபாக்குறேனு அவங்களே போலீஸ்ல புடிச்சு கொடுத்துடுவாங்க....இவங்க

எல்லாரையும் சமாளிச்சாலும் மாமாவையும் முரளியையும் யார் சமாளிக்குறது.... அதுவும் அந்த லூசு பைய ஓவரா ஆடுவான்... இது எல்லாத்தையும் விட இருக்க பெரிய பிரச்சனை உனக்கும் தெரியும்.... அதான் எதுக்கு இவ்ளோ சிம்ப்ளா கடத்துனோமா தாலிய கட்டுனோமானு.... நினைச்சேன்...

ஏதே...ரெண்டு பொண்ணுங்கள கடத்துறது சிம்ப்ளா... நாயே நாயே...உன்னலாம்...ச்சை... அந்த பொண்ணக்கு என்ன வழி... இதுல அந்த பொண்ணு வாழ்க்கயும் இருக்குடா ருத்ரா... அருள் கவலையாக பின்னால் இருந்த விசாகாவை பார்த்துக்கொண்டே சொல்ல...

விசாகா பத்தி யாரும் ஒரு வார்த்த பேச முடியாத அளவுக்கு ஏற்பாடு பண்ணிட்டேன்... தெளிவாக சொல்ல... நண்பனை அறிந்த அருளுக்கு விசாகாவை பற்றி இருந்த ஒரு கவலையும் அகன்றது...

ம்ம்ம்ம்.... எல்லா பிளான் பண்ணிதான் பண்ற...டேய் ஊருக்கு எப்டி சமாளிக்க போறோம்.... எல்லாரும் என்ன சொல்லுவாங்களோ... என்று பதற....

அதெல்லாம் பசங்கள வைச்சு பக்காவா ஏற்பாடு பண்ணிட்டேன் மாப்ள...ருத்ரன் நிதானமாக சொல்ல அப்போ தான் அருளுக்கு உண்மையிலே அல்லுவிட ஆரம்பித்தது... ஐயோ இவன் இவ்ளோ நார்மலா பேசுனாலே நமக்குதான் ஆபத்து... இவன் பண்றதுக்கு எல்லாம் நம்மளதானே புடிப்பாய்ங்க... கடவுளே தாத்தா ஒரு அறைக்கு தாங்க மாட்டேனே நான்... அப்பா என்ன வெட்டி புல்லுக்கட்டோட சேத்து மருதுக்கு போட்டுடுவாறே... அவன் இருக்க காண்டுக்கு உள்ள இருக்கறது என் பாடிபீஸ்னு தெரிஞ்சா....புண்ணாக்கு அல்வா மாறி ரசிச்சு சாப்புடுவானே.... தன்னை

சாப்பிட்டு மருது ஏப்பம் விடுமளவுக்கு அருள் யோசித்துக் கொண்டிருந்தவனின் தலையில் அடித்தான் ருத்ரா.

என்னடா... எரிச்சலாக கேட்க

இறங்கு... என்ற அருள் வந்துட்டோமா... இவ்ளோ சீக்கிரமே ஒருத்தனுக்கு சங்கு ஊதனுமா... புலம்பி கொண்டே இறங்கியவன் பார்த்த காட்சியில் எந்த பக்கம் ஓட என தெரியாமல் நின்றுவிட்டான்

என்னடா... ஊரே கூடிநிக்குது.... அருள் கேட்டுக்கொண்டே சுத்தி பார்க்க... ஊர்நடுவில் இருக்கும் மாரியம்மன் கோவிலில் வந்து இவர்கள் இறங்கி இருக்க அதற்கு முன்னே பாதி ஊர் கூடி நின்றது... மிச்ச சொச்சமும் வந்து கொண்டிருந்தது.... அதில் கூட்டத்தை விலக்கி கொண்டு ஓடி வந்தாள் இருபத்தைந்து வயதுமிக்க ஒரு பெண். மூச்சு வாங்க வந்தவள் அருளையே கேவலமாக பார்க்க... போச்சு இவன் கல்யாணம் பண்றேனு என்ன தனிகட்டையா மாத்திருவான் போல... நொந்து கொண்டு தாரிணி... நான் ஒன்னும் பண்ணலடி... கண்களாலே கெஞ்ச அவளோ முகத்தை திருப்பிக்கொண்டாள்.

அருளின் அத்தை மகள் தாரிணிதான் அவள்... அடியே உன் மாமனும் ருத்ரன் ஐயாவும் ஒருபொண்ண கடத்திட்டு வந்துடாங்களாம்டி... என்று கிழவி ஒருத்தி சொல்ல அடித்து பிடித்து ஓடிவந்தாள். இவ்வாறே ஊரில் இருக்கும் அனைவருக்கும் பரப்பட்டிருந்தது ருத்ரன் கார் ஊர் எல்லையில் நுழைந்ததும்.... உபயம் ராம் கதிர் ரமேஷ் சுந்தர் வினோத்.... ருத்ரன் சொல்லிதான்.

அருள் ரெண்டு பேரையும் தண்ணி தளிச்சு எழுப்பு...

அதையும் நான்தான் செய்யனுமா... சலித்துக்கொண்டே சென்ற அருள் முதலில் விசாகாவை தண்ணி தெளித்து எழுப்பினான்...

பதறி அடித்து எழுந்தவள் அருளை கண்டதும் இன்னும் நடுங்கினாள்... இவர்கள் ஷாப்பிங் மாலில் பார்த்தவர்கள் ஆயிற்றே... என நினைத்தவள் வெளியே சலசலப்பு கேட்கவும் எட்டி பார்த்தவள் ஊர்மக்களை பார்த்து புருவம் சுருக்கி யோசித்தாலும் இவர்களால் தங்களுக்கு பாதிப்பில்லை என்பதை உணர்ந்தால் காரணம் விசா சம்யு ரெண்டு பேருக்குமே குறைந்த அளவிலான மயக்க மருந்தே கொடுத்தனர்... அதில்லாமல் பயத்தினாலும் இருவரது மூளையும் கொஞ்சம் அலார்ட் ஆகவே இருந்தது... ஆனால் சம்யு ருத்ரனின் அருகாமையில் பாதுகாப்பு உணர்ந்தவள் நன்றாக மயங்கிவிட்டாள்... விசாவுக்கு அப்டி இல்லையே அரைமயக்கத்திலே இருந்தவளுக்கு ருத்ரனும் அருளும் பேசியது எங்கோ தூரத்தில் பேசுவது போல் கேட்டது...அதில் பாதியைதான் அவள் கிரகித்தது... அதனால் சிறு தயக்கத்தோடு அண்ணா... நீ... நீங்க... என்க.

ஒன்னுமில்லமா பயப்படாம கீழ இறங்கு.... இது எங்க கிராமம்தான்.... நாங்கதான் உங்கள கடத்திட்டு வந்தோம்... என்றான். அப்போதுதான் விசாவுக்கு சம்யு நினைவு வர... ஷாம் ஷாம்.... என பதற...

உன் பிரெண்டுக்கு ஒன்னுமில்ல... முன்னாடிதான் இருக்காங்க பாரு... என்று சொன்னதும் குதித்து எழுந்தவள் இறங்கி முன்னே வர... விசாவை பார்த்த ஊர்சனம்... ஆஹா...என்ன அழகு என்று வேடிக்கை பர்த்ததை எல்லாம் கவனிக்காதவள் தோழியை மடியில் போட்டு தட்டி எழுப்பி கொண்டிருந்தாள்...

ஷாம்...ஷாம்... எழுந்திரிடி... விசா பதட்டமாக எழுப்ப மெல்ல கண் திறந்தவளும் அறக்க பறக்க எழுந்தால்... விசா நாம நம்மள... மயக்கத்தில் உளர...

பாப்பா பாப்பா... இங்க பாரு.... நீ நல்லா இருக்கடா... அருளின் குரலில் திரும்பி பார்த்தவள் விழிவிரித்தாள்... இது இது... அவள் யோசித்துக்கொண்டிருக்கும் போதே பாப்பா இறங்கு... என்று கைபிடித்து இறக்கிவிட்டான்...

சம்யுவை பார்த்த ஊர்மக்கள் வாய் பொளந்து கண் வெளியே தெறித்துவிடும் அளவு பார்த்தனர்... ஆரஞ்சும் ரெட்டும் கலந்த கலரில் மஞ்சள் நிறத்தில் வேலைபாடு செய்யபட்ட லாங் சுடிதார் அணிந்திருந்தாள்... அவள் சந்தன மேனிக்கு அது இன்னும் அழகாயிருந்தது... இன்று கல்லூரியின் கடைசி நாள் மற்றும் தோழியின் பர்த்டே பார்ட்டி என்பதால் கொஞ்சம் நல்ல சுடிதாரே அணிந்திருந்தாள்.... முகத்தில் எந்த ஒப்பனையும் இன்றி கண்ணுக்கு மை மட்டும் தீட்டியிருந்தாள் அதுவும் தண்ணீர் தெளித்து எழுப்பியதில் கரைந்து இருந்தது... ஆனாலும் பார்க்க மேற்கில் மறையும் சூரியன் ஆரஞ்சு வண்ணத்தில் ஜொலிப்பானே அது போலவே இருந்தாள்...

ஆத்தி பொண்ணா இது... செஞ்சு வைச்ச சிலையாட்டம்ல இருக்கு...

ப்பா... என்னா கலரு... தொட்டாலே சிவக்கும்னு சொல்வாங்களே அந்த மாறில இருக்கு...

அந்த பொண்ணு போட்டுருக்கு துணி மட்டும் ஐஞ்சாயிரம் இருக்கும் போல...

ஆளாஆளாக்கு ஒன்னு பேச ருத்ரன் காதில் விழுந்தாலும் அமைதியாக இருந்தவன் சில

இளவட்டங்கள் ப்பா... என்னா பிகருடா... சாமி... என்று தங்களுக்குள் பேச... அதை கேட்ட ருத்ரன் ரத்தம் கக்கும் விழிகளால் அவர்களை பொசுக்கியவன்... வேகமாக சம்யு அருகில் சென்றான்.

சுற்றி என்ன நடக்குது... எங்க இருக்கோம் என்று விழித்துக்கொண்டிருந்தவள் ருத்ரனை பார்த்ததும் ஒரு நொடி மகிழ்ந்தவள் உடனே காளிதேவியாய் மாறினாள் காரணம் அவனின் சட்டை இளம்ஊதா கலர் சட்டையை தான் மயங்கும் முன் அவள் பார்த்தாள்... அனைத்தையும் யோசித்து பார்த்தவள் கண்டுக்கொண்டாள் கடத்தியது ருத்ரன்தான் என்று...

பக்கத்தில் வந்தவனை... ஏய் யாரு நீ எதுக்கு என்ன கடத்துன... அறிவில்ல... ஆஆஆ... ஏன்டா இப்டி பண்ண... எங்க வீட்ல என்ன தேடுவாங்க... லூசு...இன்னும் என்னன்னவோ சொல்லி ருத்ரனின் சட்டையை பிடித்து கத்திக்கொண்டிருக்க...

ஊர்மக்கள் திகைத்துவிட்டனர் இத்துனுன்டு இருந்துட்டு இந்த பொண்ணு ருத்ரனனோட சட்டைய புடிச்சே சண்ட போடுதே ஆத்தி... என்ன தைரியம்... ருத்ரனின் ருத்ர தாண்டவத்தை எதிர்பார்த்து அவனின் முகத்தை பார்த்த அனைவருக்கும் கரி அள்ளி பூசினான் தன் மலர்ந்த முகத்தை காட்டி...

அவனின் சிரிப்புக்கு அவனே காரணம் அறிவான்.... தன்னை கண்டதும் சிரித்த அவள் விழியிலே தன்னை தொலைத்தான் ருத்ரன்... அடுத்து சின்ன பிள்ளை போல அவள் பேசியதை கேட்டவனுக்கு கோவம் வந்த இடம் தெரியாமல் ஓடியது... ஜங்குஜங்குனு குதித்தவள் மயக்க மருந்தின் வேகம் இன்னும் குறையாமல் இருக்க அதில் தடுமாறியவள் தன்னை நிலைபடுத்தவே அவன் சட்டையை பிடித்தாள்... அப்பவும் நிலையில்லாமல்

ஆடிக்கொண்டே பேச தன் சட்டையை பிடித்துருந்தவளின் கைமேல் கைவைத்து அவளை விழாமல் பிடித்துக்கொண்டிருக்க இதை பார்த்தே அனைவரும் சம்யுவின் தைரியத்தை நினைத்து வாயை பொளந்தனர்.

கொஞ்சூன்டு மயக்க மருந்து கொடுத்ததுக்கு இப்டி தண்ணியடிச்சவன் மாறி ஆடுறாளே...இவள வச்சுகிட்டு என்ன பண்றது... மனசுக்குள்ளே சிரித்துக் கொண்டிருந்தான் ருத்ரன்.

ருத்ரன் பொண்ணை கடத்திவிட்டான் என்ற செய்தி கேட்டு வயலில் இருந்த வாணி அடித்துபிடித்து ஓடிவர... மகனின் சட்டையை பிடித்து ஒருத்தி உலுக்கி கொண்டிருக்க அவனோ பல்லைக்காட்டிக் கொண்டிருப்பதை பார்த்த வாணி கோவமாக அருகில் வந்து பார்த்தவர் அடுத்த நொடியே சம்யுவை அடையாளம் கண்டு கொண்டவர் கண்ணில் ஆனந்த கண்ணீர் ஊற்றியது.

சம்யு செல்லம்...என அழுதுக்கொண்டே தாய் வருவதை பார்த்த ருத்ரன் ஆடியவளை பிடித்து நிறுத்தி அவள் கையிலிருந்து தன் சட்டையை விடுவித்து கொண்டவன் தாயிடம் அவளை ஒப்படைத்தான்.

தங்கம் எப்டிடா இருக்க...என்று சம்யுவின் கண்ணம் தொட்டு கொஞ்சி அவளை ஆசை தீர வருடி பார்த்தார் வாணி.

ஐயோ என் குட்டிதங்கம் எவ்ளோ வளர்ந்துடுச்சு... என்ற வாணியை சம்யு அறிமுகமில்லா பார்வை பார்க்க...

அத்தடா... வாணி அத்த... ஞாபகம் இல்லயா செல்லம்.... குரலில் வருத்தத்துடன் கேட்க அதை தாங்க முடியாதவள்... தெரியலதான்... ஆனா உங்க கூட நிறைய நாள் இருந்த மாறி தோணுது... பயம்மால்ல... என்று அவசரமாக சொல்ல...

ராசாத்தி அப்டியே இருக்கடி.... யாரு மனசும் ஒரு நொடிகூட கலங்கவிட மாட்டா என் மருமக... என்று சொல்லிக் கொண்டிருக்கும் போதே சம்யு ஆட அவளை பிடித்த ருத்ரன்...

அம்மா இவள கெட்டியா புடி... விழுந்துட போறா....என்க

என்னடா ஆச்சு புள்ளைக்கு... பதறிபோய் வாணி மருமகளை தாங்கி பிடித்து தோளில் சாய்த்துக்கொள்ள....

ம்மா.... அது அது... இவள தூக்கிட்டு வரதுக்காக கொஞ்சூன்டு மயக்க மருந்து அடிச்சேன்... அது இன்னும் தெளியல... அதான் இந்த ஆட்டம் ஆடுறா... தயக்கமாக ஆரம்பித்தவன் நக்கலா முடிக்க...

அட வெளங்காத பயலே... குழந்தைக்கு போய் யாரவது மயக்க மருந்த கொடுப்பாங்களாடா... கூறுகெட்ட பைய....ஆத்தா ஒன்னுமில்லடி தங்கம்... என்று சம்யுவை கொஞ்சிக்கொண்டே மெல்ல பக்கத்திலிருந்த வீட்டின் திண்ணையில் அமரவைத்தவர் அடியே... பரிமளம் நல்லா ஜில்லுனு எலுமிச்ச ஜீஸ் எடுத்துட்டு வாடி... புள்ள எப்டி வாடி போய் கெடக்குது பாரு... முந்தானையால் சம்யுவின் முகத்தை துடைத்துக்கொண்டே சொல்ல...

அக்கா... இந்த பொண்ணு யாருக்கா... பரிமளம் இழுக்க...

நேரங்கட்ட நேரத்துல கேட்குறா பாரு கேள்வி... என் நாத்தனார் ஊர்மிளா பொண்ணுடி போதுமா... விசயம் தெரிஞ்சுடுச்சுல்ல போய் ஜூஸ் எடுத்துட்டு வா...போடி... என்று விரட்ட... பரிமளம் உள்ளே சென்றுவிட இந்த விசயம் தீயாய் பரவியது... சம்யு ருத்ரனின் அத்தை மகள் என்று... இவ்ளோ நேரம் ருத்ரன் முன்னபின்ன தெரியாத பொண்ண கடத்திட்டு வந்துட்டானா என ஆச்சர்யத்தில் இருந்தவர்கள்...

அட அத்த புள்ளய தூக்கிட்டு வந்துட்டான்... உரிமை உள்ளவன்தானே... குடும்ப தகராறு... அதான் பொண்ண தூக்கிட்டான்.... என பேச ஆரம்பித்தனர்.

அருள் விசாகாவை வாணியிடம் அழைத்துவர... அவனை கேள்வியாய் பார்த்தவரிடம் ம்மா இந்த பொண்ணு... இந்த பொண்ணையும்... என்று இழுக்க...

டேய்...என்னடா நினைச்சுட்டு இருக்கிங்க ரெண்டு பேரும்... யாருடா இந்த பொண்ணு... இந்த புள்ளைய ஏன்டா தூக்கிட்டு வந்திங்க...மகன் கடத்திட்டு வந்தது சம்யுதான் என்று தெரிந்ததுமே மகனின் மனதை யூகித்துவிட்டார் வாணி... ஆனால் விசாகா யார் அவளையும் ஏன் கடத்த வேண்டும் என்று புரியாமல் குழம்பினார்.

அது என் பிரண்டுதான்த்த... அவளையும் இந்த லூசுங்க தூக்கிட்டு வந்துருச்சுங்க... வாணியின் தோளில் சாய்ந்தவரே சம்யு சொல்ல...

ரெண்டு பேரும் இன்னைக்கு வீட்டுக்கு வாங்கடி தொடப்பக்கட்ட பிய்யுதா இல்லாயானு பாரு...

அருளை பார்த்து சொன்ன வாணி... ஏத்தா நிக்குற நீயும் வந்து உக்காரு உனக்கும் கிறக்காமாதானே இருக்கும்... என்று விசாகா மறுபுறம் இழுத்து அமர வைக்க... பரிமளமும் ஜூஸோடு வந்தார்.

பெண்கள் இருவரும் குடித்தனர்.

கண்முன்னாடி நின்ன கொன்னுடுவேன் போடா இங்கயிருந்து... அருளிடம் காய நான் என்ன பண்ணேன் பண்ணது எல்லாம் அந்த படுபாவி ஆனா வாங்கி கட்டிக்கிறது என்னவோ நான்தான்.... மனதிற்குள்ளே புலம்பிக்கொண்டிருந்தான் அருள்.

அங்கே ருத்ரன் வர... ரெண்டு பேரும் குடிச்சுட்டு இருங்கம்மா நான் வந்துரேன் என்ற வாணி ருத்ரனையும் அருளையும் தனியே அழைத்து சென்றார்.

ருத்ரா... நீ என்ன பண்ணியிருக்கனு தெரியுதாடா... பச்ச புள்ளைய போய் கடத்திட்டு வந்துருக்க... கோவமாக கேட்க...

யாரு அவ பச்ச புள்ளையா... நீ வரதுக்கு முன்னாடி... பச்ச பச்சயா என்ன கழுவி ஊத்துனாம்மா... இப்பவும் மெல்லிய சிரிப்புடனே ருத்ரன் சொல்ல....

பின்ன நீங்க பண்ண காரியத்துக்கு... தூக்கி வச்சு கொஞ்சுவாளா...

ம்மா... எதுக்கு என்னயும் இவனோட சேர்த்து திட்றிங்க எனக்கு ஒண்ணுமே தெரியாது... பண்ணது எல்லாம் இவன்தான்... அருள் ருத்ரனை கோத்துவிட... ருத்ரன் அருளை அன்பாய் ஒரு பார்வை பார்க்க... அப்டியே வாணி பின் பதுங்கினான் அருள்.

நடிக்காதாடா... உனக்கு தெரியாம இவன் இதெல்லாம் பண்ணான் அத நான் நம்பனுமா... பைத்தியகாரி எவளாவது ரோட்ல திரிவா அவட்ட சொல்லு அவ நம்புவா... என்ற வாணி...

ருத்ரா...உன் ஆச புரியுதுடா... சம்யு சின்ன புள்ளடா... எலிக்குட்டி மாறி தம்தூன்டு இருக்காடா...என்க... ருத்ரனோ நான் சொல்லல என்ற பார்வை பார்த்தான் அருளை...

அம்மா... உனக்கு எப்டி சொல்றது... எப்ப எனக்கு அவள பிடிச்சதுனு சொல்ல தெரியல... ஆனா அவதான் எனக்கானவனு மட்டும் தெரியும்... கண்ணில் காதல் ததும்ப சொன்ன மகனை பார்த்து வாணி சிரிக்க ருத்ரனும் அருளும் புரியாமல் பார்த்தனர்.

இல்லடா... அத்த புள்ளன்ற உரிமையில மட்டும் அவள கட்டிக்க நினைச்சியோனு எனக்கு பயம்... ஆனா உன் மனசால நீ எவ்ளோ சம்யுவ விரும்புறனு உனக்கு சொல்ல தெரியலனாலும்....உன் கண்ணுல தெரியுதுடா நீ அவ மேல எவ்ளோ உயிரா இருக்கனு... இது போதும் எனக்கு நீ நிச்சயம் சம்யுவ நல்லா பாத்துபனு எனக்கு நம்பிக்க வந்துருச்சு... அதே மாறி இப்ப நடக்குறத எல்லாம் சம்யு புரிஞ்சு உன்ன நேசிக்கிற வரைக்கும் நீ பொறுமையா இருக்கனும்... நடுவுல எதாவது இப்ப பண்ண மாறி வில்லத்தனம் பண்ணேனு தெரிஞ்சுது... தோள உரிச்சுடுவேன்... என வாணி சொல்ல தாய் சொல்வதும் உண்மைதானே என்று உணர்ந்த ருத்ரன் சரி என்றான்.

அப்போது யாரோ பின்னாலிருந்து ருத்ரனை இழுத்து ஓங்கி ஒரு அறைவிட அந்த இடமே நிசப்தம் ஆனது.

தன்னை அறைந்த வேகத்திலே முன்னிருப்பவரை அடிக்க கை ஓங்கிய ருத்ரன் அங்கு நின்ற முரளியை பார்த்ததும் அமைதியானன்.

என்ன தைரியம் இருந்தா என் தங்கச்சியவே கடத்தி இருப்ப... ராஸ்கல் என்று மீண்டும் ஒரு அறைவிட என் பொண்டாட்டிய நான் கூட்டிட்டு வர எனக்கு எதுக்குடா தைரியம் வேணும்... ருத்ரன் கேட்க...

யாருக்கு யாருடா பொண்டாட்டி...ருத்ரனின் சட்டையை பிடித்து முரளி உலுக்க.... அண்ணா என்ற அலறலோடு சம்யு ஓடி வந்து முரளியை கட்டிக்கொண்டு அழ... முரளிக்கும் கண்ணிலிருந்து நீர் கொட்டியது.

குட்டிம்மா ஒன்னுமில்லடா... அண்ணா வந்துட்டேன்... இங்க பாரு நான் தான் வந்துட்டேன்ல..

நான் பாத்துக்குறேன்... அழதடா.. தங்கையின் கண்ணீரை தாங்க முடியாமல் அவளை தேற்றிக்கொண்டிருந்தான்.

அண்ணா... என்ன... இவைங்க... என்ன....ருத்ரன் மற்றும் அருளை பார்த்து கை நீட்டி தேம்பி தேம்பி அழ.... முரளிக்கு இருவரையும் கொல்லும் அளவிற்கு கோவம் வந்தது.

தேவுடா... பாப்பா நான் என்ன பண்ணேன்... என்ன இதுக்கு உங்க லூசு அண்ணன்ட்ட மாட்டிவிடுறா...அருள் உள்ளுக்குள் பதற...

அடி குட்டிசாத்தானே... இவ்ளோ நேரம்... ஊருக்குள்ள சண்டியரு மாறி திரிஞ்சுட்டு இருந்தவன நட்டநடு ஊருல வைச்சு சட்டய பிடிச்சு பீப்ல

திட்டிட்டு.... உங்க அண்ணன்காரன பார்த்ததும் ஏற்கனவே கடுப்புல இருக்கவன்ட்ட ஏங்கி ஏங்கி அழுது ஏத்திவிடுறா பாரேன்.... அதுலயும் எதையாவது முழுசா சொல்றாளா பாரேன்... வைத்த கண்ணெடுக்காமல் சம்யுவை பார்த்துக்கொண்டே ருத்ரன் யோசிக்க... அதை பார்த்த முரளி கொலைவெறியோடு சம்யுவை தள்ளி நிறுத்திவிட்டு ருத்ரனை நோக்கி வந்தான்.

அத்தியாயம்

8

முரளி தங்கையை சமாதானம் செய்ய... அவளோ ருத்ரனையும் அருளையும் கைகாட்டி இன்னும் ஏத்திவிட.... திரும்பி முரளி ருத்ரனை பார்க்க அவனோ இப்பவும் சம்யுவை சைட் அடித்துக்கொண்டிருந்தான்.

கடுப்பான முரளி ருத்ரனை அடிக்க வர... இடையில் அருள் வந்து தடுத்தான்.

டேய்...முரளி சொல்றத கேளுடா...அருள் முரளியை தடுத்துக்கொண்டே சொல்ல...

அருளை உதறி தள்ளியவன் யாருடா நீ... எனக் கேட்டுக்கொண்டே விட்டான் ஒரு அறை... அதில் திகைத்த அருள்... மச்சா என்ன பாத்தா... யாருனு கேட்குற... அருள்டா....

அதான் யாருடானு கேட்குறேன்... இன்னொரு அறை விட.... அய்யோ அம்மா... என அலறிக்கொண்டே ருத்ரனின் மேல் விழுந்தான் அருள்.

அருளை பிடித்த ருத்ரன் இப்போ முரளியை பார்த்தான். மச்சா அருள்டா... உன் நண்பேன்டா... அருள் வாயை வைத்துக்கொண்டு சும்மா இல்லாமல் முரளியை பார்த்து சொல்ல...

யாரு நீ...என்று அருளின் சட்டையை பிடித்து இழுத்தவன் நீ எனக்கு நண்பனா... அவனுக்குதானே நண்பன்... அவ என்ன சொன்னாலும் செய்வியா... செய்வியா... கேட்டுக்கொண்டே அடித்தான் முரளி.

டேய்... என்ன ஏன்டா அடிக்குற அவன்தான்டா பிளான் பண்ணா... எனக்கு எதுவும் தெரியாதுடா...அடியை தடுத்துக்கொண்டே அருள் சொல்ல...

இத நான் நம்பனுமா... சொல்லுடா சொல்லு... குனிய வைத்து கொட்டினான் அருளை...இத நம்ப நான் என்ன கேனபயல...அருள் முதுகில் முரளி தபேலா வாசிக்க... ஓரக்கண்ணில் ருத்ரனை பார்த்த அருள் அட நாசாம போறவனே... இவன் பண்ண வேலைக்கு எல்லாரும் நம்மள போட்டு பொறட்டி எடுக்குறாங்க.. இவன் *wwf* மேட்ச் பாக்குற மாறி வேடிக்கை பாக்குறானே... என்று புலம்பியவன் முரளியிடமிருந்து தப்பிக்க போராடி கொண்டிருந்தான்.

இதை வேடிக்கை பார்த்துக் கொண்டிருந்த சம்யு திரும்பி பார்க்க...ஷித் வேகமாக வந்து பைக்கை நிறுத்தினான்.

குட்டிம்மா... தங்கையை மேலிருந்து கீழ்வரை ஆராய்ச்சி செய்தவாறே வந்து அணைத்துக் கொண்டான். அவனுக்கு தெரியும் ருத்ரனால் தங்கைக்கு எதுவும் ஆகாது என்று இருந்தாலும் தான் ஆடாவிட்டாலும் தன் தசை ஆடுமல்லவா....

அண்ணா... பாருடா இந்த ஹல்க் கடத்திட்டு வந்துடுச்சு... அழுதாள் சம்யு.முதலில் முரளியை பார்த்ததும் இவ்ளோ நேரம் பயத்தில் இருந்ததால் அழுதாள்... இப்போ ருத்ரன் தன்னை கடத்திட்டு

வந்துட்டானேனு அழுதாள். ஷாப்பிங் மாலில் பார்த்த போதே அவன் மேல் ஒரு ஈர்ப்பு உண்டாவதை அவளால் தடுக்க முடியவில்லை.... கடந்த மூன்று நாளில் அவனை பெரிதாக நினைக்கவில்லை என்றாலும் நினைக்காமலும் இருக்கவில்லை.... ஏதோ ஒரு வகையில் தன்னை பாதித்தவன் பெண்களை கடத்தும் அளவிற்கு இறங்கியதை சம்யுவால் ஏற்றுக்கொள்ள முடியவில்லை... அது தான் என்ற போதிலும்....

குட்டிம்மா...எதுக்கு இப்ப நீ அழுகுற... இவ்ளோ பேர் இருக்கோம்ல... அதுவும் ருத்ரன் மாமா இருக்கும் போது உனக்கு என்ன... விசா எங்க... கேட்டுக்கொண்டே ஷித் சுற்றி முற்றி பார்க்க... எல்லாமே அவனாலதான்... என்று சம்யு முணுமுணுத்ததை கவனிக்கவில்லை...வாணியும் விசாவும் அருகில் வந்துவிட்டதால்....

விசா நல்லாயிருக்கல்ல... ஷித் கேட்க...

அத்த...ஷித் இழுக்க விடுப்பா எதுக்கு நடக்கனும்னு இருக்கோ அதான் நடக்கும்...

சம்யுவின் குடும்பத்தினர் வந்துவிட பின்னாலே விசாவின் தந்தையும் அவர்கள் பின்னால் பைக்கில் சரத்தும் அனிருத்தும் வந்து சேர்ந்தனர்.

விசா... நீ நல்லாயிருக்கல்ல... விசாகாவின் தந்தை கேட்க... ஐயம் ஆல்ரைட் டாட்.... சிரித்துக்கொண்டே சொன்னாள்.... அவளுக்கு இங்கு நடப்பது அனைத்தும் வேடிக்கையாக இருந்தது.

மற்றவர்களும் விசாவையும் சம்யுவையும் நலம் விசாரித்து முடிக்க...

யாரவது என்ன காப்பாத்துங்கடா... அப்ரஷன்டிங்களா... அப்புறம் நலம் விசாரிபிங்க... என்ற அருளின் அலறலில் ஷித் சரத் அனிருத் மூவரும் முரளியை பிடித்து இழுத்து அருளை காப்பாற்றவும் ஊர்த்தலைவர்கள் வந்து சேரவும் சரியாக இருந்தது.

மார்க்கண்டேயர் தாத்தா பேத்தியை பார்த்த சந்தோஷத்தில் வாயடைத்து நின்றுவிட்டார். சம்யுவையே பார்த்துக்கொண்டிருக்க ஏதோ தோன்ற திரும்பி பார்த்த சம்யு தாத்தா தன்னை பார்ப்பதை உணர்ந்து அவரை பார்த்து மெலிதாக சிரித்தாள்.

வாணியுடன் பேசிக்கொண்டிருந்த ஊர்மிளா மகள் அருகில் வந்து... அது உன் தாத்தாடி.. என்க நிஜமாவாம்மா... என்றவள் இப்போது தாத்தாவை பார்த்து நன்றாக சிரிக்க... பேத்தியின் சிரிப்பில் பூரித்து போய்விட்டார் தாத்தா.

பரமேஸ்வரையும் மாமா என்று ஊர்மிளா சொல்ல அவரை பார்த்தும் தலைசரித்து சிரித்த மருமகளை கண்ணில் நீரோடு பார்த்து ரசித்தார் அந்த அன்பு மாமா.

தம்பி என்னப்பா இது... நீங்க போய் ஒரு பொண்ண கடத்திட்டு வந்து இப்டி பஞ்சாயத்துல நிக்குறிங்களே... ஊர்த்தலைவர்களில் ஒருவர் கேட்டார். தாத்தாவும் பரமேஸ்வர் ஐயாவும் தங்கள் வீட்டு பிள்ளை நிற்பதால் வாய் திறக்கவில்லை...

ஐயா... யாரோ ஒரு பொண்ண கடத்திட்டு வரலங்க... ஏ அத்த பொண்ணதான் தூக்கிட்டு வந்துருக்கேன்... அவள எனக்கு கல்யாணம் பண்ணி வைங்கனு பஞ்சாயத்துல கேட்டு நிக்குறேன் அவ்ளோதான்.... கம்பீரமாக சொல்ல...

பண்ணது க்ரைம் அதையும் எவ்ளோ திமிரா தெனாவட்டா சொல்றான் பாரு... சம்யு ருத்ரனை முறைத்துக்கொண்டே மனதுக்குள் திட்டினாள்.

ருத்ரனை பழிவாங்க வேண்டும் அசிங்கபடுத்த வேண்டும் என்ற எண்ணம் கொண்டவர்களும் உண்டு... அவர்கள் என்னன்னவோ பேசி ருத்ரனை பழிவாங்க நினைக்க அனைத்தையும் முறியடித்தான் ருத்ரதேவன்.

இறுதியில் பெண்ணுக்கு சம்மதமா என்று கேள்வி வர... அனைவரும் சம்யுவை பார்க்க அவளோ ருத்ரனை பார்த்தாள்... இமைக்காமல் அவன் கண்களை பார்த்தவள் அதில் என்ன உணர்ந்தளோ சம்மதம் என்று தலையாட்டினாள். ருத்ரனின் முகத்தில் கர்வ புன்னகை தோன்றியது.

அடுத்து ஊர்மிளா ஜெகநாதனிடம் கேட்க... ஊர்மிளா பட்டென்று தலையாட்டிவிட்டார். ஜெகநாதன் தாத்தா பரமேஸ்வர் வாணியை பார்த்தவர் இறுதியாக ருத்ரனை ஆழ்ந்து பார்த்துவிட்டு எனக்கும் சம்மதம் என்க... முரளி அப்பா என்று ஆட்சேபிக்க வந்தவனை ஒருபுறம் ஷித்தும் மறுபுறம் சுஜியும் கைபிடித்து தடுத்தனர்.

சரி ஆக வேண்டிய வேலைய பாருங்க...பூசாரி போய் ஆத்தாளுக்கு அலங்காரம் பண்ணுங்க... மாலைய ஏற்பாடு பண்ணுங்க... என்ற பெரியவர் ருத்ரனிடம் தம்பி தாலி...என்க

ருத்ரன் அருளை பார்த்தான்... எடுத்துவா என்பது போல்... முரளி அருளை இதுதான் உனக்கு எதுவுமே தெரியாத லட்சணமா... என்று முறைக்க அதை

பார்த்த அருள் ஒருகையால் முதுகையும் மறுகையால் தலையையும் தடவிக்கொண்டு ஓடினான் காரை நோக்கி....

அடுத்த பத்து நிமிடத்தில் அலங்கரிக்கப்பட்ட அம்மன் பாதத்தில் வைத்து பூஜை செய்யபட்டு தாலி ருத்ரனின் கையில் கொடுக்காப்பட்டது.

தாத்தா அப்பாவை திரும்பி பார்த்தான் ருத்ரன் கல்யாண கோலத்தில் நின்றவனை முகம் கொள்ள மகிழ்ச்சியோடு பார்த்துக்கொண்டிருந்தனர். தாயை பார்க்க கண்ணில் நீரோடு மகனை வாழ்த்த கை நிறைய அட்சதை பூக்களோடு நின்றார். அத்தை மாமாவை பார்க்க மனநிறைவுடன் மகளின் திருமணத்தை காண காத்திருந்தனர். முரளியை பார்த்தான் ஒருக்கண்ணில் தன் குட்டிமாவுக்கு திருமணமா என்ற ஆச்சர்யத்தோடும் மறுக்கண்ணில் கவலையும் சந்தோஷமும் கலந்து இருக்க ருத்ரனையும் சம்யுவையும் மாறிமாறி பார்த்துக்கொண்டிருந்தான். ஷித்தும் சுஜியும் முழு மகிழ்ச்சியோடு பார்த்திருந்தனர். ஜானுக்குட்டிக்கூட தன் அத்தையையும் புது மாமாவையும் வாழ்த்த குட்டி கையில் நாலு அரிசியோடு முன் பற்கள் தெரிய சிரித்துக்கொண்டிருந்தாள்.

தன்முன் மாலையிட்டு தேவதையாய் நிற்பவளை பார்க்க பார்க்க ருத்ரனுக்கு உள்ளே மகிழ்ச்சி அருவியாய் பொங்கியது... எத்தனை ஆண்டு கனவு இது...சொல்ல முடியா சந்தோஷத்தோடு தாலியோடு அவள் அருகில் சென்றவன் தலை குனிந்திருந்தவளை பார்த்து... பொம்மு... என்று முழு காதலோடு அழைக்க.... சம்யுவின் ஒரு நொடி சிலிர்த்து அடங்கியது. பட்டென்று நிமிர்ந்து பார்க்க ஆளை அசரடிக்கும் சிரிப்போடு... கண்ணில் காதல் வழிய கையில் தாலி

ஏந்தி நின்றவனை நம்ப முடியாமல் விழியகழ பார்த்தாள் சம்யு.

பொம்மு... மீண்டும் அழைத்தான் அவள் என்ன உணர்கிறாள் என்று அவளுக்கே தெரியவில்லை...

அவனையே பார்த்திருக்க... என்னோட மனைவியா மட்டுமில்லாம எல்லாவுமா என்கூட வாழ சம்மதமா பொம்மு... உயிரை உருக்கும் குரலில் கேட்க... கண்ணாலே ருத்ரனை விழுங்கிய சம்யு சம்மதம் என்ற அடுத்த நொடி... அவள் கழுத்தில் தாலி கட்டியிருந்தான். பொறுமையாய் மிக பொறுமையாய் தன்னவளை தனக்கானவளாக மாற்றும் நிகழ்வை ரசித்து... அவள் கண்களை பார்த்தவாறே தாலியை கட்டிமுடித்தான்.

அத்தியாயம்

9

ருத்ரன் தாலிக்கட்டிய நொடி எத்தனை வருடம் இழந்த ஏதோ ஒன்று தன்னிடம் மீண்டும் சேர்ந்தது போல் உணர்ந்தாள் சம்யு.அடுத்து பூசாரி குங்குமம் கொடுக்க அதை சம்யுவின் நெற்றி வகுட்டில் ருத்ரன் அழுத்தமாய் வைக்க அவளையும் மீறி ஒரு சொட்டு கண்ணீர் வெளிவந்து ருத்ரனின் கையில் பட்டுத் தெறித்தது. ருத்ரனும் அவள் கையை அழுத்தி பிடித்தான்

அனைத்தும் முடிந்து அனைவரும் வீட்டிற்கு சென்றனர்.விசா சரத் அனிரூத் அப்படியே புறப்பட்டனர். விசாவின் அம்மா காத்திருப்பதாக சொல்லவும் சம்யுவும் விட்டுவிட்டாள். கிளம்புமுன் ருத்ரன் சரத்திடம் மட்டும் தனியாக பேசினான். விசாவை பற்றி யாரும் எதுவும் பேசவில்லை ருத்ரனும் அருளும் பேசவும் விடவில்லை.

ருத்ரனின் வீட்டிற்கு வந்துவிட வாணி சுஜி தாரிணி தாரிணியின் தங்கை மஞ்சு மூவரையும் ஆரத்தி எடுக்க சொன்னார்.

அம்மா நானா... சுஜி கேட்க...

நீதான் வாத்தா...நீயும் இந்த வீட்டு பொண்ணுதான்... தாத்தா சொல்ல...

அட வாம்மா நீ ருத்ரனுக்கு தங்கச்சி முறைதானே...வா பரமேஸ்வரும் அழைக்கவும் பெரியவர்கள் இவ்ளோ சொல்லவும் மறுக்கமுடியாமல் கணவனை பார்க்க...

அவன என்ன பாக்குற.... நீ இப்ப அவன் பொண்டாட்டி இல்ல... என் தங்கச்சி... உனக்கு எல்லா உரிமையும் இந்த வீட்ல உன் புருஷனவிட அதிகமா... இங்க நீதான் அவன அதிகாரம் பண்ணனும்.... ருத்ரன் முரளியை பார்த்துக்கொண்டே சொல்ல...

தங்கச்சி பெரிய தங்கச்சி இப்பதான் தெரியுதாக்கும்... என்று முணக அது சுஜி ருத்ரா அருள் மூவருக்கும் நன்றாகவே கேட்டது. நண்பர்களின் இடையில் மனக்கசப்பை புரிந்து கொண்ட சுஜி அடச்சீ.... இதுங்க சப்ப பீஸுங்க.... என நினைத்தவள் ஆரத்தி கரைக்க சந்தோஷமாக சென்றுவிட... அருள் ருத்ரா காதை கடித்தான்.

மாப்ள... அப்ப இவன் எதுக்குடா... அடிச்சான்... சந்தேகமும் தெளிவும் கலந்து கேட்க...

இன்னுமா உனக்கு புரியல... சிரித்துக்கொண்டே பதில் சொன்னான் ருத்ரன்.

அட லூசு பயலே... அவன்ட்ட பேசுலனாடா அடிச்சான்... உங்க சண்டையில எதுவுமே தெரியாத என்ட்ட பேசாம போனது அவன்தானே... அப்ப நான் தானேடா அவன அடிக்கனும்... அருள் தன் சந்தேகத்தை கேட்க...

இத நா வேணா அவன்ட்ட சொல்லவா...

ஏன்டா ஏன்... பாப்பா கழுத்துல தாலி கட்டிட்டியேனு பாக்குறேன்... இல்ல... அருள் பல்லைக்கடிக்க....

டேய்...அங்க என்ன பேச்சு ரெண்டு பேரும் அடங்கவே மாட்டிங்களா...வாணி சத்தம் போடவும் வாயை மூடிக்கொண்டனர்.

ருத்ரனும் சம்யுவும் சேர்ந்து நிற்க... மூன்று பெண்களும் ஆரத்தி எடுத்தனர்.

தம்பதிகளாக இருவரும் வலது காலை வைத்து உள்ளே வந்தனர். ருத்ரன் சம்யுவை தவிர பார்வையை வேறெங்கும் திருப்பவில்லை... அவனால் இன்னும் நம்ப முடியவில்லை... தன் பொம்மு தன் மனைவியாக தன்னருகில் இருப்பதை... சந்தோஷத்தில் அவன் மிதக்க... சம்யுவுக்குதான் ஒருமாறி இருந்தது...

திடீரென்று தன்னை ஒருவன் கடத்தி வந்து கல்யாணம் செய்திருக்கிறான். வீட்டில் இருப்பவர்களும் மகிழ்ச்சியாக தான் உள்ளனர். ஏன் தனக்குமே இந்த இடம் மனிதர்கள் புதிதாக தெரியவில்லை... என்ன தான் நடக்குது...என்று யோசித்தாலும் ருத்ரனின் பார்வை அவளை வேறு எதை பற்றியும் சிந்திக்கவிடாமல் செய்தது.

அய்யோ... இந்த ஹல்க் ஏன் இப்டி பாக்குது... உள்ள ஒருமாறி குறுகுறுனு இருக்கு... லூசு எல்லாரும் இருக்காங்க அந்த அறிவுகூட இல்லாம இப்டி பாக்குது... ஆனா அப்டி பாக்குறதும் எனக்கு புடிச்சிருக்கே... இவ்வாறு பல குழப்பத்திலே சாமி கும்பிட்டு பால்பழம் சாப்பிட்டு என அனைத்து சடங்கையும் முடித்தாள் கணவனோடு.

அனைத்தும் சடங்கும் முடிந்தவுடனே வசந்தா வந்து மணமக்களுக்கு திருஷ்டி சுத்தினார். அவரின் அன்பில் நெக்குருகி பார்த்திருந்தனர்.

ஆத்தாடி ஆத்தா... ஊரு கண்ணு அம்புட்டும் புள்ளைங்க மேலதான்... என்னாமா பாக்குறாளுங்க...கண்ணுல கொள்ளி கட்டைய வைக்க.... என ஊராரை திட்டிக்கொண்டே சுத்தி முடித்து... துப்புத்தா என்று சம்யுமுன் கையை நீட்ட.... அவளோ திருதிருனு முழித்தாள்.

பொம்மு துப்பு... ருத்ரன் சொல்ல...

அவங்க கையில எப்டி துப்புறது தப்புல்ல... பாவமாக சொன்னவளை அனைவரும் வாஞ்சையாக பார்த்து நின்றனர்.

லேசாக சிரித்தவன்... சும்மா துப்பு... இப்டி என்று... து...து..து என்று பாவனை செய்ய... இப்ப ஓகே... என்றவளும் அதேபோல் செய்தாள்.

வசந்தா அதை அடுப்பில் போட்டுவிட்டு வர... வாணி வசந்தாவையும் முத்துவையும் அறிமுக படுத்தினார். இருவரும் ருத்ரன் ஐயாவுக்கு ஏத்த பொண்ணு ரெண்டு பேரும் சந்தோஷமா இருக்கனும் என்று மனமாற வாழ்த்தினர். சாப்பாடு சமைப்பதாக வசந்தா சொல்ல அக்கா இன்னைக்கு ஊருக்கே நம்ம வீட்டு விருந்துதான்... சத்திரத்துல ஏற்பாடுலாம் நடக்குது... அதனால ஒன்னும் பண்ண வேணாம் வினோத்தும் ரமேஸும் அத பாத்துக்குவானுங்க நீங்களும் முத்துவும் வேணா அங்க போய் என்ன பண்றாங்கனு பாத்துக்கங்க எனவும் முத்து கிளம்பிவிட வசந்தா அனைவருக்கும் டீ போட்டு கொடுத்துட்டு அவரும் சத்திரத்திற்கு சென்றுவிட்டார்.

தாத்தாவும் பரமேஸ்வர் ஐயாவும் ஒருகட்டிலில் அமர்ந்திருக்க தாத்தா கையில் ஜானு இருந்தாள். அவரிடம் இந்த குட்டி ஏதோ சீரியஸாக பேச தாத்தாவும் பரமேஸ்வர் ஐயாவும் கர்ம சிரத்தையாக அதை கேட்டுக்கொண்டிருந்தனர்.

அடுத்த கட்டிலில் ஜெகநாதனும் முரளியும் உட்கார்ந்திருக்க... முரளி எதிர்த்த கட்டிலில் அமர்ந்து பேசிக்கொண்டிருந்த அருளையும் ஷித்தையும் முறைத்துக்கொண்டிருந்தான். இருவரும் அதை உணர்ந்தாலும் நீ எல்லாம் ஒரு ஆளா... போடா வெண்ண என்று கண்டுக்காமல் சிரித்து சிரித்து பேசிக்கொண்டிருந்தனர்.

அடுத்த கட்டிலில் வாணியும் சுஜியும் அடுத்ததில் ஊர்மிளா தாரிணி மஞ்சு அமர்ந்திருக்க ஐவரும் அரட்டை அடித்துக்கொண்டிருந்தனர்.

அதற்கு பக்கத்து கட்டிலில் ருத்ரனும் சம்யுவும் அமர்ந்திருந்தனர். சம்யு அனைவரையும் வேடிக்கை பார்த்துக்கொண்டிருக்க... ருத்ரனோ அவளையே பார்த்திருந்தான்.

இந்த ஹல்க்குக்கு வேற வேலயே இல்ல போல... இப்டி முழுங்குற மாறி என்னயவே பார்த்துட்டு இருக்கு என நினைத்தவள்... திரும்பி முறைத்து என்னா லுக்கு... என்க.

என் பொண்டாட்டி நான் பார்பேன் உனக்கு என்னா... திருப்பி கேள்வி கேட்டவனை முறைக்க மட்டுமே முடிந்தது சம்யுவால்.

தாரிணியையும் மஞ்சுவையும் பார்த்து... ஊர்மிளா இது யாரு தெரியுதா நம்ம அருளு அத்த பொண்ணுங்க... வாணி சொல்ல...

என்ன அண்ணி சொல்றிங்க... ரெண்டும் எவ்ளோ வளர்ந்துடுச்சுங்க... இருவரையும் பக்கத்தில் உட்கார வைத்து நலம் விசாரிக்க ஆரம்பித்தார் ஊர்மிளா.

தாரிணியதான் நம்ம அருளுக்கு பேசியிருக்கு ஊர்மிளா...

அப்டியா அண்ணி... ரொம்ப சந்தோஷம்... அருளுக்கு ஏத்த பொண்ணு அழகா இருக்கா... அமைதியா லட்சனமா இருக்கா... தாரிணி வாஞ்சையாய் தடவிக்கொண்டே ஊர்மிளா சொல்ல....

அதுதான் இந்த பையலுக்கு வசதியா போச்சு... கல்யாணம் பண்ணுடானா... ஏதாவது சொல்லி தட்டிகழிக்கிறான்.... இவளையும் அவன் வசதிக்கு வளச்சுபேசியே மயக்கி புடுறான்... இந்த கூறுகெட்ட சிறுக்கியும் மாமா சொல்லும் போது கல்யாணம் வச்சுக்கலாம்னு சொல்றா... வாணி அருளை முறைத்துக்கொண்டே சொல்ல..

ஏன்டா... உனக்கு என்ன பிரச்சனை... இவ்ளோ அழகா அமைதியா இருக்க பொண்ண கட்டிக்க துரைக்கு வழிக்குதோ... ஊர்மிளா அருளை திட்ட....

ஒருவேள இன்னும் அழகான பொண்ணா எதிர்பாக்குறாரு போல... சம்யு சொல்ல அனைவரும் இவ என்ன பேசுறா என புரியாமல் பார்க்க...

என்னம்மா சொல்ற... பரமேஸ்வர் கேட்க...

இல்ல மாமா... அருள் அண்ணா தாரிணி அண்ணியவிட இன்னும் நல்லா பொண்ணா பாக்குறாங்க போல... இன்னைக்கு எங்கள கடத்த வரும்போது கூட அண்ணே காலேஜ்ல இருக்க பொண்ணுங்கள தீவிரமா சைட் அடிச்சாங்க... அதான் கேட்டேன்... சம்யு சீரியஸாக சொல்ல... இப்போ அனைவரும் அருளை சீரியஸாக்கும் நோக்கோடு அவனை முறைத்தனர்.

பயந்து போன அருள்... பாப்பா என்னா சொல்ற... நான் எப்ப உங்க காலேஜ் பொண்ணுங்கள சைட் அடிச்சேன்...அங்க நின்ன பொண்ணுங்கள நான் சரியா பாக்ககூட இல்ல...அவசரமாக கேட்க...

அதான் இப்ப நீங்களே சொல்றிங்களேண்ணா....

நான் என்ன சொன்னேன்... கட்டிலின் ஓட்டிலில் அமர்ந்து அருள் கேட்டான். பின்னே தாரிணி காளிதேவி போல அவனை முறைத்துக் கொண்டிருந்தாளே...

எங்க காலேஜ்ல பொண்ணுங்க இருந்தாங்க... அத நீங்க பாத்திங்கனு... கேட்டுகோங்க அண்ணி... தாரிணியை பார்த்து சொன்னவள் மெலிதாக சிரித்தாள்.

ஆஹா... என் தங்கச்சி அவ வேலைய ஆரம்பிச்சுட்டா.... ஷித் வாய்க்குள்ளே சொல்லி சிரித்தான். அனைவருக்கும் சம்யுவின் விளையாட்டு புரிந்துவிட அமைதியாக சிரித்துக் கொண்டனர் ஒருவரை ஒருவர் பார்த்து.

ஓஓஓ...நீங்க இந்த வேலையெல்லாம் பாக்குறிங்களா... தாரிணி எழுந்து நின்று இடுப்பில் கைவைத்து முறைத்து கேட்க...

ஏய் நீ வேற... லூசுமாறி உளராத... அருள் சொல்ல...

ஆமாமா...என்னலாம் பாத்தா லூசுமாறிதான் தெரியும்... அதானே வேற பொண்ணு தேடுறிங்க... தாரிணி சண்டையிட...

தாரிணி... என்ன நடந்துச்சுனு தெரியாமா நீ பாட்டுக்கு பேசாத.. அருளும் எழுந்து தாரிணியிடம் வந்து பொறுமையாக சொன்னான்.

அதான் என்ன நடந்துச்சுனு சம்யு தெளிவா சொல்றாளே அப்புறம் என்ன....

அடியே... அவளயே மயக்க மருந்து கொடுத்து தூக்கிட்டு வந்தோம்... மயக்கத்துல இருந்தவ சொல்றத நம்புற... அருளுக்கு ஆஹா... கல்யாணம் ஆகமயே நமக்கு டைவர்ஸ் வாங்கி கொடுத்துடுங்க போல என பயம் தோன்ற தாரிணியிடம் கெஞ்ச தொடங்கிவிட்டான்.

கேட்டுக்கோங்க அண்ணி... பொண்ண கடத்தி வேற பழக்கபட்டுட்டாங்க... நாளைக்கு இதே மாறி ஒரு பொண்ண கடத்திட்டு வந்து கட்டிக்குறேனு சொல்ல மாட்டாங்கனு என்ன நிச்சயம்... எல்லா ஒரு குட்டையில ஊறுன மட்டைங்க தானே... ருத்ரனை முறைத்துக்கொண்டே சொன்னவள் தாரிணியை பார்த்து... எதுக்கும் பாத்து இருந்துக்கோங்க... என்று எச்சரிக்கையாக சொல்ல...

இவரு அப்டி பண்ணாலும் பண்ணுவாரு.... இனிமே என் பின்னாடி சுத்துனிங்க கொன்னுடுவேன்... ச்ச உங்கள போய் கண்மூடி தனமா நம்புனேன் பாருங்க... என்ன செருப்பாலயே நானே அடிச்சுக்கனும்... என அருளிடம் பொறிந்தவள் விறுவிறுனு வெளியே

சென்றுவிட அருளும் தாரிணி தாரிணி.... என கத்திக்கொண்டு பின்னாடியே சென்றான்.

சம்யு சத்தம் போட்டு வயிறு வலிக்க சிரிக்க... அனைவரும் இவள் சேட்டையை பார்த்து சிரித்தனர்.

ஏன்டி நீ அடங்கவே மாட்டியா... ஏன்டி இப்டி அருள மாட்டிவிட்டு வேடிக்க பாக்குற....ஊர்மிளா மகளை அதட்ட... அதையெல்லாம் கண்டுகொள்பவளா சம்யு வயிற்றை பிடித்துக்கொண்டு ருத்ரன் மேல் சாய்ந்து சாய்ந்து சிரித்தாள்.ருத்ரனோ தன்னவளின் சிறுபிள்ளை தனத்தை கண்ணில் காதல் வழிய பார்த்து ரசித்தான்.

விடும்மா.... கொஞ்ச நேரம் அனுபவிக்கட்டும்.... என்றான் முரளி.

என்னமோ பண்ணுங்க... ஊர்மிளாவும் விட்டுவிட இவ்ளோ நேரம் இருந்த இறுக்கம் குறைந்து அனைவரும் சகஜமாக பேசினர். இதற்காகதானே சம்யு பேச்சை ஆரம்பித்து வம்பு வளர்த்தது.

சரிவாங்க சாப்பிட்டு வந்து படுக்கலாம்... எல்லாரும் சோர்வா இருக்கிங்க... தாத்தா சொல்ல... சரி என்று அனைவரும் கிளம்ப...

மாமா ஒருநிமிஷம்... ஜெகநாதன் தாத்தாவை அழைக்க...அனைவரும் அப்டியே நின்றுவிட்டனர். ஏனென்றால் இவ்வளவு நேரத்தில் ஜெகநாதன் இப்போதான் வாயை திறந்தார்.

அனைவரும் கிரிக்கெட் மேட்ச் ஃபைனல் போல அடுத்து என்ன நடக்க போகுதோனு பார்க்க...

தாத்தாவின் முன் சென்று நின்ற ஜெகநாதன்... மாமா என்ன மன்னிச்சிடுங்க... ஒரு சின்ன பிரச்சனைக்கு தேவையில்லாம வார்த்தைய விட்டு குடும்பத்த பிரிச்சுட்டேன்.. நீங்க எங்கள சொந்த பிள்ளைங்களாதான் பார்த்தீங்க நான் அத கூட யோசிச்சு பாக்காம இத்தன வருசமா வீம்பா இருந்துட்டேன்... மனசார ஜெகநாதன் மன்னிப்பு கேட்க. வாணியும் ஊர்மிளாவும் ஒருவரை ஒருவர் பார்த்துக்கொண்டனர். சுஜி முரளி ஷித் ருத்ரன்அமைதியாக நிற்க... சம்யுதான் மண்டையை பிச்சுட்டு நின்றாள் என்ன நடக்குது இங்க என்று..

என்ன மாப்ள இது குடும்பத்த பிரிச்சுட்டேன்... அப்டினு பெரிய வார்த்தைய எல்லாம் பேசுறிங்க... எல்லாரும் ஏதோ ஒரு சூழ்நிலையில நம்மளையும் மீறி தப்பு செய்றதுதான்... அதுமாறி ஏதோ நடந்து போச்சு... விடுங்க மாப்ள... அதான் எல்லாம் சரியா போச்சே... இனிமே சந்தோஷமா இருப்போம்... தாத்தா சொன்னார்.

இருந்தாலும் மாமா... ஒன்னா ஒத்துமையா வளர வேண்டிய பிள்ளைங்கள பிரிச்சுட்டோமேனு சங்கடமா இருக்கு... இன்னைக்கு ருத்ரன் இப்டி பண்ண காரணம் என்ன நம்ம போய் பொண்ணு கேட்டா இவன் ஒத்துக்கவா போறான்... அப்டின்றதுதானே நான் தூக்கி வளர்த்த பையனுக்கு நம்மள பெரியவங்க புரிஞ்சிப்பாங்க அப்டின்ற நம்பிக்கைய நான் கொடுக்கலதானே... அவன தப்பு செய்ய தூண்டியதும் நான்தானே... என சொன்னதும் ருத்ரனுக்கு சங்கடமாக இருந்தது மாமா சொன்னது ஒருவகையில் உண்மை என்றாலும் அதுமட்டுமே அவன் சம்யுவை கடத்த காரணம் இல்லையே...தன் மாமா வேதனை படுவதை தாங்கமுடியாமல் வாய்திறக்க போனவன் தந்தை பேச ஆரம்பிக்கவும் வாயை மூடிக்கொண்டான்.

அப்ப நானும் அதுக்கு காரணம் தானே மாப்ள... நானும் தானே தேவையில்லாம பேசிட்டேன் மன்னிச்சுடுங்க மாப்ள பரமேஸ்வர் ஜெகநாதனிடம் மன்னிப்பு கேட்க...

அய்யய்யோ என்ன மச்சான் நீங்க என்ட்ட போய்... விடுங்க அன்னைக்கு தப்பு பண்ணிட்டோமோனு தோணுச்சு... அதான் சொன்னேன்... சரி விடுங்க மாமா சொன்னமாறி நடந்தத மறந்துட்டு இனி சந்தோஷமா இருப்போம்...எனவும் மச்சானும் மாப்பிள்ளையும் கட்டிபிடித்து கொண்டனர்.ருத்ரன் மற்றும் முரளி இருவரும் ஒருசேர மற்றவரை பார்க்க... முரளி ருத்ரன் தன்னை பார்த்தும் முகத்தை திருப்பிக்கொள்ள ருத்ரனோ சிரித்தான்.

ஷித்... உங்க அண்ணனுக்கு பைத்தியம் பிடிச்சுடுச்சுனு நினைக்கிறேன்...சுஜி சொல்லவும்

ஆமா அண்ணி நட்பு பைத்தியம்...என்றான் ஷித் சிரித்துக்கொண்டே அவன் முதுகில் அடித்த முரளி வாய மூடிட்டு போடா... என்று முன்னே பிடித்து தள்ளினான்.

அனைவருக்கும் மகிழ்ச்சியாக சத்திரத்திற்கு சாப்பிட சென்றனர். அந்த கேப்பில் சம்யு சுஜியிடம் விசாரிக்க... சுஜி மாமியார் சொன்ன அனைத்தையும் சொன்னாள்.

ஓஹோ... இதான் முன் கதையா.. அதான் அப்பாவும் மாமாவும் மன்னிப்பு கேட்டு பிணைஞ்சுகிட்டாங்களா...இந்த ஹல்க்குக்கு நம்ம மேல அம்புட்டு பாசமா... அதான் நம்மள குறுகுறுனு பாக்குதோ... பாரேன் நமக்கும் சொன்ன பேச்ச எல்லாம் கேட்க ஒரு ஆளு இருக்கு... இத செக் பண்ணனுமே

என்ன பண்ணலாம்... சாப்பிட்டு வீடு திரும்பும் வரை சுற்றம் மறந்து யோசித்து ஒரு பிளான் போட்டாள்.

சாப்பிட்டுவிட்டு அனைவரும் வீடு திரும்பிட... இரவு சடங்கு எதுவும் ஏற்பாடு செய்ய வேண்டாம்.... இருவரையும் சங்கட படுத்த வேண்டாம்... அதுவும் சம்யுவிற்கு மேலும் கஷ்டமாகஇருக்கும் என்று தாத்தா வேண்டாம் என்றிட.... அனைவரும் சரி என ஒத்துக்கொண்டனர். ஆனால் ஊர்மிளா சம்யு ருத்ரனின் அறையில் தான் தங்க வேண்டும் அப்போதுதான் இருவரும் புரிந்து கொள்ள முடியும்... அவர்கள் வாழ்க்கையை எப்போ ஆரம்பிப்பது என்பது அவர்களது விருப்பம் என சொல்ல... தாத்தாவும் சரி என்றார்.

பெரியவர்கள் முடிவின் படி சம்யுவை ருத்ரனின் அறையில் விட்டுவிட்டு மற்றவர்கள் படுக்க சென்றனர்.

காலையிலிருந்து நடப்பது என்னவென்றே புரியவில்லை என்றாலும் பம்பரமாய் மற்றவர் சுழற்றுக்கு ஆடியதால் கலைத்து போன சம்யு மெத்தை கண்டவுடன் அதனுடன் ஐக்கியபடுத்திக்கொண்டாள்.

மாடியில் தாத்தா அப்பா பேரன் மூவரும் பேச்சுவார்த்தை நடத்தி கொண்டிருந்தனர்.

ருத்ரா நீ எதுவும் காரணமில்லாம செய்ய மாட்டனு எங்களுக்கு தெரியும்... ஆனா நீ இவ்ளோ அவசரமா செயல்பட காரணம் என்னனு நான் தெரிஞ்சுக்கலாமா... தாத்தா கேட்க...

தாத்தா... நான் பிளான் பண்ணி எதுவும் பண்ணல...என அப்பாவியாக சொல்ல...

நடிக்காதடா... உன்னோட கார் ஊருக்குள்ள வரத்துக்குள்ள எல்லாரும் கூடினது... அடுத்த அரைமணி நேரத்துல ஊருக்கே கெடாவெட்டி கறிசோறு போட்டது இது எதுவுமே... நீ பிளான் பண்ணி பண்ணல அப்டிதானே... பரமேஸ்வர் கேட்க

தனது காந்த சிரிப்பை சிரித்தவன்... உடனே சீரியஸாகிவிட்டான்.

தாத்தா... அப்பா... நான் சொல்ல போறது கொஞ்சம் சீரியஸ் மேட்டர்... ருத்ரன் ஆரம்பிக்கும் போதே நான் வரலாமா என்ற குரல் கேட்டது.

அது யாருனு நாளைக்கு சொல்றேன்....

அத்தியாயம்

10

மாடியில் ருத்ரன் தாத்தா மற்றும் தந்தையோடு பேசிக்கொண்டிருக்க திடீரென்று ஒரு குரல் கேட்டது.

நான் வரலாமா... மூவரும் வாசலை பார்க்க... ஷித் நின்று கொண்டிருந்தான்.

வாப்பா... இது என்ன கேள்வி... நீயும் இந்த வீட்டு பிள்ளதான்... பரமேஸ்வர் சொல்ல...

இல்ல மாமா நீங்க ஏதோ முக்கியமான விசயம் பேசிட்டு இருந்திங்க...ருத்ரனை பார்த்துக்கொண்டே சொல்ல...

ஷித் ஓவர் ஆக்டிங் உடம்புக்கு ஆகாது...உனக்கு என்மேல ஏதோ சந்தேகம் அத கேட்கதானே வந்த... தாத்தாவும் அப்பாவும் இருக்கவும் நடிக்கிறியா...உன்னை எனக்கு தெரியும் என்ற தொனியில் ருத்ரன் பேச...

ச்சச்ச... அப்படிலாம் ஒன்னுமில்லயே... ஷித் சொன்னதிலே தெரிந்தது அப்படிதான் என்று...

முதல்ல நெளியாம பொய் பேச கத்துக்கடா... ஷித் தோளில் கைப்போட்டவாறே ருத்ரன் சொல்ல...

அவ்ளோ அப்பட்டமாவா தாத்தா தெரியுது... ஷித் கேட்க

ஆமாடா பேராண்டி களிமண்ணுல கால் வச்சமாறி தெரியுது... தாத்தாவும் கிண்டல் பண்ண

தாத்தா... நீங்களும் கலாய்க்கிறிங்க...ஷித் குறைப்பட மூவரும் சிரிக்க ஷித்தும் சேர்ந்து சிரித்தான்.

ஷித் நானே உன்ட்ட தனியா பேசனும்னு நினைச்சேன்... ஓகே உங்க மூணு பேருக்கும் சேர்த்தே விசயத்த சொல்லிறேன்... தாத்தா என்ட்ட இவ்ளோ அவசரமா நான் ஏன் பொம்முவ கடத்திட்டு வந்து கல்யாணம் பண்ணேனு கேட்டாங்க... உனக்கும் அந்த சந்தேகம் இருக்கும்... ருத்ரன் சொல்ல... ஷித் ஆமாவென்று மெல்ல தலையாட்டினான்.

ருத்ரன் மூவரிடமும் ஏதோ சொல்ல மூவரின் முகமும் கலவரமானது. தனக்கு தெரிந்த அனைத்தையும் சொல்லி முடித்தான்.

என்னடா இப்டி சொல்ற... இவ்ளோ பெரிய விசயத்த சாதரணமா சொல்ற... இத்தன வருசம் கழிச்சு இப்பதான் என் பேத்திய பாக்குறேன்... இன்னைக்குதான் மகாலெட்சுமியா நம்ம வீட்ல காலடி வச்சவளுக்கு உயிருக்கு ஆபத்துனு சொல்ற...தாத்தா பதற்றத்துடன் கேட்டார்.

தாத்தா... உங்க பேத்திக்கு இப்ப எந்த பிரச்சனையும் இல்ல... என் பொம்முவ நான் அப்டி எல்லாம் விட்டுட மாட்டேன்.

இல்ல ருத்ரா... இன்னைக்கு நீ மட்டும் பாப்பாவ கடத்தாம இருந்திருந்தா... பரமேஸ்வர் மருமகளை நினைத்து பயத்தில் கேட்க...

அவனுங்க கடத்திட்டு போயிருப்பானுங்க... ருத்ரா சொல்லவும்...

ருத்ரா... தாத்தா கத்திவிட்டார்.

சாரி தாத்தா... அப்டி நான் சொல்லியிருக்க கூடாது... அதுதான் நடந்திருக்கும் காலையிலதான் எனக்கு பொம்முவையும் விசாகாவையும் கடத்த போறாங்கனு தெரிஞ்சுது... எனக்கு என்ன பண்றதுனு தெரியல...அதான் யோசிக்காம நானே கடத்திட்டேன்...

சரிப்பா...இப்ப சரி ஆனா இனிமே பிரச்சனை வராம இருக்குமா... பரமேஸ்வர் கேட்க

அப்பா நம்ம ஊரு வரைக்கும் அந்த கார் எங்கள ஃபாலோ பண்ணி வந்துச்சு... ஊரு எல்லை வரைக்கும் வந்தவனுங்க அதுக்கு அப்றம் வரல... அப்ப நம்ம ஊர பத்தி அவனுங்களுக்கு தெரிஞ்சுருக்கு...இந்நேரம் இங்க நடந்ததும் தெரிஞ்சு இருக்கும்... சோ... இதுக்கு அப்றம் பெருசா பிரச்சனை இருக்காது... என்ற ருத்ரன் ஷித்தை பார்க்க அவன் ஏதோ யோசனையில் இருப்பதை பார்த்தான்.

என்ன ஷித் நீ எதுவும் பேசாம அமைதியா இருக்க... ருத்ரன் கேட்க

இல்ல மாமா... குட்டிம்மாவ... எனக்கு நினைச்சாலே பதறுது மாமா... பயத்தோடு ருத்ரனை பார்த்து ஷித் சொன்னான்.

என்ன ஷித் இது...இன்னைக்கு நீ கொஞ்சம் தைரியமா எல்லாத்தையும் ஹேன்டில் பண்ணவும்தான் உன்ட்ட விசயத்த சொன்னேன்... ஆனா நீ இப்டி பயப்படுற...

மாமா... குட்டிம்மாவ கடத்துனது நீங்கதான் தெரிஞ்சப்பறம் தான் எனக்கு மூச்சே வந்தது... அதான் நான் கொஞ்சம் தைரியமா இருந்தேன்.... அப்பவுமே இங்க வந்து குட்டிம்மாவ சொங்கிபோய் பாக்கும் போது எனக்கு அப்டியே உள்ள ஆடி போச்சு... அவ அழவும் நானும் எதாவது சொன்னா ரொம்ப அழுவானுதான் நார்மலா இருக்க மாறி அவள தேத்துனேன்... ஆனா இப்ப நீங்க சொல்றத கேட்கும் போது என்னால முடியல...தங்கையின் மேல் பாசத்தை முழுவதுமாக ஷித்தின் பேச்சும் கலங்கிய கண்களும் தெளிவாக உரைத்தது மற்ற மூவருக்கும்.

ஷித்தை இறுக்கி அணைத்த ருத்ரன்.... ஷித் நான் இருக்கேன் நீ எத பத்தியும் கவல படாத... சின்னபுள்ளமாறி கண்ணு கலங்கிட்டு... என்று ஷித்தை தேற்றியவன்.

தாத்தா அப்பா நீங்க போய் படுங்க... ரொம்ப நேரம் ஆச்சு... என்க.

ருத்ரா... வேற எதுவும் ஆகாதே... தாத்தா கேட்க...

தாத்தா என் மேல நம்பிக்கை இல்லையா... நான் எல்லா ஏற்பாடும் பண்ணிட்டேன். அருளும் ஷித்தும் இருக்கானுங்க நாங்க பாத்துக்குறோம்... போங்க தாத்தா... அப்பா கூட்டிட்டு போங்க... தாத்தாவையும் அப்பாவையும் ஆறுதல் சொல்லி கீழே அனுப்பினான்.

மாமா...உண்மைய சொல்லுங்க... ஷித் கேட்க

ஒரு நொடி அவனை கூர்ந்து பார்த்த ருத்ரன்... பரவாலடா நீ உங்க அண்ண மாறி தத்திய இல்ல... என்றான்.

மாமா... ஏ அண்ணன என்ட்டயே குறை சொல்றிங்க... என்ற ஷித் பொய்யாய் முறைக்க...

ஹாஹாஹா....டேய் மச்சா அவன் எனக்கு பிரெண்டுடா...

மாமா நீங்களும் அண்ணா மேல கோவமா இருக்கிங்களா...

நான் ஏன்டா அவன்மேல கோவ படபோறேன்... இன்பாக்ட் அவனுக்குமே என்மேல கோவம் இல்ல... ஆனா சின்ன புள்ள மாறி மூஞ்ச தூக்கிட்டு திரியுறான்... அவன எப்டி சரி பண்ணனும்னு எனக்கு தெரியும் விடு பாத்துக்கலாம்...

ஓகே... அது பிரெண்ட்ஸ் பிரச்சனை நான் தலையிட விரும்பல...நீங்க நம்ம அடுத்து என்ன பண்லாம்னு சொல்லுங்க...

நான் ஓரளவுக்கு எல்லாத்தையும் கன்ட்ரோல் பண்ணிட்டேன் ஷித்... அதுக்காக நம்ம அசால்ட்டாவும் இருக்க முடியாது.... எப்பவும் கொஞ்சம் அலர்ட்டாவே இருக்கனும்... நீ சென்னை போயிட்டாலும் வீட்ல இருக்கவங்க மேலயும் ஒரு கண்ணு இருக்கட்டும் புரிஞ்சுதா...

சரி மாமா... ஆனா எத்தனை நாளைக்கு இத இழுத்துட்டு இருக்க முடியும்...

இத முடிக்கனும்னு நினைச்சா எனக்கு ரொம்ப நேரம் ஆகாதுடா ஷித்... சில காரணத்துக்காக நான் அமைதியா இருக்கேன்... அது உனக்கும் புரியும்னு நினைக்கிறேன்... ஆனா இந்த விசயம் எக்காரணத்த கொண்டும் முரளிக்கு மட்டும் தெரிய கூடாது... ருத்ரன் சொல்ல...

எது எனக்கு தெரிய கூடாது... கேட்டுக்கொண்டே முரளி வர... மாமனும் மச்சானும் ஒருவரை ஒருவர் பார்த்து முழித்தனர்.

சொல்லுடா... தம்பியை மிரட்டினான் முரளி.

ஏ சொன்னவரு அவருதானே அவர்ட்ட கேட்குறது...ஷித் நக்கலாக அண்ணனை பார்த்து கேட்க... பட்டென்று அவன் தோளில் அடியை போட்ட முரளி இங்க வந்ததும் வாய் ஓவரா பேசுது... கொன்னுடுவேன்...

ஏ இதுக்கு முன்னாடி ஊமையாவ இருந்தோம்... கேட்குறான் பாரு கேள்வி... ஷித் முணகி மறுபடியும் ஒரு அடியை தமையனிடமிருந்து பெற்றுக்கொண்டான்.

டேய்... சும்மா அடிக்காத அப்றம் சரி இருக்காது சொல்லிட்டேன்...

ஒழுங்கா நீ இப்ப சொல்லல... ருத்ரனை முறைத்துக்கொண்டே முரளி கேட்டான். ருத்ரனோ அண்ணன் தம்பி வாக்குவாதத்தை ரசித்து கேட்டுக்கொண்டிருந்தான்.

எப்ப சாமி... உங்க பஞ்சாயத்து பெரும் பஞ்சாயத்து... உன் கல்யாணத்துக்கு பத்திரிக்க வைக்க வந்தப்பதான் பர்ஸ்ட் டைம் நான் மாமாவ பார்த்தேன்... அதுக்கு அப்பறம் ருத்ரன் மாமாவ நான் சென்னையில ஒரு மூணு நாலுதடவ பாத்துருக்கேன் பர்ஸ்ட் டைம் பேசுனேன்... ஊரு விசயமா வந்துருக்கதா சொன்னாரு... அப்புறம் நான் பாத்தப்ப எல்லாம் பேச முடியாத சுட்வேசான போயிடிச்சு... நானும் சரி எதாவது வேலையா இருக்குனு விட்டுட்டேன்... ஆனா இப்ப நல்லா யோசிச்சு பாத்தா தான் தெரியுது... நான் மாமாவ பாக்கும் போதெல்லாம் அந்த ஸ்பாட்ல நம்ம குட்டிம்மாவும் இருந்தா... சோ அதான் மாமா வேலைய பாக்க வந்தார இல்ல குட்டிம்மாவ பாக்க வந்தாரானு டவுட் அதான் கேட்டுட்டு போலாம்னு வந்தேன்... ஷித் சொல்ல அதிர்ந்து போய் அவனை பார்த்தான் ருத்ரன்.

மாட்டிக்கிட்டிங்களே மாமா... என்று ஷித் பார்க்க அதை புரிந்த ருத்ரன் ஒரு வெட்க சிரிப்பு சிரித்தவன் விடுடாவிடுடா... என்றான் கண்ணாலையே மச்சானை போல...

அதைபார்த்து மெலிதாக சிரித்த ஷித் அதா தான் கேட்டுட்டு இருந்தேன் மாமா உன்ட்ட சொல்ல வேணானு சொன்னாரு... என்க.

ஓஓஓ...சார் இந்த திருட்டுதனம்ல வேற பண்ணாறா... கடுப்பாய் முரளி கேட்க...

ஆமாட...இவன் சொன்ன மாறி ஒருதடவ ரெண்டுதடவ இல்ல...மாசத்துல ஒருதடவ கண்டிப்பா அவள பாத்துருவேன்...அவ என் பொண்டாட்டி... நான் பார்ப்பேன் உனக்கு என்னடா... நேரடியாக முரளியிடமே ருத்ரன் கேட்டுவிட...

பிச்சுபுடுவேன் அவ என்னோட தங்கச்சி...இப்போ முரளியும் ருத்ரனை நேராக பார்த்து சொன்னான்.

போடங்க வெண்ண... எப்பவுமே அவ என் பொண்டாட்டிதான்... நான்தான் போனாபோதுனு கொஞ்சநாள் உன்ட்ட விட்டு வச்சு இருந்தேன்... என ருத்ரன் சொல்ல... கடுப்பான முரளி ருத்ரனின் சட்டையை பிடித்துவிட்டான்.

கொன்னுடுவேன் உன்ன... நீயும் அவளும் பேரன் பேத்தியே எடுத்தாலும் குட்டிம்மா பர்ஸ்ட் எனக்குதான் தங்கச்சி...நான் அவ அண்ணன் என்று பல்லைக்கடிக்க....

பெரிய நொண்ணன் தங்கச்சி பின்னாடி ஒருத்தன் சுத்துறது கூட தெரியல நீயெல்லாம் அண்ணன்... போடா விளக்கெண்ண...முரளியை கையை தட்டிவிட்டு அசால்டா சொன்னான் ருத்ரன்.

ஆமா...அப்டியே நீ ஒளிஞ்சு ஒளிஞ்சு வந்தபாரு யாரும் உன்ன கண்டுபிடிக்காம இருக்க... பன்னிமாறி பல்லகாட்டிட்டு திரிஞ்சத... இந்த சில்வண்டே பாத்திருக்கும் போது நான் பார்த்திருக்க மாட்டேனா....என்று ஷித் தலையில் தட்டியவாறே முரளி கேட்க...ஷித்க்கு தான் ஹர்ட் அட்டாக் வந்தது.

என்னடா நடக்குது இங்க...பொண்டாட்டிய தங்கச்சியா லீஸ்க்கு விட்டுருந்தேன் ஒருத்தன்

சொல்றான் நீ மாசாமாசம் வந்து என் தங்கச்சிய சைட் அடிச்சது எனக்கு தெரியும்னு ஒருத்தன் சொல்றான்.... இதுங்க ரெண்டும் அடிச்சிட்டு மூஞ்சுல கூட முழிச்சுகாதுனு ஊரு சொல்லுது... இதுங்க எல்லாம் லூசா இல்ல நம்ம லூசா... என நினைத்தவன் அண்ணனையும் மாமனையும் மாறிமாறி பார்த்தான்.

ஆடு திருடுனவ மாறி நின்னு முழிச்சுட்டு... அவன்கூட சேர்ந்து எதாவது பிளான் பண்ண தம்பினு கூட பார்க்க மாட்டேன்... போட்டு தள்ளிட்டு போயிட்டே இருப்பேன்...என்ற முரளி மறுபடியும் ஷித் தலையில் கொட்டியவன் திரும்பி சென்றான்.

ஆமாமா... உங்க அண்ண அமெரிக்கா அதிபரு அவரோட சேர்ந்து இந்தியாவ எப்டி முன்னேத்துறதுனு பிளான் போடு...ருத்ரன் சொல்ல... சென்றவன் திரும்பி ஒரு பார்வை பார்த்துவிட்டு ச்சீ பே... என்றவன் சிரித்துக்கொண்டே சென்றான்... அதுக்கு காரணம் நண்பன் தன்னோடு பேசிவிட்டான் என்பதா இல்லை... நண்பனோடு தங்கை சந்தோஷமாக வாழ்வாள் என்பதா... அதை அவனே அறிவான்.

சிரிப்போடு நின்ற ருத்ரனை பார்த்த ஷித்... ஏன் மாமா அப்டினா... உங்க சண்டைக்கு காரணமே... அந்த குட்டிசாத்தான்தானா... என்றவன் தலையில் இப்போ ருத்ரன் கொட்டினான்... என்னடா நக்கலா...என் பொம்முவ குட்டிசாத்தானு சொல்ற...

என்ன ஆளாளாளுக்கு ஒரு பச்ச புள்ளைய கொட்டுறிங்க... நான் போறேன் கோவமா... தலையை தேய்த்துக்கொண்டே சென்றுவிட்டான் ஷித்.

ஸ்ஸ்ப்பா... அண்ணகாரனுங்களே இப்டி படுத்துறானுங்களே தங்கச்சிகாரி என்ன பண்ண காத்து இருக்காளோ... என நினைத்து கொண்டே தன் அறைக்கு வந்தான் ருத்ரன்.

அறையின் உள்ளே எட்டி பார்க்க... சுவற்றோடு சுவராய் பல்லிப்போல் ஒட்டிக்கொண்டு தூங்கியிருந்தாள் சம்யு... அப்பா தூங்கிட்டா...

நிம்மதியாய் மூச்சுவிட்டவன் பொறுமையாய் தாழ்பாளை போட துள்ளிக்குதித்து எழுந்நாள் சம்யு.

அவள் எழுந்த வேகத்தில் ருத்ரனே ஆடிப்போயிட்டான்.

ஏய்... நீ இன்னும் தூங்கலையா... எதுக்கு இப்டி குதிச்சு எந்திருக்குற... கேட்டுக் கொண்டே மெத்தையின் அருகே வர... ஹலோ மிஸ்டர் ஹல்க் அங்கேயே நில்லுங்க என்றாள்.

ஏதே ஹல்க்கா... புருவம் உயர்த்தி ருத்ரன் கேட்க...

ஆமா பின்ன இவ்ளோ பெருசாவா வளருவிங்க...உங்க முன்னாடி நான் தம்தூண்டு இருக்கேன்....

நீ எலிகுட்டி மாறி இருந்துட்டு என்ன சொல்றியா... என்றான் நக்கலாக...

யாரு நான் எலிக்குட்டியா... என்றவள் வேகமாக எழுந்து கட்டிலின் மேலே நின்று இப்ப பாருங்க... நான்தான் ஹைட்டா இருக்கேன் என்றவளின் சிறுபிள்ளை தனத்தை நினைத்து சிரிப்புதான் வந்தது.

நீதான் ஹைட்... இப்ப உட்காரு... என்று அவள் கைபிடித்து இழுத்து பக்கத்தில் இழுத்து உட்காரவைத்தான்.

இப்ப சொல்லுடாம்மா... என்ன கேட்கனும் உனக்கு... பொறுமையாக கேட்க.

எப்டி தன்னை கண்டுகொண்டான் என்று சம்யு முழிக்க... என் பொம்மு எப்ப என்ன யோசிப்பானு

எனக்கு தெரியும்... சொல்லு என்ன தெரியனும்.. அவள் மூக்கை ஆட்டியபடியே சொன்னான்.

ஆஆ...வலிக்குது... அவன் கையை எடுத்துவிட்டவள் அந்தளவுக்கு என்ன தெரியுமா உங்களுக்கு...மூக்கை தேய்த்துக்கொண்டே கேட்டாள்.

ம்ம்ம்... இது என்ன கேள்விடா நீ பொறந்ததுல இருந்து பாக்குறேன் அப்ப உன்ன எனக்கு தெரியாத...

ஆமா அண்ணிக்கூட சொன்னாங்க...நான் இங்கதான் பொறந்தனாமே...

ஆமா... இந்த தேவதை இங்கதான் பொறந்துச்சு... வேற என்னவெல்லாம் சுஜி சொன்னா...அவள் முகத்தில் விழுந்த முடியை மெல்ல ஒதுக்கிவிட்டான்.அதில் சம்யு வார்த்தையால் சொல்ல முடியா அளவு அன்பை கண்டாள்.

ம்ம்ம்... சின்ன வயசுல நான் என்ன சொன்னாலும் நீங்க செய்வீங்களாம்...என்க

அப்ப மட்டுமில்ல இப்பவும் நீ என்ன சொன்னாலும் செய்வேன்...என்று சொன்னதுதான் தாமதம் துள்ளி குதித்தாள்.

நிஜமா... நான் என்ன சொன்னாலும் செய்விங்களா... ஆர்வமாய் கேட்க...

நிஜமா... என்றான் அவள் கைகளை பிடித்துக்கொண்டு...

அப்ப எனக்கு பூஸ்ட் வேணும்... என்க உண்மையிலே அவனுக்கு சிரிப்பு வந்துவிட்டது...

இவள் இன்னும் வளரவே இல்லை... சரி இரு நான் போய் எடுத்துட்டு வரேன்... என்றவன் கீழே சென்றுவிட... சம்யுக்குதான் ஆச்சர்யமாக இருந்தது... என்ன நான் சொன்னவுடனே போயிட்டான்... பர்ஸ்ட் சம்யு நீ எப்டிடி கேட்ட...வீட்ல இருக்கவங்கள தவிர எவ்ளோ க்லோஸா பழகினாலும் சட்டென்று யாரிடமும் எதையும் கேட்டு வாங்க மாட்டேன்... ஆனா இந்த ஹல்க்ட்ட எப்டி கேட்டேன்.

அதேமாறி இன்னைக்கு காலையில இல்லல்ல... ஏற்கனவே ஷாப்பிங் மால்ல பார்த்தேனே.... ஆனாலும் இப்டி தனியா ரூம்குள்ள ஒரு ஆம்பளையோட இருக்கேன் எனக்கு அன்கம்பர்டபுளாவே இல்ல... ரொம்ப ஈசியா பீல் பண்றேனேஎப்டி... பலவாறு யோசித்தவள் ஏதோ புரிந்ததும் சிரித்தாள்.

தானே பாலை காய்ச்சி பூஸ்டை போட்டு எடுத்து வந்தவன் சம்யு சிரித்துக் கொண்டிருப்பதை பார்த்து... என்ன பொம்மு சிரிச்சுட்டு இருக்க... கேட்டு கொண்டே வந்தவன் பூஸ்ட்டை அவள் கையில் கொடுத்தான்.

சூடு சரியா இருக்கா பொம்மு... ருத்ரன் கேட்டதும் டம்ளருக்குள் இருந்து தலையெடுக்கமாலே தலையாட்டினாள். குடித்து முடித்தவள் ருத்ரனிடம் டம்ளரை கொடுத்துவிட்டு அவன் சட்டையிலே வாயை துடைத்துக்கொண்டாள்.

தன் பொம்முவின் ஒவ்வொரு செயலையும் பார்த்தவன் உள்ளுக்குள் சிலிர்த்து போனான்... அவன் விரும்பியதும் இதுதானே அவள் தன்னிடம் உரிமையாய் இருக்க வேண்டும் அவளை தன் கைக்குள்ளே வைத்து பாதுகாக்க வேண்டும் கொஞ்சி தீர்க்க இதுதானே ருத்ரனுடைய இத்தனை வருட

ஏக்கம்... அது நிறைவேரும் போது அவன் ஏன் வருந்த போகிறான்.

நான் ஒன்னு கேட்கவா...

கேளு பொம்மு....

எதுக்கு என்ன கடத்துனிங்க...

அதனாலதானே இப்ப நீ என்கூட இருக்க....

ம்ப்ச்... அதுக்காக கடத்துவாங்களா...எனக்கு என்ன கடத்திடிங்கன்றதவிட நீங்க கடத்துனிங்கன்றதுதான் கோவம்...என்னால கன்ட்ரோல் பண்ணவே முடியல அதான் அழுதேன் சண்டை போட்டேன்.. யாரும் உன்ன பொண்ண கத்துனவனா பாக்குறதே என்னால ஏத்துக்க முடியல... பஞ்சாயத்துல கூட அந்த பெரியவரு கேட்கும் போது எனக்கு அவ்ளோ கோவம் வந்தது... இனிமே எனக்காக கூட யாரும் கேள்வி கேட்குற மாறி நடக்காதிங்க...ஐ ஹேட் இட்....மூச்சு வாங்க கோவமாக பேசியவளை அள்ளி அணைக்க தோன்றியது ருத்ரனுக்கு...அவளுக்காக கூட நான் யாரிடமும் தலைகுனிய கூடாதாம் எந்தளவு தன்னை நேசிக்கிறாள் என்பதை நன்கு அறிந்தான் ருத்ரன். ஆனால் அதை உணர வேண்டியவளோ உணராமல் இவன் முகத்தை பார்த்துக்கொண்டிருந்தாள்.

இனிமே இப்டி செய்ய மாட்டேன்... இன்னொரு பொண்ண கடத்தி கல்யாணம் பண்ற ஐடியாலாம் இல்ல பொம்மும்மா... முதலில் அவன் சொன்னதை கேட்டு சிரித்தவள் அடுத்த வரியை கேட்டு கண்டாகி விட்டாள்.

ஓஓஓ...சாருக்கு அந்த நினைப்பெல்லாம் வேற இருக்கா... கடத்திதான் பாருங்களேன்... எவளும் இப்டி உட்கார்ந்து பூஸ்ட் கேட்டுட்டு இருக்க மாட்ட... இந்நேரம் போலீஸ்ல புடிச்சு கொடுத்து களிதிங்க வைச்சுருப்பா... பட்டாசாய் பொறிய...

ஹாஹாஹா.... எவ்ளோ கோவம் வருது... உனக்கு கொஞ்சமாச்சும் புருசன்ற பயம் இருக்கா...

நான் ஏன் பயப்படனும்...

நான் உன்ன என்ன வேணாலும் பண்ணலாம்... அந்த என்னவில் கொஞ்சம் அழுத்தம் கொடுத்து சொல்ல...இப்போ சம்யு சிரித்தாள்.

ஹாஹா... யோவ் லூசு ஹல்க் காமெடி பண்ணாத... சிரிப்பா வருது... என்ன வேணாலும் பண்ற ஆள பாரு... நீ என்ன ஜானுகுட்டிய எப்டி பாக்குறியோ அதேமாறிதான் பாக்குற... அப்பா அண்ணாலாம் என்ன எப்டி பாத்துக்குவாங்களோ அதே மாறி பாத்துக்குற.... இதுல உன்ன பாத்து பயந்துட்டாலும்... என்றவள் மீண்டும் சிரிக்க...

ருத்ரனுக்கு ஐஸ் மழையில் நனைந்தது போல் இருந்தது... ஒரு ஆணுக்கு இதைவிட வேறு என்ன வேண்டும்... தான் உயிராய் விரும்புபவள் தந்தையிடமும் தமையனிடமும் உணரும் பாதுகாப்பை உன்னில் உணர்கிறேன் என்று சொல்வது எத்தனை பேருக்கு கிடைக்கும்... கணவனாய் எளிதில் ஜெயித்துவிடலாம்... ஆனால் அப்பா அண்ணனை போன்று பாசத்தையும் பாதுகாப்பையும் தந்து ஒரு காவலனாய் ஜெயிப்பது என்பது கஷ்டம் அதை தன்னவளிடமிருந்து கேட்டவன் சிறகில்லாமல் வானில் பறந்தான்.

பொம்மு... என்று உணர்ச்சி மிக அழைத்தவன் அவள் நெற்றியில் மென்மையாக முத்தமிட்டான்... காதலில்லாத காமமில்லாத தூய அன்பு மட்டுமே நிறைந்த இருவரின் முதல் முத்தம்.இருவரும் ஒருவரை ஒருவர் பார்த்து சிரித்துக்கொண்டனர்.

ஓகே ஹல்க் கத சொல்லு
தூங்கலாம்....சொல்லியவாறே சம்யு படுத்தாள்.

கதையா....

ஆமா... நான் என்ன சொன்னாலும் நீ செய்வேனு சொல்லி இருக்க.... சோ கத சொல்லு.... அதிகாரமாய் சொன்னாள். ருத்ரனும் கதை சொல்ல இது வேணாம் அது வேணாம் என்று படுத்தி எடுத்தாள்.

ஏய்...சொல்ற கதையெல்லாம் வேணாம்னு சொன்னா நான் என்ன பண்றது...

தினம் நான்தான் ஜானுக்கு கத சொல்வேன்... சோ எனக்கு நிறைய கத தெரியும்... அதனால எனக்கு தெரியாத கதையா சொல்லு... அதேமாறி தினம் எனக்கு நைட்ல பூஸ்ட் கொடுத்து புதுபுது கதையா சொல்லனும் ஓகேவா... என்று கட்டளையிட அவனும் சிரித்துக்கொண்டே சரியென்று கதை சொல்லி தூங்கவைத்தான்.

தூங்கும் தன்னவளையே கண்கொட்டாமல் பார்த்தவன் இன்னும் சின்ன புள்ளையாவே இருக்கா... என நினைக்க... பொண்ணுங்க அவங்களுக்கு ரொம்ப பிடிச்சவங்கட்டதான் தன்னோட குழந்தை தனத்த காமிப்பாங்க... சின்ன சின்ன ஆசைகளை அவங்கட்டதான் கேட்பாங்க...என்று மனசாட்சி

சொல்ல அதுவும் உண்மைதான் என்று எண்ணியவனும் தூங்கினான்.

காலையில் சம்யு கண்விழிக்கும் போது ருத்ரன் இல்லை...இந்த ஹல்க் இவ்ளோ காலையில எங்க போச்சு... யோசித்துக்கொண்டே இறங்கி வந்தவள் முற்றத்திலிருந்த கட்டிலில் படுத்தவள் அம்மா பூஸ்ட்... எப்பவும் போல கத்தினாள்.

மகளின் சத்தம் கேட்டு வெளியே வந்த ஊர்மிளா.... சம்யு இன்னும் என்ன பழக்கம் இது உனக்கு கல்யாணம் ஆகிடுச்சு... இனிமே இப்டி சின்னபுள்ள தனமா பண்ணிட்டு இருக்காத... என்று கத்த...

அப்போ அங்கே வந்த தாத்தா.... பேத்தியின் தலையை மடியில் வைத்து தட்டி கொடுத்தவர்....என் பேத்தி எப்பவும் சின்னபுள்ளதான்... அவ அவளா இந்த வீட்ல இருக்குறதுதான் எங்களுக்கு சந்தோஷம்... என்க

அப்படி சொல்லுங்க மாமா... என்றவாரு பூஸ்ட்டுடன் வந்த வாணியை பார்த்து அது சரி விட்டா நீங்க மடியில போட்டு சங்குல ஊத்துவிங்க போல ஏண்ணி இப்டி இருக்கிங்க... ஊர்மிளா சலித்துக்கொள்ள...

அதுதான் பிரச்சனைனா அப்டியே செஞ்சுடுவோம்... முரளி அந்த ஸ்டோர் ரூம்ல சங்கு இருக்கும் போய் எடுத்துட்டுவா... பரமேஸ்வர் சொல்ல... முரளி தாயை பார்த்து சிரித்தான்.

அண்ணா நீயுமா... நல்லா இவளுக்கு ஜால்ரா தட்ற மாறி எப்டிதான் எல்லாரும் இருக்கிங்களோ... இவ்ளோ பேசுறோமே கண்ணயாவது தொறக்குறாளா பாரு...

அம்மா... இப்ப பாரு...அத்த பூஸ்ட்ட கொடுங்க...என்ற ஷித் டம்ளரை வாங்கி சம்யுவின் மூக்கின் அருகில் எடுத்து சென்று இப்டி அப்டி ஆட்ட... பூஸ்ட் வாசத்தில் சம்யு கண்திறக்க... அனைவரும் சிரித்தனர்.

டேய்...எதுக்குடா எல்லாரும் சிரிக்கிறிங்க...நீ குடிடாம்மா... தாத்தா பூஸ்டை ஷித்திடமிருந்து புடுங்கி சம்யுவின் கையில் கொடுக்க அனைவருக்கும் பலிப்பு காட்டிவிட்டு குடித்தாள்.

ஜானுவின் சிரிப்பொலி கேட்க...
அண்ணி ஜானு எழுந்துட்டாளா... சம்யு கேட்க

எழுந்துட்டா சம்யு பின்னாடி அஅண்ணாகூட இருக்கா... சுஜி சொல்லவும் சிட்டாய் பறந்தாள் சம்யு.

அங்கு ஜானுவை கையில் வைத்து மருதுவுடன் ருத்ரன் பேசிகொண்டிருந்தான்.

சம்யு வந்ததை பார்த்தவன் பொம்மு இங்க வா... என்றழைக்க மருதுவை பார்த்து பயந்தவள் தயங்கி தயங்கி அருகில் வர... ஏய் ஜானுவே இவன்ட்ட சிரிச்சு பேசுறா உனக்கென்ன வா... அவள் கைபிடித்து இழுத்து சேர்த்தணைத்து கொண்டான்.

பொம்மு இவன் மருது...எனக்கு தம்பி மாறி...டேய் மருது... இதுதான்டா பொம்மு...என்றதும் அந்தகாளைக்கு என்ன புரிந்ததோ வேகமாக தலையாட்டியது...புரியாத என்ன இவன் அதிகமா தன் பொம்முவை பற்றிய புலம்பிய ஆட்களில் இரண்டாமவன் ஆயிற்றே...முதல் ஆள் நம்ம அருள்... சொல்லி வாய மூடுல வந்துட்டான்...

என்னடா காலையிலே குடும்பமா நிக்குற... கேட்டுக்கொண்டே வந்தான் அருள்.

அப்போதுதான் ருத்ரன் கவனித்தான் ஒருகையில் சம்யுவை அணைத்திருக்க மறுக்கையில் கிட்டதட்ட எழுவது சதவீதம் சம்யுவின் ஜாடையில் இருந்த ஜானுவை அணைத்திருந்தான். அதை உணர்ந்தவன் மெலிதாய் சிரித்தான்.

குட்மார்னிங்ண்ணா... சம்யு சொல்ல...

குட்மார்னிங் பாப்பா... ஒன்னும் பிரச்சனை இல்லையே...

எனக்கு என்ன நான் நல்லாதான் இருக்கேன்...சம்யு சொல்லிட்டு இருக்கும் போதே ஜானு அருளிடம் தாவ...

அடடே வாங்க வாங்க தங்கம்... பாப்பா பால் குடிச்சிங்களா... அருள் கொஞ்ச... அழகாய் சிரித்து தலையாட்டினாள் ஜானு.அவளின் கண்ணத்தில் முத்தமிட்டு கொஞ்ச ஜானுவும் திரும்ப முத்தமிட்டாள்.உடனே சம்யுவிடம் தாவினாள் ஜானு...

பாரேன் தாவிட்டே இருக்கறத... அருள் சொல்ல...

அவ இவ்ளோ நேரம் அவுங்க அத்தைட்ட போகமா இருந்ததே பெரிய விசயம் அண்ணா... என்றவாறே சுஜி வந்தாள்.

இங்க பாருடி செல்லம் உன்னையும் என்னையும் பிரிக்க வந்துடாங்க... மருமகளை கொஞ்சினாள் சம்யு.

ஆமாடி இதான் எனக்கு வேல பாரு...தாத்தா கேட்டாருடி பாப்பாவ...என்ற சுஜி ஜானுவை வாங்கி கொண்டு உள்ள வாங்கண்ணா... அருளை கூப்பிட...

இந்தா இங்க ஒரு பஞ்சாயத்து இருக்கு முடிச்சுட்டு வரேன் சுஜிம்மா...ருத்ரனை பார்த்துக்கொண்டே சொன்னான் அருள்.

என்னாச்சுண்ணா எதாவது பிரச்சனையா...

அட நீ பயப்படுற மாறிலாம் ஒன்னுல்ல... ஏன் சுஜி கல்யாண ஆன ராத்திரி பொண்ணு பையனுக்கு பால் எடுத்துட்டு போகும்னு எனக்கு தெரியும் பையன் பொண்ணுக்கு பூஸ்ட் எடுத்துட்டு போற சடங்கு இருக்காமே உனக்கு தெரியுமா...என சீரியஸாக கேட்க முதலில் முழித்தவள் சம்யு ருத்ரன் இருவரும் அசடு வழிவதை பார்த்து... புரிந்துகொண்டவள்...

இப்டிலாம் கூடவாண்ணா நடக்குது.... என்றாள் சிரிப்போடு...

நடக்குதே... அதான் இந்த பைய போட்ட பூஸ்ட்ட குடிச்சு... பாப்பாவுக்கு என்ன ஆச்சோனு வந்து கேட்டா... எனக்கென்ன நான் நல்லா இருக்கேன் சொல்லுது... பைய பலவருசமா ப்ராக்டீஸ் பண்ணி இருப்பான் போல.. என்று கலாய்க்க

அருள் கழுத்தோடு சேர்த்து பிடித்தவன் கண்ண கலட்டி காத்துல பறக்க விட்டுடுவியாடா... என்று நெருக்கினான்.

ஜானு சிணுங்கவும் சுஜி அவளை தூக்கி கொண்டு உள்ளே சென்றுவிட்டாள்.

ஒருவாரு நண்பர்கள் இருவரும் கேலி கிண்டல் முடிய...சம்யுவும் மருதுடன் ஒட்டிக்கொண்டாள்.

டேய்.... தாரிணிய சமாளிச்சுட்டியா... ருத்ரன் கேட்க...

அதெல்லாம் சமாளிச்சுட்டேன்டா...

அண்ணா நான் நேத்து விளையாட்டுக்குதான் பண்ணேன் அண்ணி கோச்சுகிட்டாங்களா... சம்யு பாவமாக கேட்க...

இல்லடா பாப்பா...என்றான் சம்யு தலையை மெல்ல ஆட்டி....

நீங்க உண்மையாவே ரொம்ப நல்ல பையனா அண்ணா சைட் அடிக்க மாட்டிங்களா...

ச்சச்ச எவன் சொன்னான்... நான் சைட் அடிப்பேன்... நூறு மீட்டர் தூரத்துல இருக்க பொண்ணுக்கும் கரெக்ட்டா மார்க் போடுவேன்... அதுல எல்லாம் என்ன அடிச்சுக்க ஆளே இல்ல... ஓ புருசன்லா தத்தி...

அதான் தாரிணி அண்ணிய ஓகே சொன்னிங்களா... அண்ணி ரொம்ப அழகா இருக்காங்க...

யாரு அந்த ஒல்லிபிச்சானா... தொட்டாலே ஒடிஞ்சு விழற மாறி ... காலேஜ் டைம்ல எவ்ளோ அழகான பொண்ணுங்க எல்லாம் என்ன லவ் பண்ணு பண்ணுனு கெஞ்சுனாங்க தெரியுமா... நான்தான் சின்ன வயசுலயே இந்த லூசு பெருசங்க எல்லாம் சேர்ந்து அத்த பொண்ணுனு சொத்த பொண்ண எனக்குனு பேசி வைச்சுடுச்சுங்க நானும் அந்த புள்ளைக்கு வாக்கு கொடுத்துட்டேன்.... சோ சாரினு சொல்லிட்டேன்....

ஆனா பாப்பா இப்ப பீல் பண்றேன்... அப்பவே எவளயாவது ஓகே பண்ணியிருக்கலாம்னு.... இப்ப அதுமாறி எவளயாவது பார்த்தேன் நானே கால்ல விழுந்து கரெக்ட் பண்ணிடுவேன்... என்று தற்பெருமை பேச...

அண்ணே... பொறுமையா திரும்பி பாருங்க ரொம்ப நேரம் ஒரு அழகான பொண்ணு உங்கள வைச்ச கண்ணு வாங்காம பாக்குது... அது ஓகேவா பாருங்க....சம்யு ஹஸ்கி வாயிசில் சொல்ல

அது யாருடா அது .... இங்க இருக்கதுங்க எல்லாம் சப்ப பீஸ் ஆச்சே... பாப்பா இப்டி புகழ்ற அளவுக்கு அழகான பொண்ணு....என்று அருளும் ஹஸ்கி வாய்சில் கேட்டுக்கொண்டே திரும்ப....

அங்கே தாரிணி கண்ணில் தீப்பறக்க நின்றாள்.

தாரிணியை பார்த்தவன் ஆத்தாடி... இன்னைக்கு டெத் கன்பார்ம்... நம்மளே போய் சுடுகாட்டுல படுத்துக்குவோம்... பயத்தில் திருதிருவென முழித்தான் அருள்.

அத்தியாயம்

11

அருள் தேவையில்லாமல் பேசி தாரிணியிடம் மாட்டிக்கொண்டு முழித்தான்.

செல்லம் நீ எப்படி வந்த... அருள் தாரிணி அருகே செல்ல...

ஓஓஓ....ஒல்லிபிச்சான் இப்ப செல்லம் ஆயிட்டேனா... என்று தாரிணி முறைக்க...

யாரும்மா உன்ன பாத்து அப்டி சொன்னது... காட்டு மாமா வெட்டி வீசிடுறேன்.... எவன்டா அது... என்று வேட்டியை மடித்து கட்டி அருள் எகுற...

நீதான்டா...

என்னடி மாமன மரியாத இல்லாம பேசிட்ட...

அடிங்க கொங்கப்பமவனே யாருகிட்ட உன் நடிப்ப காட்ற... இவ்ளோ என்னா வாய்பேசுன நீ... என்று அருளை அடிக்க துரத்த...

அடியே.... நான் ஒன்னும் பண்ணலடி... சும்மா பாப்பா ஒரு நாடகத்துக்கு ஸ்கிரிப்ட் கேட்டா அதான்டி சொன்னேன்...

ஓடினான் கத்திக்கொண்டே...

நாலாம் எதுவும் கேட்கல அண்ணி... அண்ண பொய் சொல்லுது...வாயிலே நாலு போடு....எரியுற நெருப்புல எண்ணய ஊத்தினாள் சம்யு...

ருத்ரன் நண்பன் படும்பாட்டை பார்த்து சிரித்தான்.

எம்புட்டு தூரத்துல இருந்தாலும் ஐயா கரெக்ட்டா மார்க் போடுவிங்களோ... என்றவள் தேங்காய் உறித்த மட்டையை அவன் மண்டையை குறிவைத்து அடிக்க... குனிந்து ஓடியவன் ருத்ரனிடம் தஞ்சமடைந்தான். சம்யு கைதட்டி குதித்து குதித்து தாரிணிக்கு டெரக்ஸன் சொன்னாள்.

அண்ணிவிடாத போடு...போடு...

மச்சா காப்பாத்துடா...ருத்ரனின் தோளை பிடித்து நடமாட...

ஆங்...இந்த அறிவு வாய விடுறத்துக்கு முன்னாடி இருக்கனும்...நீ சாத்துமா தாரிணி.... என்று மாடு கட்டும் கயிறை எடுத்து கொடுக்க...

அடேய்...துரோகி பயலே...அருள் அலற...

ஐயோ...எங்க அண்ணா பாவம்... என்ற சம்யு அருளை கட்டிக்கொண்டால் அடிவாங்காமல் மறைப்பது போல்....

மூவரும் சிரிக்க...

எதுக்க இப்ப சிரிக்கிறிங்க...

இல்ல...நீயே போட்டு கொடுத்துட்டு இப்ப நீயே காப்பாத்துற உங்க அண்ணன... தாரிணி மூச்சு வாங்க கேட்டாள்.

ஆங்...அது சும்மா...ஒரு பன்க்கு... அதுக்கு அண்ணாவ அடிப்பிங்களா...

பாத்தியா இதான் என் பாப்பா... என்ற அருள் அணைத்திருந்தவளின் உச்சியில் அன்பு முத்தமிட்டான்.

எனக்கு தெரியும்டா பாப்பா... நீ இப்டிதான் பண்ணுவனு...

ஓஹோ...அப்ப மூணு பேரும் என்ன கலாய்சிங்களா.... என்று சிணுங்க...

இல்லடா பொம்மு... நாங்க உன்ன கலாய்ப்போமா... நீ சின்ன வயசுலயும் இப்டிதான் பண்ணுவ மாட்டிவிட்டு நீயே காப்பாத்துவ... அதான் மறுபடியும் அப்டி பாக்க ஆச பட்டோம்... ருத்ரன் சொல்ல...

நான் அப்டிதான்...என்றவள் தாரிணியிடம் சென்று அண்ணி நேத்து எல்லாரும் ரொம்ப டல்லா இருந்தாங்க அதான் அப்டி சொன்னேன்.

அட சம்யு எனக்கும் தெரியும்... அதான் நானும் இவர்ட்ட சண்ட போட்டேன்... மத்தபடி உங்க அண்ணா அதுக்கெல்லாம் சரிபட்டு வரமாட்டாருனு எனக்கு தெரியும்... நேத்து கார விட்டு இறங்கும் போது கைகாலெல்லாம் என்னா ஆட்டம் தெரியுமா.... பிரபுதேவா தோத்தாரு போ... அருளை கேவலமாக பார்த்துக்கொண்டே சொல்ல...

ஏய்...என் இமேஜ ஏன் டேமேஜ் பண்ற... அருள் கத்த...

அது எப்ப உங்களுக்கு இருந்துச்சு....சம்யுவும் தாரிணியும் கோரஸ் பாடி ஹைபை போட்டுசிரித்தனர்.

இது உனக்கு தேவையா மாப்ள... ருத்ரன் சொல்லி சிரிக்க அருளும் சேர்ந்துகொண்டான்.

அப்டியே அந்த நாள் கழிய மாலை சம்யு குடும்பத்தினர் கிளம்புவதாக சொல்ல... சம்யுவுக்கு அப்போதுதான் புரிந்தது....ஐயோ இனிமே யாரும் நம்மளோட இருக்க மாட்டாங்களே...என நினைத்தவள் முகம் வாடிவிட்டது... ஷித் அவள் தோளில் கைப்போட்டு... அணைத்துக்கொண்டான்.

என்னம்மா...அதுக்குள்ள இப்டி சொல்றிங்க... தாத்தா கேட்க...

இல்ல மாமா... அப்டியே அவசரமா வந்துட்டோம்... போட்டது போட்டபடி கிடக்குது.... ஊர்மிளாவும் அதையே ஆமோதிக்க...

சரி மாப்ள... நீங்க சொல்றதும் சரிதான்... போயிட்டு அடுத்த வாரம் வாங்க... பரமேஸ்வர் சொல்ல...

மாமா...நான் ஒன்னு சொல்லலாமா....முரளி கேட்க...
சுஜியிடமிருந்து சம்யுவிடம் தாவிய ஜானு... அத்தையின் கவலையை உணர்ந்து முத்தமிட்டு கரைத்தாள் அதை..

இது என்ன கேள்வி முரளி... சொல்லுப்பா...

தாத்தா...அது சென்னையில ரிஷப்ஷன் வைச்சுக்கலாம்... அங்க இருக்கவங்களுக்கு குட்டிம்மாக்கு கல்யாணம் ஆனது தெரியாது.... சோ... அங்க எல்லாருக்கும் தெரிய படுத்துன மாறி இருக்கும்... நாங்களும் அவளுக்கு செய்ய வேண்டியத செஞ்ச மாறி இருக்கும்... முரளி சொல்ல...

என்ன முரளி இது.... நம்ம புள்ளைக்கு நீ தனியா சீர் செய்ய அசலுலயா கொடுத்துருக்க... வாணி கேட்க

விடும்மா வாணி... அவனுங்களுக்கும் தங்கச்சி கல்யாணத்த இப்டியெல்லாம் நடத்தனும்னு ஆசை இருக்கும்ல...அத ஏன் கெடுத்துக்குட்டு...தாத்தா சொல்ல...

அதுவும் சரிதான்...வாணி சொல்லிட்டு இருக்கும் போதே அதானே அத்த...நீங்க என்ன வழக்கத்த மாத்த பாக்குறிங்க... தங்கச்சிக்கு கல்யாணம் பண்ணனும்...அப்ப வர பொண்ணுங்கள நல்ல சைட் அடிச்சு பாலோ பண்ணி... அதுல ஒண்ண செலக்ட் பண்ணி... அப்டியே அத அரேஜ் மேரஜா கன்வட் பண்ணி அண்ணங்காரன் செட்டில் ஆகனும்... இதானே பராம்பரியம்... இப்டி உங்கள மாறி சிலபேர் இருக்கதுனாலதான்... நம்ம கல்ச்சர் சீரழிந்து போகுது.... சீரியஸாக ஷித் சொல்ல...

அடப்பாவி... என்னாம பிளான் போடுறான் பாரேன்... என்று வாணி ஷித் காதை திருக...

ஆஆஆ...அத்த வலிக்குது...

ஊர்மிளா எனக்கு என்னவோ இவன் ஏற்கனவே பொண்ண பாத்துட்டு அத நமக்கு காமிக்கதான் இந்த ஏற்பாடு பண்றான் நினைக்குறேன்... வாணி சொல்ல...

எனக்கும் என்னமோ அப்டிதான்ம்மா தோணுது... சுஜி சொன்னாள்.

ஆஹா ஒன்னுகூடியிட்டாங்கய்யா... ஷித் புலம்ப...அனைவரும் சிரித்தனர்.

சரிப்பா... நீங்க சொன்ன மாறியே ரிஷப்ஷன் வச்சுக்கலாம்... பரமேஸ்வர் சொன்னார்.அடுத்த இருபது நாளில் நல்ல நாள் இருப்பதால் அன்றே வைத்துக்கொள்ளலாம் என்று முடிவெடுத்தனர்.

அனைவரும் கிளம்ப சம்யுதான் அழுது ஆர்பாட்டம் பண்ணிவிட்டாள்.

அம்மா...என்று ஊர்மிளாவை கட்டிக்கொண்டு அழ...

சம்யு இங்க பாருடா... நாங்க என்ன கண்டம் கடந்தா போறோம்... சென்னைக்கு தானேடா... இங்க பாரு அழுகைய நிப்பாட்டு... இனிமே நீ தான் தாத்தா மாமா அத்த ருத்ரா எல்லாரையும் பாத்துக்கனும்.... இன்னும் சின்ன புள்ள இல்லடா நீ.... சந்தோஷமா இருக்கனும்.... இனி இந்த வீட்டு சந்தோஷம் உன் கையில.. சரியா... என மகளுக்கு தாயாய் பல அறிவுரை வழங்கினார்.

ஜெகநாதனுக்கு வார்த்தையே வரவில்லை... மகளை விட்டு அவரால் இருக்கவே முடியாது... ஆனால் இன்று அவளை இன்னொருவரின் மனைவியாய் விட்டுவிட்டு செல்வது நெஞ்சை அழுத்த அவளை அணைத்து நெற்றியில் முத்தமிட்டு... தங்கம் சந்தோஷமா இருடா.... அதேமாறி எல்லாரையும் நல்லா பாத்துக்கனும்...என்றார் கலங்கிய கண்களோடு...

அண்ணி... அப்பா அம்மா அண்ணா ஷித் எல்லாரையும் பாத்துக்கோங்க... முக்கியமா ஜானுக்குட்டிய பத்திரமா பாத்துக்கோங்க... ஓடிட்டே இருப்பா.... வெளிய விடாதிங்க... சும்மா மாடி ஏறி ஏறி இறங்காதிங்க....உங்க உடம்பையும் நல்லா பாத்துங்க அப்பதான் இவ பின்னாடி ஓட முடியும்... என்றவள் மருமகளை வாங்கி கண்ணீரோடு முத்தமிட்டு அணைத்துக்கொள்ள அதுவும் அத்தையின் கழுத்தை இறுக்கி கட்டிக்கொண்டது.

அண்ணா... பெரிய கேவலோடு முரளியை கட்டிக்கொண்டள் இனிமே நான் உன்கூட இருக்க முடியாதுல்ல...என்று அழ...

என்னடா குட்டிம்மா இப்டிலாம் பேசுற...அண்ணன நினைச்சாலே அண்ணே உன் முன்னாடி இருப்பேன்டா... உனக்கு எப்ப தோணுதோ உடனே அங்க நம்ம வீட்டுக்கு வந்துடு... இதுக்கு போய் அழலமா... என்றவனின் கண்கள் அருவியாய் கண்ணீரை கொட்டியது...

ஷித்...இனிமே நீ ஜாலியா இருப்பல்லடா... என் தொல்ல இல்லமா....நீ மட்டுமே அண்ணி செய்ற பூரியெல்லாம் சாப்பிடுவதானே...என்க

பின்ன எப்படா இந்த குட்டிசாத்தான் மூஞ்சுல தண்ணி ஊத்துன்ற பயம் இல்லாம நிம்மதியா தூங்கலாம்... என்னத்த போட்டுக்கொடுத்து என் முதுகுல அண்ணனையும் அப்பாவையும் தபேலா வாசிக்க வைப்பன்ற பயம் இல்லாம நடமாடலாம்...என விளையாட்டாய் பேசிக்கொண்டிருந்தவன்... ஆனா குட்டிம்மா தினம் காலையில எழுந்ததும் சோபாவுல தூங்கி வழியுற உன்ன பாக்காம எனக்கு நாளே விடியாது

குட்டிம்மா...என்று கண்கலங்க... அண்ணா என்று ஷித்தை இறுக்கி அணைத்து அழுது தீர்த்துவிட்டாள்.

தாத்தா பரமேஸ்வர் வாணிக்கு அவளின் அழுகை கண்ணீரை வரவழைத்தது.

ருத்ரனுக்கோ அவளை எப்டி தேற்றுவது என்று தெரியாமல் அவளையே பார்த்துக்கொண்டு நின்றான்.

ஒருவாரு அனைவரும் சமாதனமாகி கிளம்பினர்... ஜானு அத்த பா...பா... என அழுதுக்கொண்டே செல்ல....

ருத்ரனை அணைத்து அழுதுக்கொண்டே அனைவருக்கும் கையாட்டி விடை கொடுத்தாள் சம்யு.

அத்தியாயம்

12

சம்யுவின் குடும்பத்தினர் சென்னை கிளம்பிவிட அன்று முழுவதும் சோகமாகவே திரிந்தாள். இரவு சாப்பிடும் போது தாத்தா சம்யு அமைதியாக இருப்பதை பார்த்தவர் அழைத்தார்.

தாத்தா சம்யு ருத்ரன் பரமேஸ்வர் என்று நால்வரும் அரைவட்டமாக அமர்ந்திருக்க வாணி பரிமாறினார்.

பாப்பா... ஏன்டாம்மா அமைதியாவே இருக்க...தாத்தா கேட்க...

இல்ல தாத்தா...நல்லாதான் இருக்கேன்...என்று சுரத்தே இல்லாமல் சொன்னாள் சம்யு...

இப்பதான்டா கொஞ்ச வருசமா நீ இங்க வரது இல்ல... ஆனா நீ பொறந்து வளர்ந்துது எல்லாம் இங்கதான்....நீ எப்பவும் துருதுருனு இருப்ப....உன்ன பத்தி எங்களுக்கு தெரியாதாடா... பரமேஸ்வர் கேட்க...

வீட்ல எல்லாரையும் மிஸ் பண்றேன் மாமா...ஜானு குட்டி நான் காலேஜ் விட்டு வந்துட்டா போதும் என் கூடவே இருப்பா...

ஷித் எவ்ளோ சண்டை போட்டாலும் என்ன விட்டு இருக்கவே மாட்டான்...அண்ணா சாப்பிடும் போது

எனக்கு ஒருவாயாவது ஊட்டிடுட்டு தான் சாப்பிடுவாரு...அம்மா அப்பா அண்ணி இப்டி எல்லாரையும் மிஸ் பண்றேன்....சோகமாக சொல்ல...

ருத்ரனுக்கு கஷ்டமாக இருந்தது நம்ம அவசரபட்டு பண்ணதுனாலதான்... என்று தன்னைதானே நொந்து கொள்ள... ஏன் இப்ப நீ நாள் நட்சத்திரம் பார்த்து கூட்டிட்டு வந்திருந்தா மட்டும் அவ கஷ்டபட மாட்டாளா... என அவன் மனசாட்சி கேள்வி எழுப்ப.... அப்டி இல்ல... ஆனா வீட்ட விட்டு பிரிய போறோம்ன்ற எண்ணம் இருந்திருக்கும்... அதனால கொஞ்சம் வருத்தம் கம்மியா இருக்கும்ல...தன் மனசாட்சிக்கு பதிலளிக்க அதுவோ காரி துப்பியது... எவன்டா உனக்கு இப்டியெல்லாம் யோசிக்க கத்துகொடுக்குறது... ஏன்டா முன்னாடியே தெரிஞ்சுட்டா மட்டும் இருவது இருவத்தைஞ்சு வருசம் பெத்து வளர்த்தவங்க கூட பொறந்தவங்கள விட்டுட்டு வரும் போது சந்தோஷமா இருக்குமாடா...பொண்ணுங்கள கல்யாணம்ற பேருல சொந்த வீட்டுக்கே மூணாவது மனுசியா மாத்திடுறிங்க... ஒரே நாள்ல இது வரைக்கும் நீ வாழ்ந்த வீடு உனக்கு முக்கியம் இல்ல... இதுதான் ஓ வீடுனு புதுசா ஒரு குடும்பத்துக்குள்ள திணிக்குறிங்க... எல்லாத்தையும் அந்த புள்ளைங்க ஏத்துக்குதுங்க... அதுக்குனு ஒரு நாளு நாளைக்கு கூட தன்னோட குடும்பத்த நினைச்சு கவல படக்கூடாதா...என்று கழுவி ஊத்த...நான் எப்ப லூசே அப்டி சொன்னேன்...என் பொம்மு வருத்த படுறா அவள எப்டி சமாதனபடுத்துறதுனு கேட்டா... சமூக சீர்திருத்தவாதிமாறி பேசிட்டு இருக்க...ருத்ரன் கேட்க... ஓஓஓ...அப்ப உண்மைய சொன்னா.... நீங்க பண்ற அநியாயத்த எல்லாம் சொன்னா அவனா சீர்த்திருத்த வாதியா நீ... நாட்ட நேர்படுத்த வந்த தியாகி நீ... இப்டினு கேட்டு கேவலபடுத்திவிங்க

அப்படிதானே....மனசாட்சி கொந்தளிக்க... எப்பா டேய்... ஊரு உலகத்துல எப்டி இருக்காங்கனு எல்லாம் எனக்கு தெரியாது... நான் ஏ பொம்முவ பொண்டாட்டிய மனவருத்த படாம பாத்துக்குவேன்... அவ கலங்குனா... என்னால தாங்க முடியாது... அதுமட்டுமில்ல... பொண்டாட்டிய கஷ்ட படுத்துறவன் மனுஷனே இல்ல... இப்ப என்ன பண்ணி என் பொம்முவ சிரிக்க வைக்கலாம் சொல்லுடா... ருத்ரன் ஆலோசனை கேட்க....

ஓகே ஓகே...நான் உன்ன மட்டும் தான் திருத்த முடியும்.... நிமிர்ந்து நில் படத்துல ஜெயம்ரவி சொல்ற மாறி ஒவ்வொருத்தருக்கு உள்ளயும் ஒருத்தன் இருப்பான்.... அவன் உண்மைய நல்லத மட்டும்தான் சொல்லுவான் அவன் சொல்றத கேட்கனும்... முக்கியமா அவன பேச விடனும்... இப்ப நிறைய பேர் அவனையே கொன்னுட்டு நடபிணமா வாழ்ந்துட்டு இருக்காங்க.... கேட்டா ஷூட்சுவேன் அப்டினு ஒரு மொக்க டயலாக் விட வேண்டியது... என மனசாட்சி பொறிந்து தள்ள...டேய் நான் கேட்டதுக்கு தவிர மத்த எல்லாத்துக்கும் பதில் சொல்றடா நீ... நானே உன்ன கொல்ல போறேன் பாரு... ருத்ரன் டென்ஸனாக...சரி சரி எதோ கொஞ்சம் எமோசனல் ஆகிட்டேன் விடு... பொம்முவோட ப்ளஸ்ஸே அவ குழந்ததனம் தான்... அத நீ வெளிய கொண்டு வந்துட்டாலே அவ நார்மல் ஆகிடுவா...சோ...எதாவது பண்ணி அவள வெளிய கொண்டுவா... இப்டி மனசாட்சியுடன் ருத்ரன் பட்டிமன்றம் நடத்தி கொண்டிருக்க... சம்யுவே அவனுக்கு லீட் கொடுத்தாள்.

நாங்கலாம் இல்லயா உனக்கு... ஏன்டா சம்யு உனக்கு இங்க கஷ்டமா இருக்கா...வாணி வருத்தமாக கேட்க... எழுந்து வந்து அவரை கட்டிக் கொண்ட சம்யு...இல்லத்த உண்மையாவே எனக்கு இது புது

இடமாவோ... நீங்க எல்லாம் அன்னியமாவோ தெரியல...நான் இங்க சந்தோஷமா இருக்கேன்... என்ன கொஞ்சம் அவங்கள மிஸ் பண்றேன் அவ்ளோதான் என்றாள்.

என்னம்மா பண்றது... பொம்பளயா பொறந்துட்டா... நாத்து மாறி ஒரு இடத்து வளர்ந்து இன்னொரு இடத்துல புடுங்கி நடுற ஜென்மம்... வேற என்ன பண்ண முடியும்...நீ கவல படாதடா.... உனக்கு எப்ப தோணுச்சுனாலும் நீ சென்னைக்கு போய் எல்லாரையும் பாத்துட்டு வா... நம்மளும் அடிக்கடி அவங்கள இங்க கூப்பிடலாம்... எல்லாரும் ஒண்ணா இருந்தா அது ஒரு சந்தோஷம்தானே... இதுக்கா போய் மூஞ்ச தூக்கிட்டு உட்கார்ந்துஇருப்பாங்க... என்று வாணி சம்யு கண்ணத்தை தடவி சொல்ல...

ஸ்விட் அத்த... என்று கண்ணத்தில் முத்தமிட்டாள் வாணியை...

பாத்தியா ஹல்க் அத்த இனிமே எனக்குதான் சப்போர்ட்... என்று ருத்ரனை வம்பிளுக்க...

அது என்னம்மா ஹல்க்...தாத்தா
கேட்க...

அதுவா தாத்தா...இவரு பெருசா இருக்காருல்ல அதான்...சம்யு சொல்ல...டேய் இதான் சான்ஸ் இத பத்தி பேச ஆரம்பிச்சா உன்ன டேமேஜ் பண்ணவே அவ கண்டிப்பா பேசுவா... இத வைச்சு அவள நார்மல் ஆக்கிடு ருத்ரனின் மனசாட்சி அவனை உந்திதள்ள...

ஏய்...நீ... கத்திரிக்காய்க்கு கையும் காலும் மொளச்சமாறி இருந்துட்டு என்ன கிண்டல் பண்றியா...என ருத்ரன் சண்டையிட...

யாரு நானா...நீங்கதான் பணமரத்துல பாதி இல்லல்ல... பணமரமே அண்ணாந்து பாக்குற அளவுக்கு இருக்கிங்க... என்றவள்....அவசரமாக மொபைலை எடுத்தவள் யூடுபில் ஹல்க் மூவி வீடியோ போட்டு அத்தை மாமா தாத்தா மூவருக்கும் காட்டினாள்.

இதுதான் ஹல்க்...அவன மாறியே இருக்காருல்ல இவரு அதான் அப்டி கூப்பிடுறேன்... சிரித்துக்கொண்டே சொல்ல...

பச்சை கலர் பெயின்ட் அடிச்சிட்டோம்னு வைச்சுக்கயேன் அப்டியே இருப்பான்டா பாப்பா.... பரமேஸ்வர் சொல்ல நால்வரும் சிரித்தனர்.

அப்பா நீங்களும் அவகூட சேர்ந்துட்டு நக்கல் பண்றிங்க...

ஏய் கொசு மாறி இருந்துட்டு... நீ என்ன ஹல்க்னு சொல்றியா... நான் ஹல்க் தான்... வா இப்ப உன்ன ஒரு நசுக்கு நசுக்கி உண்மையாவே நான் ஹல்க்னு புருவ் பண்றேன்... என்று ருத்ரன் பக்கத்தில் வர எழுந்து ஓடினாள்.

பாருங்க பாருங்க...ஹல்க் மாறி கோவம் வருது... மீண்டும் அவனை கலாய்த்துக்கொண்டே சுற்றி சுற்றி சந்தோஷமாக ஓடினாள். அவளின் சிரிப்பை பார்த்து அனைவரும் நிம்மதியாக சிரித்தனர். அந்தநாள் அப்படியே சிறப்பாக முடிந்தது ருத்ரனின் பூஸ்ட் மற்றும் கதையுடன்.

அடுத்தநாள் ருத்ரன் தோட்டத்திற்கு செல்ல சம்யுவும் கூட சென்றாள்.சுற்றியிருந்த பச்சைபசேலென இருந்த வயல்வெளிகளை பார்த்தவள் அதன் அழகில் மயங்கி போனாள்.

ஐயோ அழகா இருக்கு...இங்க இருந்தா பொழுது போறதே தெரியாது...வாய் மூடாமல் பேசிக்கொண்டே வயல்வரப்பில் தத்தக்கபித்தக்க என்று நடந்து சென்றாள்.சம்யுவை முன்னே விட்டு அவளை கவனித்துக்கொண்டே பின்னே சென்றான் ருத்ரன்.

பொம்மு பாதையில கவனத்த வைச்சு போ... ஆடிட்டே போற விழுந்துட போற... என சொல்ல...

ஆஆ... சுத்தி இருக்குறத எல்லாம் கீழ பாத்துட்டே போனா... எப்டி பாக்க முடியும்....

வரப்ப கடந்து அந்த பக்கம் போனதுக்கு அப்புறம் பாரு யாரு வேணான்னா... லேசாக அவளை பிடித்துக்கொண்டே நடந்தான்.

வயலில் வேலை செய்த அனைவரும் இவர்களை வேடிக்கை பார்த்தனர். ஒருவாரு சம்யுவை கீழே விழாமல் ருத்ரன் கூட்டி வந்துவிட...

ஐய்...நான் கீழ விழாம வந்துட்டேன்.... நான் விழுந்துடுவேனு சொன்னிங்க.. என்று குதித்து கைதட்டி சிரித்தாள்.

ஐயா... பாப்பா இன்னும் சின்னபுள்ளயாவே இருக்கு... என்று ஒரு பாட்டி சொல்ல...

நல்லா சொல்லுங்க பாட்டி... பாருங்க என்ன எப்டி திட்டிட்டே வராருனு... முகத்தை பாவமாக வைத்துக்கொண்டு சொல்ல...

ஐயோ...வெள்ளந்தி புள்ளையா இருக்கு... ஏ ராசா... அத திட்ற... இன்னொரு பாட்டி சம்யுவுக்கு ஆதரவு கரம் நீட்ட... போச்சுடா ஆரம்பிசுட்டா... எப்டி முகத்த

இவ்ளோ அப்பாவியா வச்சுக்குறானே தெரியல போ... என நொந்து கொண்டான் ருத்ரன்.

நான்ஏ ஆத்தா திட்டபோறேன்... வரப்புல நடக்குறதுலாம் பழக்கம் இல்ல பாத்து போனு சொன்னேன்... ஆடிட்டே வந்து விழுந்தா தாங்குவாளா...என பாட்டியிடமே நியாயம் கேட்டான் ருத்ரன்.

அதுவும் சரிதான்... ஏம்தா இப்டியா தொட்டா உடையுற சுள்ளியாட்டம் பொம்பள புள்ள இருப்ப...முதல் பாட்டி கேட்க... மற்ற கொஞ்சம் சிறுவயது பெண்கள் எல்லாம் தூங்கி எழுந்து ஒப்பனையில்லா அவள் அழகையும் சூரிய ஒளி பட்டு மின்னும் அவள் கலரையும் பார்த்து தங்களுக்குள்ளே கிசுகிசுத்தனர்.

தன்னை குனிந்து பார்த்தவள்

நானா...குச்சி மாறி இருக்கேன்... எங்க க்ளாஸ்லயே நான் தான் கொஞ்சம் குண்டு பாட்டி... என்க...ஏது என் ஒரு கைசுத்துக்கு வரமாட்டா இவ குண்டா... இவள எப்ப தேத்தி நான் எப்ப....ஹீம்ம்ம்....ருத்ரன் பெருமூச்சுவிட அதேயே பாட்டியும் சொன்னார்.

நீயே குண்டா... ஏ சாந்தி கேட்டியாடி இந்த கூத்த...இதுவே கட்டவிரல் மொத்தம் தான் இருக்குது... இதவிட ஒல்லியா இருக்குங்குங்ளாம்... என்னத்த சொல்ல போ... ஆமாத்தா என்ன படிக்குற....

டாக்டருக்கு பாட்டி... சம்யு சொல்ல இரண்டு பாட்டியும் வாயை பிளந்தது....

ஏத்தா வைத்தியம் பாக்குற நீயே இப்டி நோஞ்சானாட்டாம் கிடந்தா எப்டி அடுத்தவங்களுக்கு வைத்தியம் பாப்ப....ஒரு பாட்டி கேட்க...

ராசா மொதல்ல... புள்ளக்கு வாங்கி கொடுத்து உடம்ப தேத்து... வைத்தியத்துக்கு படிக்குற புள்ள பள்ளிகூடம் போற புள்ளையாட்டம் இருக்கு.. ருத்ரனிடம் சொல்ல... அவனோ சரி ஆத்தா என்றான்.

அனைவரும் வேலையை தொடங்கிட.... நான் என்ன அவ்ளோ குட்டியாவா இருக்கேன்....என்று தன்னை ஆராய்ந்து கொண்டே சம்யு கேட்க...

ஆமா பொறந்தப்ப எப்டி பொம்ம மாறி இருந்தியோ இப்பயும் பொம்ம மாறியே இருக்க... என்றான் அவளை ரசித்துக்கொண்டே... சம்யு பேச ஆரம்பிக்க...வினோத்தும் ரமேஷூம் வந்தனர்.

என்ன அண்ணே இவ்ளோ காலையில... அதுவும் அண்ணிய கூப்பிட்டு... வினோத் கேட்க....

யாரு நானா அண்ணி... கண்களை விரித்து கேட்க...

ஆமாண்ணி...ஏ எதாவது தப்பா நினைச்சுட்டிங்களா ரமேஷ் கேட்க...

ச்சச்ச... அப்டிலாம் இல்ல... இப்பதான் இந்த பாட்டிங்க எல்லாம் நான் குட்டியா இருக்கேன் ஸ்கூல் போற மாறி இருக்கேன்னு இவர்ட்ட கம்பெளையென்ட் பண்ணாங்க... அதான் நீங்க அண்ணி சொல்லவும் நானும் பெரிய புள்ள மாறி தெரியறேனு ஒரு ஜாலி... என்று கண்கள் மின்ன சொன்னவளை பார்த்து... உண்மையாவே இவள் இன்னும் சிறுகுழந்தை தான் என்ற எண்ணம் தோன்றியது... ரமேஷூக்கும் வினோத்துக்கும்.

ருத்ரனோ தன் பொம்முவை பார்த்து சிரித்தவன்... ஏய் வாயாடி நீ பெரிய மனுஷிதான்... இது ரமேஷ் இது வினோத் என் தம்பிங்க மாரி இன்னும் நாலஞ்சு பேரு இருக்கானுங்க... நம்ம வயல் தோப்பு பண்ணையெல்லாம் பொறுப்பா பாத்துக்குறது இவனுங்கதான்.... என்றான்.

ஓஓஓ...ஹாய் ரமேஷ் ஹாய் வினோத்...ஜாலியா இருக்கும்ல இதெல்லாம் பண்ணும் போது... நம்மளலா ஒரு செடி வளர்ந்து பல பேர் பசிய போக்குதுனா கிரேட்தான்... நீங்க எல்லாம் அம்மாக்கு சமம் கண்ணும் கருத்துமா வயித்துல புள்ளய சுமந்து பெத்து வளர்த்து எடுக்குறாங்க... அதேமாறிதான் நீங்களும்... என்றவளை ஆச்சர்யமாக பார்த்தனர் இருவரும்.

ஏன்டா இப்டி பாக்குறிங்க... ருத்ரன் கேட்க...

இல்லண்ண மொத நிமிசம் சின்ன புள்ள மாறி பேசுனாங்க அடுத்த நிமிசம் இவ்ளோ மெச்சுரிட்டியா பேசுறாங்க... வினோத் வியப்பு மாறாமல் கேட்டான்.

அதுதான்டா சம்யுக்தா... எவ்ளோ மெச்சூரிட்டி இருந்தாலும் அந்த குழந்த தனம் மாறாமா இருப்பா... மறுபடியும் வரப்பில் கதகளி ஆடியவளை பார்த்து கூறினான்.

அத்தியாயம்

13

விவசாயிகள் அம்மாவுக்கும் ஆண்டவனுக்கும் சமம் என்று அசால்டாய் கூறிவிட்டு வரப்பில் ஆடி ஆடி போனவளை பார்த்து மெலிதாக சிரித்த ருத்ரன்... பொம்மு வெயில்ல ஆடாம...அந்த வேப்பமரத்து அடியில கல்லு இருக்குல்ல அதுல போய் உட்காரு...நான் ஐஞ்சு நிமித்துல்ல வந்துரேன்... என்று கொஞ்சம் சத்தமாக சொல்ல...

ஆங்...ஓகே ஓகே...மண்டையை ஆட்டியவள் பின்னாடி திரும்பாமலே வலது கையை தலைக்கு மேல் தூக்கி கட்டைவிரலை மட்டும் உயர்த்தி காட்டினாள் பாதையை விட்டு பார்வையை விலக்காமல்...

இவள... எப்டி போறா பாரு... விழுந்து வார போறா... எங்கே விழுந்துடுவாளோ என்று பயத்துடன் பேசிய ருத்ரனை கண்ட வினோத்தும் ரமேஷும் ஆச்சர்யமாக பார்த்தனர்.

என்னடா ஆச்சு... சும்மா சும்மா பேனு பாத்துட்டு நிக்குறிங்க... ருத்ரன் கேட்க...

இல்லண்ணே... எவ்ளோ பெரிய பிரச்சனையையும் அசால்டா சமாளிப்பிங்க...நீங்க இவ்ளோ பதட்டபட்டு பாத்ததுல்ல.... அதுவும் வரப்புல நடக்குறதுக்கு....என ரமேஷ் இழுக்க....

உண்மைதான்டா... நமக்கு எவ்ளோ பிரச்சனை வந்தாலும் அத தட்டி தூக்கி போய்டே இருப்போம்...ஆனா நமக்கு புடிச்சவங்க தடுக்கி விழுந்தாகூட உயிரே போற மாறி இருக்கும்...எனக்கு உயிரே இவதான்டா...கண்ணில் காதல் மனைவியை பார்த்து சொன்ன ருத்ரன் இளையவர்கள் இருவருக்கும் புதிதாய் தெரிந்தான்.

ஒருவழியாய் சம்யு நிழலில் அமர்ந்துவிட அதன்பிறகே வேலையை கவனித்தான் ருத்ரன்.

தூக்கி சொருகிய சேலையுடன் சேத்துக்குள் நின்னு வியர்வை வழிய வாய் பக்கத்தில் இருப்பவரோடு கதையளந்தாலும் கை அதுபாட்டுக்கு நிக்காமல் தன் வேலையை செய்து கொண்டிருக்க.... அப்போஅப்போ மரத்தடியில் விளையாடிய பிள்ளைகளையும் பார்த்துக்கொண்ட பெண்களை கண்விரிய பார்த்துக்கொண்டிருந்தாள் சம்யு...

ஏன் பாப்பா...அப்டி பாக்றிங்க... சம்யுவை கவனித்த ஒரு நடுத்தர வயது பெண்மணி கேட்டார். சம்யு கவனித்த அனைத்து வேலைகளையும் செய்த பெண்கள் அவள் கவனிக்காத ஒன்றையும் செய்தனர் அதுதான் சம்யுவை கவனிப்பது.... என்னதான் வேலை செய்தாலும் இவள் என்ன செய்ற...என்பதையும் கவனித்தனர்.

கேள்வி கேட்ட பெண்ணை திரும்பி பார்த்தவள்...இல்லக்கா எப்டி இத்தன வேலைய ஒரே நேரத்துல செய்றிங்க....என்று ஆச்சர்யமாக கேட்க...

என்ன வேல....எத்தன வேல... அந்த பெண் புரியாமல் கேட்க...

சம்யு தான் கவனித்ததை சொல்ல... அவரோ சத்தமாக சிரித்தார்.

ஆத்தா...இங்க பாரேன் நம்ம பண்றதெல்லாம் வேலையாம்... எப்டி செய்றோம்னு சந்தேகம் வேற கேட்குது...என முதல்ல பேசுச்சே அந்த பாப்பாத்தி பாட்டியை கூப்பிட்டு சொல்லி சிரிக்க...

ஏத்தா...இதெல்லாம் ஒரு வேலையா... கை வேலை செய்யும்போது பேசிட்டே செஞ்சா களப்பு தெரியாது... கண்ணெதிரில விளையாடுற புள்ளைங்கள நிமிர்ந்து ஒரு பார்வை பாக்குறதுலாமா வேல...பாட்டி சொல்ல..

எனக்குலாம் இப்டி ஒரே நேரத்துல பல வேல செய்ய வராது பாட்டி... படிக்கும் போதுலாம் யாரவது சும்மா நடந்தாலே டைவர்ட் ஆகிடுவேன்....

நீ படிக்குற படிப்பும் நாங்க செய்ற வேலையும் ஒன்னா... பாட்டி கேட்க

அதானே...நீங்க ஒழுங்கா படிக்காம மாத்திர பேரெல்லாம் மாத்தி எழுதி கொடுத்துட்டா எங்க நிலைம மர்க்கயாதான்... ஒரு இளவயது பெண் சொல்ல அனைவரும் சிரித்தனர். இப்டியே அவர்களுடன் சற்றுநேரம் பேசிக்கொண்டிருந்தவள்... கொஞ்சம் கொஞ்சமாக முகம் வாடிவிட அதை கவனித்த பாட்டி...

என்னாச்சு கன்னு.... மூஞ்சு வாடி போச்சு...என்க.

ஒன்னுல்ல பாட்டி...என சொன்ன சம்யு திரும்பி ருத்ரனை பார்க்க... அவனோ சீரியஸாக ஏதோ பேசிக்கொண்டிருந்தான்.

அட சொல்லுத்தா...அங்கன ஓ புருசன என்ன பாக்குற...

அது...அது பாட்டி... காலையில இவரு வயலுக்கு போறேனு சொல்லவும் நானும் ஓடி வந்துட்டேன்...பூஸ்ட் கூட குடிக்கலயா...அதான் பசிக்குது... பாவமாக சொல்ல...

அட கிறுக்கு புள்ள இம்புட்டு நேரமா சாப்பிடாமா இருப்பாங்க... ஏய்...கனகா போய் அந்த தூக்கு வாளிய எடுத்துட்டு வா....என்று பாட்டி சம்யுவை கலாய்த்த பெண்ணை பாட்டி விரட்ட அவளும் சென்று எடுத்து வந்தாள்.

கிழவி என்னா... வெயிட் ஜாஸ்தியா இருக்கு இன்னைக்கு ஸ்பெஷல்... தூக்கை ஆட்டிக்கொண்டே எடுத்து வந்த கனகா கேட்டாள்.

அடி கொண்டாடி... என்னோட சோத்த திங்குறத்துக்குனே கிளம்பி வருவா போல.... நொடித்துக்கொண்ட பாட்டி சாப்பாட்டை திறக்க...

அய்யோ பாட்டி... என்ன பண்றிங்க நான் வீட்டுக்கு போய் சாப்ட்டுகுறேன்... சம்யு அவசரமாய் சொல்ல...

அதுக்குள்ள நீ மயங்கிடுவ.... சொல்லிக்கொண்டே சாப்பாட்டை பிசைய தொடங்கி விட்டார்.

இல்ல பாட்டி வேண்டாம்...என சம்யு மறுக்க...

அட நீங்க வேற...சும்மா சாப்பிடுங்க... கிழவி கருவாட்டு குழம்பு எடுத்து வந்துருக்கு போல... வாசம் ஆளளதூக்குது... கனகா மூக்கை உறிஞ்சி வாசம் பிடித்து சொன்னவள் உண்மையாவே நீங்க கொடுத்து

வச்சவங்க... இந்த ஊருலயே கிழவி மாறி கருவாட்டு குழம்பு வைக்க ஆளே இல்ல தெரியுமா.... இன்னைக்கு அத சாப்ட உங்களுக்கு சான்ஸ் கிடைச்சிருக்கு... நாக்கில் எச்சு ஊற சாதத்தை பார்த்துக்கொண்டே கனகா சொல்ல ...பாட்டி சாதத்தை உருட்டி சம்யுவிடம் கொடுக்கசம்யுவோ என்ன செய்வது என்று தெரியாமல் நெளிந்தாள்.

சம்யுவை பார்த்த பெண் ஒருவர் ஏ ஆத்தா... அந்த புள்ள இதலாம் சாப்பிடுமோ என்னமோ... அதுவுல்லாம நம்மட்ட வாங்குமா...நீ இப்டி தொல்ல பண்ற...என கேட்க.... சலசலத்துக் கொண்டிருந்த பெண்கள் கூட்டம் அமைதியாகி விட்டது.

ருத்ரனின் குடும்பம் ஊருக்கு பல நன்மைகள் செய்திருந்ததாலும் ருத்ரன் தலையெடுத்த பின்தான் பல பெண்கள் நிம்மதியாக இருக்கின்றனர். கள்ளசாரயம் குடித்து தானும் அழிந்து குடும்பத்தையும் அழித்துக்கொண்டிருந்த ஆண்களை ருத்ரன் தன் ருத்ர தாண்டவத்தால் அடக்கி அந்த கள்ள சாராய கும்பலையும் போலீஸில் ஒப்படைத்த பிறகே பல குடும்பம் நிம்மதியாக வாழ்கிறது. அதனால் ஒருவித பயம் கலந்த மரியாதை இருந்தாலும் அனைவரும் ருத்ரனை தங்கள் வீட்டு பிள்ளை போலவே பார்த்தனர்...அதனால் சம்யுவையும் அப்டியே நினைத்தனர். ஆனால் பட்டணத்தில் வளர்ந்த பெண் எப்படி இருக்குமோ... பேசுமோ பேசாதோ... திமிறாய் இருக்குமோ இப்டி பல பேச்சுகள் ஊருக்குள் ஓடிக்கொண்டிருந்தது.... அதனாலயே இன்று ஆரம்பத்தில் அனைவரும் தயங்கி தயங்கி பேசினர். சம்யு சகஜமாக பேசவும் அனைவருக்கும் மகிழ்ச்சி... இப்போ சாப்பிட சொல்லவும் அவள் இவ்ளோ தயங்கவும் அனைவருக்கும் ஒருமாறி ஆகிவிட... அதையே ஒரு பெண் வாய்விட்டு சொல்லிவிட்டார்.

அனைவரும் அமைதியாகிவிட எங்கே தன்னை தப்பா நினைத்து விட்டார்களோ என்ற பயம் தொற்றிக்கொள்ள பதட்டமானவள் வேகமாக அதை மறுத்தாள்.

அச்சோ அப்பிடி இல்லக்கா... உங்க சாப்பாட எனக்கு கொடுத்துட்டா... நீங்க என்ன பண்ணுவிங்க... உங்களுக்கும் பசிக்கும்ல...இவ்ளோ வேல செய்ற உங்களுக்கு எவ்ளோ பசிக்கும்.... எனக்கு கொடுத்துட்டு என்ன பண்ணுவிங்க...அதான் அப்டி சொன்னேன்... நீங்க எல்லாரும் நம்ம சொந்தம் தான் அப்டினு ஹல்க் சொல்லுச்சு...ம்ப்ச் அவரு சொன்னாரு... அப்ப ஏ பாட்டிட்ட வாங்க எனக்கு என்ன... ஆனா உங்களுக்கு வேணுமே.... கிளிபிள்ளை போல் அதையே திருப்பி திருப்பி அப்பாவியாக சொன்னவளை பார்த்தவர்களுக்கு இப்பெண்ணையா திமிர் பிடித்தவள் என எண்ணினோம் என்று தங்களை தாங்களே மண்டையில் மானசீகமாய் கொட்டி கொண்டனர். பாட்டியோ வழிந்த கண்ணீரை துடைத்துக்கொண்டது... பாட்டிக்கு குழந்தையே இல்லை... என்னதான் அனைவரும் ஆத்தானு கூப்பிட்டாலும்.... ருத்ரன் சொன்னதாய் சம்யு சொன்னதும் அவள் உரிமையாய் என் பாட்டி சொன்னதும் பாப்பாத்தி பாட்டியின் நெஞ்சை உருக்க... ஆனந்த கண்ணீர் வழிந்தது பாட்டிக்கு...

இத உங்க பிரச்சனையா... அதெல்லாம் கிழவி இன்னொரு தூக்கு வாளி வச்சுருக்கும்... ஏன்னா கிழவிக்கு ஒன்னுலாம் பத்தாது.... கனகா சூழ்நிலையை இலகுவாக்க காமெடி பண்ண அது வேலை செய்தது...

ஆமாடி... நான்தான் அடுத்தவ அசந்த நேரம் அவ சாப்பாட்டு சட்டிய தூக்கிட்டு போய் மொத்தமா

முழுங்குறேன் பாரு.... என்று பாட்டி கனகா கண்ணத்தில் இடிக்க...

ஆஆஆ...கிழவி இதுக்குதான் உன் பக்கத்துல உட்கார்தே இல்ல... என்னமா இடிக்குது பாரு... கண்ணத்தை தேய்த்துக் கொண்டே சொன்ன கனகா... அட சாப்பிடுங்க... அப்பதான் இந்த கிழவி எங்களுக்கும் கொஞ்ச சோத்த கண்ணுல காட்டும் என்றாள்.

மறுபடியும் பாட்டி கையைதூக்க கனகா... எழுந்து மரத்து பின் ஓடி நிற்க.... அனைவரும் சிரித்தனர்.

சம்யுவும் சிரித்துக்கொண்டே.... ஓகே பாட்டி கொடுங்க... என்றதும் ஒரு பெரிய உருண்டையை உருட்டி அவள் கையில் பாட்டி வைக்க.... அதை வாயில் வைத்தவள்.... கண்ணை விரித்தாள்.திரும்பி கனகாவை பார்த்தவள் நீ சொன்னது நிஜம் தான் செம்மையா இருக்கு.... என்ற சம்யு சப்பு கொட்டி சாப்பிட்டாள்.

பாட்டி இவங்களுக்கெல்லாம்... வாயில் சாதத்தை மற்றவர்களை கை காட்டி சம்யு கேட்க...

எல்லாருக்கும் இருக்குத்தா.... கருவாட்டு குழம்பு எடுத்துட்டு வந்தா... என் உயிர எடுத்துருவாளுங்க அதனால நிறையதான் எடுத்தாந்தேன்... நான் தரேன் நீ சாப்டு... என்று இன்னொரு பெரிய உருண்டையை சம்யு கையில் வைத்த பாட்டி அனைவருக்கும் உருட்டி கொடுக்க.... கனகா பம்மி பம்மி வந்து கையை நீட்ட... வாடி என் வித்தார கள்ளி என்னமோ அம்புட்டு வேகமா ஓடுனவ...இப்ப எந்த மூஞ்சிய வச்சுகுட்டு கைய நீட்டுறவ...பாட்டி கனகா கண்ணத்தில் இடிக்க....

ஆங்.... நீ கொண்டு வந்த என் பங்கு சோறு வீணா போய்டுமே நீ கஷ்ட பட்டு சமைச்சத ஏ வீணாக்கும்னு வந்தேன் பாரு எனக்கு இதுவும் வேணும் இன்னமும் வேணும்.... கனகா கருவாட்டு குழம்பு ஆசையையும் வீராப்பையும் விட்டுக்கொடுக்காமல் பேச....

வாய பாரு...ஏழு ஊருக்கு... இன்னொரு இடி இடித்துவிட்டு கனகாவுக்கும் ஒரு உருண்டை கொடுத்தது பாட்டி...

கிழவி கருவாட்டு குழம்ப அமிர்தம் மாறி வைச்சு தொலைக்குது... அதுக்காக பாக்குறேன் இல்லனா.... இத... கனகா பல்லைக் கடிக்க...

என்னடி...பாட்டி மிரட்ட....

ஒன்னுல்லையே ஒன்னுல்ல.... ஈஈஈ...தன் வேலையை பார்க்க தொடங்கிவிட்டாள் அதான்ங்க சாப்பிடுறது...

இன்னொரு உருண்டையை பாட்டி சம்யுக்கு கொடுக்க... ஐயோ பாட்டி... போதும்... இதுவே ஜாஸ்தி என்று கத்தினாள்.

அதுசரி... அதான் இப்டி ஓமபொடி மாறி இருக்க... நல்லா சாப்டு...கல்யாணம் ஆன புள்ள இப்டியா சாப்புவ... நல்லா தெம்பா இருந்தாதானே புள்ள பெக்க முடியும்... பாட்டி அதட்ட சம்யு திருதிருனு முழிக்க... ருத்ரனோ வெட்கப்பட்டான்.

பேசிக்கொண்டிருந்தவனுக்கு சம்யு எதுவும் குடிக்கவில்லை பசிக்குமே என்ற நினைவு வர... வேகமாக வந்தவன் கண்டது சப்யுவை அனைவரும் சாப்பிட சொன்னதும் அதற்கு அவள் முழித்ததும்தான்...

இவனுக்குமே இவள் என்ன செய்ய போகிறாள் என்ற ஆர்வம் வர அப்படியே நின்று வேடிக்கை பார்த்தான். ருத்ரன் நேற்று சொன்னான்தான் இங்க எல்லாருமே நமக்கு முக்கியம்னு அதேயே வேதவாக்காக எடுத்துக்கொண்டு அனைவரையும் பார்ப்பாள் என்று அவனே நினைக்கவில்லை.... இவர்களுக்கு தெரியாதே அவள் வாழ்ந்த வாழ்க்கை... ஆனால் இவனுக்கு தெரியுமே எவ்ளோ நாகரிகமாக வாழ்ந்தவள் ஒரே நாளில் கிராம வாழ்க்கையை ஏற்றுக்கொண்டாள். வாயில் பேசுவது எளிது எந்த சூழ்நிலையையும் ஏத்துபேனு ஆனா வாழ்ந்து காமிக்குறது வேற இல்ல... அதை என் பொம்மு செய்து விட்டாளே.... என்று பெருமையாக உணர்ந்தான். நடப்பது அனைத்தையும் தள்ளி நின்றே பார்த்தான். தான் அருகில் சென்றால் அனைவரும் சாப்பிடுவதை நிறுத்திவிட்டு வேலை பார்க்க சென்றுவிடுவர் என்பது ஒரு காரணம் என்றால்... ஒவ்வொரு வாய் சாதத்தையும் ரசித்து கண் மூடி உச்சிக்கொட்டி சாப்பிடும் தன்னவளை ரசிக்க முடியாதே என்ற காரணத்தினாலும் அவளை அள்ளி கட்டிக்கொள்ள சொன்ன மனதை அடக்கி நின்றான் ருத்ரன். பாட்டி இறுதியில் குழந்தை பற்றி பேச... முதலில் இருவரையும் கலந்து செய்த கலவை போல ஒரு குழந்தையை யோசித்து பார்த்தவன் முகம் தன்னையறியாமல் சிவந்தது.... பின்னந்தலையை கோதி தன்னை நிலைபடுத்தியவன் இவளே இன்னும் குழந்த மாறி நடந்துக்குறா... இவள வச்சு... கஷ்டம்டா... சுய பச்சாதாபம் கொண்டவன்....அனைவரும் சாப்பிட்டு முடித்ததும் அங்கே சென்றான்.

ஏய்யா...புள்ளைய சாப்பிட வைச்சு கூட்டிட்டு வரக்கூடாது... பசியில வாடி போச்சு புள்ள... பாட்டி... வாஞ்சையாய் சொல்ல...

மறந்துட்டேன் ஆத்தா... இனி பாத்துக்குறேன்... நீங்கலாம் வேலைய பாருங்க... பொம்மு வா போலாம்... என்று அவளை அழைத்து சென்றான்.

அச்சோ ஹல்க் அந்த பாட்டி எவ்ளோ டேஸ்டா சமைச்சு இருந்தாங்க தெரியுமா...ப்பா சான்ஸே இல்ல...என்று கண்ணை உருட்டி உருட்டி பேசிக்கொண்டு வந்தவளை நன்றாக சைட் அடித்தான் ருத்ரன்.

ஹல்ல்ல்லோலோ.... அவனை போட்டு சம்யு உலுக்க... சொல்லு பொம்மு.... என்றான் ரசனையாய்.... ஏதோ யோசித்தவள் என்ன சொல்ல... நான் மட்டுமே பேசிட்டு வரேன் நீ பாட்டு வர... எங்க போறோம்னு கேட்டேன்.... என்று கத்த...

லேசாய் சிரித்தவன்..... வா காமிக்குறேன் என்று கைபிடித்து கூட்டி சென்றான் மாந்தோப்பிற்கு....அதை பார்த்ததும் குதிக்க தொடங்கி விட்டாள் சம்யு.

ஐஐஐ... எவ்ளோ மாங்கா... யாரு தோப்பு.... ருத்ரனின் கைபிடித்து குதித்து கொண்டே கேட்க...

அவள் தோளை பிடித்து நிறுத்தியவன்.... இப்தானே வயிறு நிறைய சாப்ட அப்புறம் ஏன் இப்டி குதிக்குற... நில்லு முதல்ல... கறாராய் சொல்ல...

ஓசு...முணகி கொண்டே அமைதியாக நின்றாள். அவள் தோளை சுற்றி கை போட்டவன் நம்ம தோப்புதான்... அங்குட்டு பாரு வாழத்தோப்பு தெரியுதுல அதுவரைக்கும் நம்மளதுதான் என்றான். அவன் கைகாட்டிய திசையில் பார்த்தவள் வாய் பிளந்தாள். மாந்தோப்பு அதையடுத்து கொய்யா தோப்பு அதையடுத்து தென்னந்தோப்பு அதற்கும்

அடுத்து கரும்பு போடப்பட்டிருக்க கடைசியாக கண்மறையும் தூரத்தில் வாழைத்தோப்பு தெரிந்தது. தென்னந்தோப்புக்கும் கரும்பு தோட்டத்தும் இடையில் மிகப்பெரிய வட்ட கிணறு வத்தாத கிணறு இருக்க அதன் அருகில் தொட்டியில் கிணற்று நீர் அருவியாய் மோட்டார் உபயோகத்தால் கொட்ட... அதிலிருந்து வாய்கால் வழி அனைத்து தோட்டத்துக்கும் நீர் பாய்ந்தது.

அச்சோ ஹல்க் இவ்ளோவும் நம்மளுதா.... சூப்பர் சூப்பர்.... எப்டி இதெல்லாம் தனியா பாத்துகுற...ஹல்க்... ஆச்சர்யமாய் கேட்க...

நான் எங்க தனியா பாத்துக்குறேன் தாத்தா அப்பா இருக்காங்க... அப்புறம் ஆளுங்கலாம் இருக்காங்க... இதுமட்டுமில்ல நமக்கு மேற்க இன்னும் நிறைய நிலம் இருக்கு... என்றான் அவள் தலையை செல்லமாய் ஆட்டிய படி...

ஓஓஓஓ... ஓகே... எனக்கு மாங்க பறிச்சு கொடு...ஹல்க்... வாசத்து நாக்குல எச்சு ஊறுது... சிறுபிள்ளையாய் கேட்டவளை பார்த்து சிரித்தவன் அவள் கேட்டதையெல்லாம் பறித்துக்கொடுத்தான்.

ஆமா... எதுக்கு இவ்ளோ... இத்தனையும் சாப்டா வாய் புளிக்கும்டா பொம்மு... என்று ருத்ரன் சொல்ல...

அட இல்ல ஹல்க் இவ்ளோவும் எனக்கு இல்ல...தாத்தா அத்த மாமா அருள் அண்ணா தாரினி அண்ணி அவங்க தங்கச்சி வசந்தி அக்கா வீட்டுக்கு மருது லட்சுமி அப்புறம் டோரா... இப்டி எல்லாருக்கும்தான்.... என பெரிய லிஸ்டே போட்டாள். டோரா மருது லட்சுமி மாடுகளின் கன்னுக்குட்டி

அதற்கு இவள் வைத்த பெயர் டோரா... இருவரும் க்ளோஸ்பிரெண்ட்ஸ் ஆகிவிட்டனர்.

ஏது... மருது லட்சுமி டோராக்கெல்லாம... ஷாக்காகி ருத்ரன் கேட்க...

ஆமா பின்ன அவங்கள பார்க்க வச்சுட்டு சாப்பிட்டா எனக்கு வயிறு வலிக்காது...ஒரு மாங்காயை ருசித்துக்கொண்டே சொல்ல...

அதுசரிதான்...காளை மாட்டுக்கெல்லாம் எடுத்து வச்சியே கட்டுன புருசனுக்கு எடுத்து வச்சியா....தன்னை மறந்து விட்டாள் என்று கடுப்பாக கேட்க...

ஆங்...கடத்திட்டு வந்து புருசனா ஆனவனுக்கு ரெண்டு எடுத்து வச்சுருக்கேன்...அவனுக்கு எடுத்து வைத்ததை தூக்கி காட்டினாள்.

அடிபாவி... விட்டா போலீஸ்ல புடிச்சு கொடுத்துடுவ போலயே...அவள் சொன்ன விதத்தில் சிரிப்பு மேலோங்க கேட்டான்.

ம்ம்ம்... என்ன தினமும் இப்டி கூட்டிட்டு வரலனா அதுக்கும் சான்ஸ் இருக்கு....என்று மிரட்டினாள்.

ஓஹோ... அப்ப அதுக்கு பயந்தே தினமும் உன்ன கூட்டிட்டு வரனும் போலயே....ஓகே... எனக்கு ஜெயிலுக்கு போக ஆசையெல்லாம் இல்ல.... சோ தினமும் உன்ன கூட்டிட்டு வரேன் ருத்ரனும் பயந்தவனை போல பேச... சம்யு சிரித்தாள். ருத்ரனும் சேர்ந்து சிரித்தான்.

இப்டியே சிரித்து பேசி இருவரும் வீடு வந்து சேர... அங்கே ருத்ரனை தாளித்தெடுத்தனர் மூவரும்.

ஏன்டா ருத்ரா... எந்நேரத்துக்கு போய்ட்டு எந்நேரத்து வறிங்க... சம்யு வேற எதுவுமே சாப்புடலனு உங்க அம்மா சொன்னா... இப்டிதான் இருப்பியா நீ... பரமேஸ்வர் கத்த...

பேரான்டி... சின்னபுள்ளடா அது பசி தாங்காதுனு உனக்கு தெரியாதா.... தாத்தா கேட்க...

ஏன்டா...நீ தான் சொல்றத கேட்காம திரியுற... நேரங்காலத்துல சாப்பிடாம அலையுறனா...அவளையும் ஏன்டா இப்டி பண்ற... ஏய் உள்ள போய் பூஸ்ட் ஆத்தி எடுத்துட்டு வரத்துக்குள்ள...புருசன் பின்னாடியே போயிருவியா நீ... அவனுக்குதான் அறிவில்ல... உன்னால பசி தாங்க முடியாதுனு உனக்கு தெரியாது.. மகனிடம் ஆரம்பித்து மருமகளிடம் வாணி பாய...

ருத்ரன் அமைதியாக இருந்தான் அவனும் பார்த்தானே பசியில் வாடி போய் கிடந்தவளை.... அப்படி அவன் பொம்முவை பார்த்தவனின் மனம் பட்ட பாட்டை அவன்தானே அறிவான்.தன்னளை சரியாக பார்த்துக்கொள்ளவில்லையே என்று கவலை கொண்டான்... இதைவிட அதிகமாக துடிக்கும் நிலை வரும்போது என்ன செய்வானோ...

போன் பண்ணலாம்னா போனையும் எடுத்துட்டு போறதுல்ல...பரமேஸ்வர் மகனை முறைக்க...

ஹல்க் மேல தப்பு இல்ல மாமா... நான் தான் வந்தாலே வருவேனு பின்னாடியே ஓடிட்டேன்...சம்யு

ருத்ரனை திட்டுவதை தாங்க முடியாமல் சொல்ல... ருத்ரனின் உதடுகள் பெருமிதத்தால் விரிந்தது...

அவன ஒன்னு சொல்லகூடாதே... உடனே வந்துடுவியே வக்காளத்துக்கு... நீ போனியா... அவன் கூட்டிட்டு போனானுங்குறது பிரச்சனை இல்ல...பொண்டாட்டிய கூட்டிட்டு வந்தோமே...அவளுக்கு என்ன வேணும்னு பார்த்து செஞ்சானா... பசிக்குமே சீக்கிரம் வீட்டுக்கு வருவோம்னு இல்லாம அப்படி என்ன வேல... வாணி கொந்தளிக்க...

அத்த பத்து நிமிசத்துலயே நான் சாப்பிடலனு ஞாபகம் வந்து ஹல்க் என்ன கூப்பிட வந்தாங்க தெரியுமா...என்றவள் வயலில் நடந்த அனைத்தையும் சொல்லிவிட்டு...அங்க ஹல்க் வந்திருந்தா அவங்கெல்லாம் சாப்பிட்டிருக்க மாட்டாங்க... அதான் வரல... இல்லனா சீக்கிரமே என்ன கூட்டிட்டு வந்து இருப்பாங்க...சம்யு சொல்ல ருத்ரன் அதிர்ச்சியாய் அவளை பார்த்தான்.... இவள் என்னை கவனித்தாளா... அதுவும் என் எண்ணத்தை கரெக்டா சொல்றா.... எப்டி...என்று அவளை பார்த்தவனை...நான் உன்னை பார்த்தேனே பார்வையாலே பதில் சொன்னவள் கணவனை பார்த்து கண் சிமிட்ட ருத்ரன் மொத்தமாக சரிந்தான் தன் பொம்முவிடம்.

விடுங்கத்த... அதனாலதானே இப்ப எனக்கு நிறைய பிரெண்ட்ஸ் கிடைச்சாங்க... நடக்குற எல்லாமே நல்லதுக்குதான் நாமதான் அத புரிஞ்சுக்காம ஓவர் ரியாக்ட் பண்றோம்.... என்றவள் தாத்தா மாமா அத்தையை கொஞ்சி கொஞ்சியே கூல் ஆக்கினாள்.

அனைத்தையும் தெளிவாய் யோசிப்பவளுக்கு ருத்ரனின் பார்வையின் அர்த்தம் மட்டும் புரியவே இல்லை...

இந்த ஹல்க் ஏன் அப்ப அப்ப நம்மல விேனாதமா பாக்குது... என்று மண்டையை உடைத்துகொண்டாள்... அதை அவள் உணரும் தருணமும் சீக்கிரமே வந்தது...

அத்தியாயம்

14

வாணி இன்னுமா சமைக்குற வெளிய நிறைய வேல இருக்கு... லேட்டாகுது... பரமேஸ்லர் சத்தம் போட... அடுக்களையிலிருந்து வாணி பாவமாக எட்டி பார்க்க... அவ்ளோ நேரம் கத்திக் கொண்டிருந்தவர் கப்சிப்னு அடங்கி அமைதியாக அமர்ந்துவிட்டார். உள்ளே பாத்திரம் உருட்டும் சத்தம் பலமாக கேட்டது.

என்னடா இவ்ளோ சத்தம் கேட்குது.... கேட்டுக்கொண்டே தாத்தா உள்ளே நுழைந்தார்... விடியாற்காலையிலே வயலுக்கு சென்றவர் காலை உணவு நேரத்திற்குதான் வந்தார்.

என்ன தாத்தா புதுசா கேட்குறிங்க...உங்க பேத்தி சமைக்குறா... கிச்சனே அல்லோலபடுது... அம்மாவும் வசந்தி அக்காவும் தப்பிக்க வழி தெரியாம முழிச்சுட்டு இருக்காங்க.... சொல்லிக்கொண்டே அருள் படிக்கட்டில் இறங்கி வர அவன் பின்னே ருத்ரனும் இறங்கி வந்தான்.

டேய்...என் பேத்தி சமையல சாப்புட தவம் பண்ணியிருக்கனும்டா... உனக்கெல்லாம் எங்க தெரிய போகுது... தாத்தா சொல்ல...

ஆஹாஹா...உங்க பேத்தி சாப்பாட்ட முந்தாநாளு தின்னதுக்குதான் இன்னும் நிக்காம போகுது... இதுல

தவம் வேற கிடக்குறாங்க....அருள் நொடித்துக்கொள்ள...

தடிமாட்டு பயலே நீ வெளியில போய் கண்டதையும் தின்னுட்டு வயித்த கெடுத்துட்டு ஏ மருமக சாப்பாட குறை சொல்றியாடா... பரமேஸ்வர் கேட்க...

ஹலோ உங்க மருமக சமைக்குறத முதல்ல சாப்பாடு சொல்லாதிங்க.... என்றவனின் முதுகில் பட்டென்று அடித்தான் ருத்ரன்.

ஆஆஆ...காட்டுபயலே ஏன்டா அடிச்ச...தடியா... அருள் துள்ளி குதித்தான்.

நானும் அப்போலருந்து பாக்குறேன்... என் பொம்முவ கலாய்ச்சிட்டே இருக்க... கொன்னுடுவேன்... அவ நல்லாதான் சமைக்குறா.... ருத்ரன் சொல்ல...

ஆமாடா ஆமா...நேத்து ரசம் வைக்குறேனு ஒன்னு வச்சுருந்தா பாரு.... புளியே போடாம...கேட்டா ரசத்துக்கு எதுக்கு புளினு எதிர் கேள்வி கேட்குறா... அத சாப்புட்டு நம்ம மருது நேத்து முழுக்க மயங்கி கிடந்தான்.... போடா அங்குட்டு... உன் பொண்டாட்டி சமையல நீதான் மெச்சிக்கனும்... அருள் முதுகை தடவி கொண்டே சொன்னான்.

அது... புளி போட மறந்துருப்பா... ருத்ரன் சமாளிக்க...

உலகத்துலயே...ரசத்துக்கு புளி போட மறந்து புளி ரசம் வைச்சவ உன் பொண்டாட்டியாதான் இருப்பா...அருள் சொல்ல மூவருக்குமே சிரிப்புதான்.

அன்று வயலில் வேலை செய்பவர்களுடன் சாப்பிட்டதிலிருந்து... நம்மளும் அப்டி எல்லாருக்கும் சாப்பாடு போடனும்னு சம்யு சொல்ல...

வாணி அதனால என்னடா... நான் நாளைக்கே சமைச்சு கொடுக்குறேன்... சாப்பாடு போட்ருலாம்.... என்றார்.

இல்லத்த... நான் சமைச்சு தர போறேன்... சம்யு சொல்ல மோர் குடித்துக்கொண்டிருந்த ருத்ரனுக்கு புரையேறியது.

என்ன சொல்றா இவ... சமைக்க போறாளா... சமையல்கட்டுனா என்னனு கேட்குறவ... பொம்மு ஏன்டி காமெடி பண்ணிட்டு இருக்க...சம்யுவை அறிந்தவனாய் யோசிக்க... பெரியவர்கள் மூவரும் முழித்தனர்.

அனைவரும் எவ்ளோ சொல்லியும் சமைக்கிறேன் பேர்வழி என்று வீட்டையே ரெண்டாக்கி கொண்டிருந்தாள் சம்யு. தினமும் சென்னையிலிருந்து போன் பேசும் சம்யு வீட்டினரிடம் இவள் செய்யும் சேட்டையை சொல்லி சொல்லி சிரித்து வாணிக்கு வயிற்று வலியே வந்துவிடும். அருளும் ஷித்தும் சம்யுவை கலாய்த்து தள்ள கடுப்பானவள் ஷித்துக்கும் சேர்த்து வைத்து அருளை விதவிதமாய் பழிவாங்கினாள். இதை நினைத்து ஆண்கள் நால்வரும் சிரித்துக் கொண்டிருக்க... வேர்த்து ஊத்த சமையலயறையிலிருந்து வெளியே வந்தாள் சம்யு.

வாங்க எல்லாரும் சாப்பிடலாம்... வாங்க வாங்க... ஆண்கள் ஒருவரை ஒருவர் பார்த்துக்கொண்டனர். மாமா வாங்க வெளிய போனும்னு சொன்னிங்க இப்ப உட்காந்து வேடிக்கை பார்த்துட்டு இருக்கிங்க... என்று

மிரட்ட இதோ வந்துட்டேன்ம்மா... என்று அவசரமாக வந்து உட்கார்ந்தார்... தாத்தாவும் வந்து அமர ருத்ரனை உனக்கொரு தடவ சொல்லனுமா... என்று பார்க்க அவள் பார்வையை ரசித்தவனும் வந்து அமர்ந்தான்.

அருள் மட்டும் வீம்பாய் வரமாட்டேன் என்று நிற்க... டேய் வெண்ண ... வருவியா மாட்டியா... என்று இடுப்பில் கை வைத்து கண்ணை உருட்டி மிரட்ட... ஏது வெண்ணயா... அருளு இதுக்கு மேல நின்னா இருக்குற மரியாதயும் போயிடும்... பேசாம போய் உட்கார்ந்துடுடா...என நினைத்தவன் ருத்ரன் பக்கத்தில் போய் அமர இது உனக்கு தேவையாடா...என கேட்டு ருத்ரன் சிரிக்க... அருளோ முறைத்தான்.

சம்யு நால்வருக்கும் பரிமாற... என்ன பாப்பா காலையிலயே இட்லி உப்பும்மா வைக்குற... அருள் கேட்க... சம்யு தீயாய் முறைத்தாள்.வாணி தலையில் கைவைக்க.... மற்றவர்கள் திருதிருனு முழித்தனர்.

என்னாச்சு... அருள் கேட்க

டேய்...அது இட்லி தான்டா... வாணி சொல்ல...

அது ஏன் இப்டி பிஞ்சு போய்கிடக்கு....இதுவும் அருளே மற்ற மூவரும் ஏதோ அறிந்தார் மௌனவிரதம் இருக்க இந்த லூசு மட்டும் வாய்விட்டு மாட்டிக் கொண்டது...

இன்னைக்கு இவனுக்கு நாக்குல சனி போல...என நினைத்த வாணி அட டேய்... இட்லி மட்டும் சம்யு ஊத்துனாடா... எடுக்க தெரியாமா எடுத்துட்டா... அதான் இப்டி இருக்கு... என்றார் வாணி.

வெறும் இட்லி ஊத்துனதுக்கேவா... ரயில் இன்ஜினுக்கு கரி அள்ளி போட்டவ மாறி வந்து நின்னா... சொல்லிட்டு அருள் சிரிக்க கரண்டியால் நங்கென்று போட்டாள் சம்யு.

உனக்குலாம் இட்லி சுட்டு போட்டா...என்னயே கலாய்க்குறியா நீ... என்று துரத்தி துரத்தி அடிக்க... வேஷ்டியை தூக்கி சொருகி ஓடினான் அருள்.இருவரின் கூத்தை பார்த்து மற்றவர்கள் கண்ணில் நீர் வர சிரித்தனர்.

ஒருவழியாய் ஆண்கள் சாப்பிட்டு கிளம்பினர்.

போகும் போது ருத்ரன் சம்யுவை பார்த்து கண்ணடித்து செல்ல பெண்ணவளோ சிலையாகி நின்றாள்.

ஐந்து நாட்கள் முழுதாய் ஐந்தே நாட்கள்தான் ஆகிறது சம்யுக்தா ருத்ரனின் மனைவியாகி... அவனை பார்த்து ஒரு வாரம் இருக்கும்...ஆனால் அதற்குள் அனைத்தும் அவனாகி போன விந்தை புரியவில்லை பேதையவளுக்கு... காலையில் எழும் போது அவன் அருகில் இருக்கமாட்டான்... ஆனால் பூஸ்ட் குடிப்பதற்குள் ருத்ரனை பார்த்தால்தான் அந்நாள் விடியும் சம்யுவுக்கு... சாப்பிடுவது வயலுக்கு போவது டோராவோடு விளையாடும் போது ஜானுவோடு வீடியோ கால் பேசுவது என இருந்தாலும் நினைவு என்னமோ அவனை சுற்றியே வருவது ஏன் என்றுதான் புரியவில்லை பெண்ணவளுக்கு... தன்னோட ஹல்க் பார்த்துட்டே இருக்கனும் அவன் கூடவே இருக்கனும்னு தோன்றியது சம்யுவுக்கு... அவன் அருகில் படுத்து கதை சொல்லாமல் தூக்கம் வரவில்லை... நான் ஏன் இப்டி மாறி போனேன்... என்ன நடக்குது... இந்த ஹல்க் என்னவோ என்ன பண்றான்...

புருஷன காதலிக்குறோம்னு தெரியாம சுத்துது பக்கி.... ருத்ரன் சென்று பல மணிநேரம் அவனை பற்றியே யோசித்தவளுக்கு உடனே தன் ஹல்க்கை பார்க்க வேண்டும் என்று தோன்ற வயலுக்கு சென்றாள்.

வயலில் நடவு வேலை நடந்துக் கொண்டிருக்க அதை மேற்பார்வை பார்த்துக் கொண்டிருந்தான் ருத்ரன். வரப்பில் நின்று வேஷ்டியை மடித்துக்கட்டி... சுருட்டிவிடபட்ட சட்டையில் காற்றில் விளையாடிய முடியை செல்லமாக கோதிவிட்டு பேசிக்கொண்டிருந்தவனை பார்க்க.... பேரழகனாய் தெரிந்தான். கிட்டதட்ட இருவது நிமிடமாக ருத்ரனை கண்ணெடுக்காமல் ரசித்து நின்றாள் சம்யு. தூரத்தில் வரும் போதே அவனை கவனித்தவள் அவன் அழகில் மயங்கி அப்டியே சைட் அடித்துக்கொண்டிருந்தாள்.

கணவனை சைட் அடித்துக்கொண்டிருந்தவளை அருகில் கேட்ட பெண்களின் சிரிப்பொலி நிகழ்காலத்திற்கு கொண்டு வந்தது.

அப்பா...என்ன அழகு என்ன கம்பீரம்...நிக்குறதுலயே மாஸ் காட்ட முடியும்னா... அது நம்ம ருத்ரனாலதான்டி முடியும்... தேவி ருத்ரனை கண்ணால் விழுங்கி கொண்டே சொல்ல அதைக்கேட்ட சம்யுவுக்கு திக் என்றானது...ஏது நம்ம ருத்ரனா... என வாயை பிளந்தவள் அவர்கள் பேசுவதை கவனித்தாள்.

ஆமாடி....அந்த கண்ண பாத்துயா அதுல என்னா பவருங்குற... ப்பா... அப்டியே ஆளயே சுண்டி இழுக்கும்....கண்மணி சொல்ல...

நம்ம இத்தன பேர் இருக்கும் போது துரை சீமையில போயில்ல... பொண்ண கட்டிட்டு வந்துருக்காரு...

வாசுகி பெருமூச்சுவிட... இங்கு சம்யுவுக்கு பிபி எகுறியது.

கல்யாணம் பண்ணிட்டா... நாங்க விட்டுடுவோமா... சான்ஸ் கிடைச்சா தூக்கிற மாட்டோம்... கண்மணி ருத்ரனை ரசித்துக் கொண்டே சொல்ல... அதற்கு மேல் சம்யுவால் பொறுக்க முடியவில்லை...

விறுவிறுனு போனவள் யாரை பற்றியும் கவலைபடாமல் ருத்ரனை முத்தமிட...ருத்ரனோ கண்கள் வெளியே தெறித்துவிடும் அளவு முழித்தான்.

அத்தியாயம்

15

ருத்ரனை பற்றி நினைத்திருந்த சம்யுக்கு உடனே அவனை பார்க்க வேண்டும் தோன்றவே வயலுக்கு சென்றாள். தூரத்திலிருந்தே தன் ஹல்க்கை சைட் அடித்துக்கொண்டிருக்க... அங்கே நம் ருத்ரனின் ரசிகைகள் கூட்டம் ருத்ரனை வர்ணிக்க... சம்யுவுக்கு சுறுசுறு வென்று கோவம் தலைக்கேறியது.

அப்பெண்களை பார்த்தவள் திரும்பி ருத்ரனை பார்க்க இவ்ளோ நேரம் அவன் நின்ற அழகில் மயங்கியவளுக்கு இப்போ கடுப்பாக வேகமாக ருத்ரனை நோக்கி சென்றாள்.

ருத்ரன் வரப்பின் நடுவில் நிற்க... வரப்பின் அருகில் வந்தவள் செருப்போடு நடக்க கூடாது என்பதால் செருப்பை உதற அது ஆளுக்கொரு பக்கம் பரிதாபமாய் பறந்து விழுந்தது. சம்யு செருப்பை உதறும் போதே அவளை கவனித்தான் ருத்ரன்.

இந்த நேரத்துல இவ இங்க என்ன பண்றா... என்று யோசிக்கும் போதே வெடுக்கு வெடுக்குனு வேக எட்டு வைத்து முகமெல்லாம் கோவத்தில் சிவக்க வந்தாள்... என்னாச்சு எதுக்கு இப்ப மூக்க வெடச்சுக்குட்டு வர...என்று அவள் கோவத்தின் காரணம் புரியாமல் ருத்ரன் முழிக்க...

அருகில் வந்தவள் பட்டென்று அவன் கால்மேல் ஏறி நின்று இரு தோளையும் இறுக்கி பிடித்து எம்பி அவன் கண்ணத்தில் முத்தமிட்டாள்.

கண்மூடி திறக்கும் நேரத்துக்குள் கிடைத்த முத்தத்தில் ஆடிபோனான் ருத்ரன்.

முகமெல்லாம் சிவந்து போய் இருந்தவள் கோவத்தில் அவன் முகமெங்கும் முத்தமிட்டாள்... காதல் மனைவியிடமிருந்து கிடைத்த முதல் முத்தத்தில் மொத்தமாய் கரைந்தவன் அவளை அணைக்க போகும் நேரம் பட்டென்று குதித்து தள்ளி நின்றாள் கோவமும் முத்தம் கொடுத்த வேகமும் சேர மேல் மூச்சு கீழ் மூச்சு வாங்க நின்றாள்.

முத்தம் கிடைத்த கிறக்கத்தில் ருத்ரன் நிற்க... யோவ் நீ என்ன ப்ரீ ஷோ காமிக்கிறியா... என்று சம்யு மூக்கு விடைக்க கத்த... ஆகாயத்தில் பறந்து கொண்டிருந்த ருத்ரன் தொப்பென்று தரையில் குதித்தான்... ஏது யோவ்வா... என்று அதிர்ச்சியாக பார்க்க... ஆரம்பமே இதுதான் என்பது போல் இருந்தது சம்யுவின் பேச்சு...

இறக்குயா வேட்டிய... இறக்குங்குறேன்...பேய பாத்தவன் மாறி முழிக்குற... என்ற சம்யு அவளே ருத்ரன் வேஷ்டியை மடித்து கட்டியிருந்த வேட்டியை இழுத்து இறக்கி விட்டாள்...

ஏய்ய்... பொம்மு என்ன பண்ற... ருத்ரனோ பின் வாங்க...

அடிங்கொய்யாலே... நில்லு... வரப்பு நடுவுல நின்னு என்ன ஸ்டைல் காமிச்சுட்டு நிக்குற... ஆங்... பெரிய ஆண்ழகன் நினைப்போ... சொல்லுயா... அவன் முகத்தின் முன்பு கையை ஆட்டி மிரட்ட...

நான் எப்படி ஸ்டைல் காமிச்சேன்... என்னாச்சு பொம்மு... என புரியாமல் கேட்க..

கேட்பயா கேட்ப... ஏன் கேட்க மாட்ட.... எவ எங்க நின்னு எப்டி பாக்குறானு கூட தெரியாம பல்ல காமிச்சுட்டு இருக்க... இல்ல தெரிஞ்சுதான் என்ன பார் என் அழக பாருனு நிக்குறியா...என்று கத்த...

என்னடி பேசுற... புரியுற மாறி பேசி தொலடி... என்க

இங்க பாரு வயலுக்கு வந்தோமா விவசாய வேலைய பார்த்தோமானு இருக்கனும்... அதவிட்டுட்டு வேற வேல பார்த்த கொன்னுடுவேன்...என்று மிரட்ட அவளையே பார்த்துக் கொண்டிருந்தான் ருத்ரன்.

ஆளயும் மண்டையும் பாரு.... அவன் தலையை கலைத்துவிட்டு வேகமாக திரும்பி நடந்தாள். சென்றவள் பக்கத்து வயலில் நின்று ஆஆனு வாயை பிளந்து இவர்களை பார்த்த ருத்ரனின் ரசிகை கூட்டத்தை கண்களாலே பொசிக்கினாள். அவன் என் புருசன் இனிமே எவளாவது... நின்னு வழிஞ்சுட்டு இருந்திங்க செத்திங்க... என்று கண்களாலே எச்சரித்துவிட்டு விறுவிறுனு நடந்து சென்றாள்.

சம்யு கண்ணிலிருந்து மறையும் வரை அவளையே பார்த்திருந்த ருத்ரன் அவள் தலை மறைந்த பிறகே சுயநினைவுக்கு வந்தான்.அப்போதே சுற்றம் உணர்ந்தவன் சுற்றிபார்க்க சிலர் ஆச்சரியமாகவும் சிலர் கிண்டலாகவும் பார்க்க வெட்கம் பிடுங்கி தின்றது ருத்ரனுக்கு... ஈஈஈ... என்று அசட்டு சிரிப்பு சிரித்து சமாளித்தவன் அவசரமாக அங்கிருந்து நகர்ந்தான்.இவர்களின் பேச்சுவார்த்தை மற்றவர்களுக்கு கேட்டிருக்காது அவ்ளோ பக்கத்தில்

யாரும் இல்லை...அப்படியே கேட்டிருந்தாலும் சம்யு சத்தமாக பேசிய ஒருசில வார்த்தைகளே கேட்டிருக்கும்...ஆனால் அவள் ருத்ரனை அணைத்தது.... முத்தமிட்டது... கண்ணாலே எரித்தது...இதெல்லாம் காட்சி பொருளாக அமைய... அடங்காத ஆண்சிங்கமாக மட்டுமே ருத்ரனை பார்த்திருந்த ஊர்மக்கள் முன்னாடி சிறுபிள்ளையை மிரட்டுவது போல் சம்யு மிரட்ட... ருத்ரனயே இந்த புள்ள என்னா இப்டி மிரட்டுது என்று பார்த்தனர்... என்ன செய்வது காதல் படுத்தும் பாடு....புள்ளிமான் மிரட்ட அடங்காத ஆண்சிங்கம் மிரண்டு போய் நின்றது. ஹாஹாஹா....

என்னங்கடி வாயபொளந்து வேடிக்க பார்த்துட்டு இருக்கிங்க புதுசா கல்யாணம் ஆனவங்க அப்டிதான் இருப்பாங்க....ம்ம்ம் வேலைய பாருங்க...என்று ஒரு பாட்டி சொன்னது ருத்ரன் காதில் விழ அவனால் முக சிவப்பை மறைக்கவே முடியவில்லை... மாந்தோப்பின் அருகில் பெரிய ஓட்டு வீடு ஒன்று உள்ளது விளைச்சலை அடுக்கி வைக்க பெரிய இடமும் அதையொட்டி ஹால் கிச்சன் பெட்ரூம் உள்ள வீடும் கொண்டது. வராண்டாவில் போடப்பட்டிருந்த கயித்து கட்டிலில் தொப்பென்று அமர்ந்தான் ருத்ரன்.

அவனால் இன்னும் மனைவியின் முத்ததித்திலிருந்தும் அவளது சரவெடி பேச்சிலிருந்தும் வெளிவர முடியவில்லை.... வாய்விட்டே புலம்ப ஆரம்பித்தான்.

அடிப்பாவி கொஞ்ச நேரத்துல என்னா ஆட்டம் காமிச்சுட்டா... என்னடி பொம்மு பண்ணி வச்ச எல்லார் முன்னாடியும் கிஸ் பண்ணி நிமிர்ந்து பாக்க முடியலடி... என்று வெட்கப்பட்டு கொண்டே பின்னந்தலையை கோதினான்.

எப்பாடி எவ்ளோ கோவம் வருது உனக்கு எவ என்னைய பார்த்த உனக்கென்னடி... அந்த காச்சு காச்சுற...சம்யு திரும்பி செல்லும் போது அந்த பெண்களை முறைத்ததிலேயே புரிந்து கொண்டான். வழக்கம் போல இந்த புள்ளைங்க எதோ பிணத்தி இருக்குங்க.... அது இவ காதுல விழுந்துடுச்சு போல... என நினைத்தான். அப்பா மூஞ்ச பாக்கனுமே அப்டியே கோவத்துல சிவந்து போய்... அப்பகூட அழகா இருக்கடி பொம்மு... சின்ன புள்ளனு நினைச்சு தள்ளி நின்னா... ஒத்த முத்தத்துல மனுசன சுழட்டி விட்டியேடி... கிராதகி... நான் ரொம்ப சந்தோஷமா இருக்கேன்டி பொம்மு.... உன் கண்ணுல நான் எனக்கான காதல பாத்தேன்டி... பர்ஸ்ட் டைம் பார்த்தேன் உனக்கே தெரியாம நான் உனக்குள்ள இருக்கேன்டி... அப்டியே வானத்துல பறக்குற மாறி இருக்குடி....சீக்கிரமே நீயும் உணருவடி என் காதலையும் உன் காதலையும்... அப்ப இருக்குடி உனக்கு... இன்னைக்கு இந்த ருத்ரனையே இத்தன பேர் முன்னாடி வெட்க பட வச்சுட்டல்ல... இனி தினம்தினம் உன்ன வெட்கபட வைக்கல நான் ருத்ரன் இல்லடி... என்று சந்தோஷமாக ருத்ரன் காதல் சபதிமிட்டான்.

சம்யுவோ கோவத்தில் வேகமாக வந்தவள் அறையில் மெத்தையில் படுத்து வறுத்தெடுத்து கொண்டிருந்தாள் பெண்கள் கூட்டத்தை...

ச்ச... பொண்ணுங்களா இதுங்க... வெட்கமே இல்லாம ஒரு ஆம்பளய இப்டி சைட் அடிக்குறாளுங்க... ஏன் நீ சைட் அடிச்சது இல்லயா என்ன...அவள் மனசாட்சி கேள்வி எழுப்ப... ஆங்...அது அது... அடுத்தவ புருசன் தெரிஞ்சு யாரையும் நான் சைட் அடிக்கலையே...என மூளை சொல்ல ... ஓஓஓ....நீ அப்டி

வர...என்று பதில் சொன்ன மனசாட்சியை விரட்டி அடித்தாள் நீ உன் வேலையை பார் என்று...லூசுங்க எப்டி பாக்குறாளுங்க... இந்த மனுசனும் அப்டி நின்னு வேடிக்க காமிச்சுட்டு நிக்குறத பாரு வரட்டும் இன்னைக்கு இருக்கு.... இன்னொரு தடவ என் புருசன் பக்கம் திரும்புனாளுங்க...அப்புறம் இருக்கு அவளுங்களுக்கு... ஏஏ...ஸ்டாப் ஸ்டாப்... எப்பயிலிருந்து ஹல்க் என் புருசன் ஆனான்...மனசாட்சி கேட்ட கேள்வியில் தூக்கி வாரி போட்டது சம்யுவுக்கு...

ஆமால்ல.... நான் இப்ப இந்த ஹல்க்க புருசனு சொன்னேன்ல... எப்டி... எப்பயிலிருந்து நான் அப்டி நினைக்க ஆரம்பிச்சேன். எவளோ இந்த ஹல்க் சைட் அடிச்சா எனக்கு ஏன் கோவம் வருது...ஐயோ... மண்டை காயுதே...அச்சச்சோ...சம்யு என்னடி பண்ணி வச்சிருக்க.... எல்லார் முன்னாடியும் கிஸ் பண்ணிட்டியேடி...லூசு... இப்போதுதான் அவள் செய்த காரியம் உறைக்க வெட்கம்வர முகத்தை மூடி கட்டிலில் சரிந்தாள்.

போச்சுபோச்சு... இனி எப்டி இந்த ஹல்க் மூஞ்சில முழிப்பேன்...வெட்க வெட்கமாய் வர படுத்து கைகாலை உதறிக் கொண்டிருந்தாலே தவிர.... அப்போதும் அவனை காதலிக்கிறோம் என்பதை லூசு உணரவில்லை... அதை அவள் கணவனே வந்து உணர்த்தட்டும்.

மாந்தோப்பில் கட்டிலில் சாய்ந்து ருத்ரன் கனவு காண... என்ன மாப்ள... அத நடத்த வேண்டியதெல்லாம் சிறப்பா நடத்திட்டியே...அப்புறம் இன்னும் என்னத்த கனவு காணுற... நக்கலாக கேட்டு கொண்டே வந்த அருள் படுத்திருந்த ருத்ரனை நகர்த்திவிட்டு அவனருகில் அமர்ந்தான்.

என்னடா உளருர...ருத்ரன் கேட்க...

யாரு நானு... நானாடா... பச்சபுள்ளைங்க இருக்கு... பல்லு போன கிழவிங்க இருக்குனு கூட பார்க்காம... வரப்புல முத்தகாட்சி காமிச்சேன்... என்று எரிச்சலாக கேட்டான் அருள்.

நான் ஒன்னுமே பண்ணுல மாப்ள உன் தங்கச்சிதான்....என குழைந்தவன் அருள் கைசட்டையை இழுத்து இழுத்து விளையாட....

என்ன வெட்கமா...அருள் கேட்க...ஆமென்று ருத்ரன் தலையாட்டினான்.

அடச்சீ... கருமம் எழுந்திரி... வெட்க படுற மூஞ்சியும் மொகரகட்டையும் பாரு... எந்திரிடா பரதேசி... அருள் கத்த பொறாமை புடுச்சவனே... என்று அருள் முதுகில் அடித்துவிட்டு எழுந்து அமர்ந்தான் ருத்ரன்.

ஆமாடா... இது நடந்தே ஒரு அரைமணி நேரம் தான் இருக்கும்.... அதுக்குள்ள டவுனுக்கு போன உனக்கெப்டி விசயம் தெரிஞ்சுது...

இப்ப அது ரொம்ப முக்கியம்... மூதேவி என்ன நடந்ததுனு சொல்லு... ஏ தங்கச்சி பச்ச மண்ணு அத என்னடா பண்ண..

ஹாஹாஹா... யாரு அவள போடா டேய்...ஹாஹா...லூசு... ருத்ரன் சிரிக்க... அருள் முறைத்தான்.

முறைக்காதாடா.... நான் தேமேனு வயல்ல வேல சரியா நடக்குதானு தான் பார்த்துட்டு இருந்தேன்... ஓ தங்கச்சி எதுக்கு வந்தானு தெரியல... வந்தவ காதுல...

அந்த கண்மணி புள்ள குரூப் இருக்குல்ல அதுங்க பேசுனது காதுல விழுந்துடுச்சு போல...உனக்கு தான் தெரியுமே அதுங்க எப்டி பேசுங்கனு... அத கேட்டதும் மேடம்க்கு பொஸஸ்வ்னஸ் வந்துடுச்சு... விறுவிறுனு வந்தவ என்ன இழுத்து முத்தம் கொடுத்துட்டா மாப்ள... எனக்கு அப்டியே ஷாக் ஆகிடுச்சு... அது மட்டுமில்லாம நான் என்னமோ அந்த புள்ளைங்களோட கடலை போட்ட மாறி என்னை கண்டமேனிக்கு திட்டிட்டு போயிட்டா டா.... இது நியாயமா சொல்லு...என்று நியாயம் கேட்ட நண்பனை நம்பாத பார்த்தான் அருள்.

என்னா...புருவம் உயர்த்தி ருத்ரன் கேட்க...

இல்ல இதுக்கா உன் மூஞ்சுல தௌஸண்ட் வால்ட் பல்பு எரியுது...

இல்லடா... இன்னைக்கு என் பொம்மு கண்ணுல பொஸஸ்வ்னஸ் மட்டும் தெரியல... எனக்கான காதல பார்த்தேன்டா... இத்தன வருசம் எதுக்காக காத்திருந்தோனோ அது எனக்கு கிடைச்சிடுச்சுடா... இனிமே ஒரு ஸ்கன்ட் கூட என் பொம்முவ விட்டு என்னால இருக்க முடியாதுடா... அவகிட்ட என் காதல சொல்லி அவள சந்தோஷமா பாத்துக்கனும்டா... கண்ணில் காதல் வழிய சொன்ன நண்பனை கட்டித்தழுவி கொண்டான் அருள்.

சந்தோஷமா இருக்குடா... நீயும் பாப்பாவும் இதே மாறி எப்பவும் சந்தோஷமா இருக்கனும்... மனதார வாழ்த்தினான் அருள்.

ஓகே மாப்ள... நான் போய் ஏ பொண்டாட்டிய பாக்குறேன் பாய்... என்று துள்ளளுடன் நடந்த நண்பனை கண்டு மகிழ்ந்தான் அருள்.

ருத்ரன் வீட்டிற்கு வர வீடே அமைதியாக இருந்தது... என்னடா இது இவ்ளோ அமைதியா இருக்கு வீடு... சரி இல்லயே... சொல்லிக்கொண்டே உள்ளே வர.... தாத்தாவும் அப்பாவும் ஏதோ பேசுவதை கண்டவன் சுற்றி முற்றி மனைவியை தேட... தாத்தாவும் பரமேஸ்வரும் இதை பார்த்து தங்களுக்குள் சிரித்துக் கொள்ள.... அதை கண்டவனுக்கு பக்கென்று ஆனது... ஐயோ... விசயம் எல்லாருக்கும் தெரிஞ்சுடுச்சு போலயே... அடியே பொம்மு மானம் போகுதுடி... ருத்ரன் மனைவியை திட்டிக் கொண்டிருக்க... வாணி மோரோடு வந்தவர்... டேய்... சம்யு வந்ததுலருந்து ரூம்விட்டு வெளிய வரல... இந்த மோரயாவது கொடு குடிக்கட்டும் என்று தர... அதை வாங்கி கொண்டு மாடிக்கு சென்றான்.

இன்னும் மெத்தையில் உருண்டு கொண்டிருந்தாள் சம்யு...

ஓஓஓ... மேடம்க்கு வெட்கமா... அங்க எல்லார் முன்னாடியும் முத்தம் கொடுத்துட்டு... லூசு ரூம்க்குள்ள வந்து வெட்கபட்டு உருண்டுட்டு இருக்கா பாரு... லூசுதான்டி நீ....மெதுவாக உள்ளே வந்தவன்... பொம்மு... ருத்ரன் எவ்ளோ நார்மலாக அழைக்க முயன்ற போதும் குரல் குழைந்தே வந்தது...

ருத்ரனின் குரலை கேட்டதும் அடித்து பிடித்து எழுந்தாள் சம்யு...

அத்தியாயம்

16

ருத்ரனின் குரலை கேட்டதும் அடித்து பிடித்து எழுந்த சம்யுவால் அவன் கண்களை பார்க்க முடியவில்லை.... வெட்கத்தில் முகமெல்லாம் சூடாகி கண்ணம் சிவக்க குனிந்து கொண்டாள்.

முதன்முறை தன் பொம்முவிடம் தனக்கான வெட்கத்தை கண்ட ருத்ரன் கர்வமாய் உணர்ந்தான்.

பொம்மு... மிருதுவாய் அழைக்க...

ம்ம்ம்ம்...தலையை நிமிர்த்தாமல் ம்ம் மட்டும் கொட்டினாள். கையிலிருந்த ஷாலை பிழிந்து எடுத்தாள். அதை பார்த்தவனுக்கு சிரிப்பு ஒருபுறம் இருந்தாலும் ரசனையாகவும் இருந்தது...

ஒன்னுமே சாப்பிடமா ஏன் படுத்துருக்க... இந்தா மோர் இத குடி...அவளருகில் அமர்ந்து கொடுக்க... சம்யுவுக்கோ நெஞ்சு வெளியே வந்துவிடும் அளவு துடித்தது... இத்தனநாள் இல்லாம இன்னைக்கு என்னாச்சு... இவன் மூஞ்ச பாக்கவே முடியலயே... சோதிக்கனே இந்த ஹல்க் வேற பக்கத்துல வந்து உட்காருது... லூசு... ஆனா இவன் எந்திரிச்சு போக கூடாதுனும்னு தோணுதே... ஒரு நொடி கணவனை பார்ப்பதும் அடுத்த நொடி குனிவதுமாக சம்யு இருக்க... அவளின் அவஸ்தை ருத்ரனுக்கு இன்பமாக இருந்தது.

தன் மனதிற்கு பிடித்த பெண் தன்னை கண்டதும் சிவந்து நிற்கும் அழகும் தன்னை நெருங்கவும் முடியாமல் விலகவும் முடியாமல் பதட்டபடும் அழகும் ஒரு ஆணை சொல்ல முடியாத அளவு போதை ஏத்தும்... அப்படி ஒரு போதையில்தான் ருத்ரன் மிதந்து கொண்டிருந்தான். சம்யுவை இழுத்து அணைக்க துடித்த கைகளை கட்டு படுத்தினான்... என்ன அவ விரும்புறங்கறதையே இன்னும் புரிஞ்சுக்கல... இப்ப நான் அவட்ட என்னோட காதல சொன்னா லைப்லாங் அது என்னோட காதலா மட்டும்தான் நான் சொன்னேன் அவ ஒத்துகிட்டன்ற மாறி இருக்கும்... சோ இப்ப எதுவும் சொல்ல வேண்டாம்ன்டா ருத்ரா... தனக்கு தானே ருத்ரன் பேசிக்கொள்ள...இவனின் பார்வை வீச்சை தாங்க முடியாமல் சம்யு நெளிந்தாள்.

குடி... என்று சம்யு கையில் கொடுத்துவிட்டு எழுந்து சட்டையை கலட்டிவிட்டு கண்ணாடி முன்னாடி நின்னவனுக்கு திடீரென்று மண்டையில் மணியடிக்க போனை எடுத்து பாடலை போட்டுவிட்டான்.

நச்சென்று இச்சொன்று தந்தாயே....
இன்னும் ஒன்று...
நச்சென்று இச்சொன்று தந்தாயே....
இன்னும் ரெண்டு....
இதைக்கேட்டதும் குடித்துக் கொண்டிருந்த
மோரை துப்பினாள் சம்யு...
இது போதுமா...பசி தீருமா...
இனி காமம் வந்து
கத்தி வீசுமா..
அடி ஒத்தைக்ஒத்தை
யுத்தம் செய்வோமா....

பாடல் பாட டக்கென்று நிமிர்ந்து ருத்ரனை பார்க்க...அவனோ குறும்பு புன்னகையோடு கண்ணாடி வழியே இவளை கண்ணெடுக்காமல் பார்க்க... சம்யுவுக்கு உள்ளுக்குள் ஏதோ தடம் புரண்டது...

செல்ல முத்தம் போடுகையில்..
சின்னசின்ன மின்சாரம்
தோன்றும் என்பார் பெண்ணே...
சொல் தோன்றியது
உண்டா கண்ணே....

ஒற்றை புருவத்தை ஏத்தி இறக்கி அப்டியா உண்மையா என்று ருத்ரன் பார்க்க... அவ்ளோதான் குப்பென்று முகம் சிவக்க சம்யுவால் அதற்கு மேல் அங்கே இருக்க முடியாமல் இறங்கி ஓடிவிட்டாள் கீழே....

ஹாஹாஹா.... தப்பித்தேன் பிழைத்தேன் என்று சம்யு ஓடியதை பார்த்து ருத்ரன் வாய்விட்டு சிரித்தான்.

ஐயோ... பொம்மு கொல்றியேடி... அப்டியே ஆப்பிள் மாறி சிவந்து இருக்க கண்ணத்த கடிச்சு சாப்பிடனும் போல தோணுதே... முடியலடி... என்று புலம்பினான்.

இப்டியே பார்க்கும் போதெல்லாம் பார்வையாலே சம்யுவை படுத்திக் கொண்டிருந்தான் ருத்ரன். இந்த ஒருவாரமாக அவள் பார்த்த ருத்ரன் வேறு... அவளை ஒரு குழந்தை போல தாங்கினான். ருத்ரனிடம் சம்யுவுக்கு எந்தவொரு தயக்கமோ பயமோ இல்லை... ஆனால் இன்று அவனை பார்த்தாலே அவளுக்கு கை கால் எல்லாம் உதறியது... வாய் தந்தியடித்தது... பழக்க தோஷம் அவன் அருகிலேயே இருக்க வேண்டும் தோன்றியது... ஆனால் ருத்ரன் அருகில் வந்தாலே மூச்சடைத்தது... இரவு ருத்ரன் கொடுத்த பூஸ்ட்டை

வாங்கி கடகடவென்று குடித்துவிட்டு... சிரித்துக்கொண்டே கதை சொல்ல வந்தவனிடம் வேண்டாம் என்றவள் இழுத்து போர்த்தி படுத்துவிட்டாள். ருத்ரனும் இன்னைக்கு இது போதும் என்று நினைத்தானோ என்னவோ...ஒன்றும் பேசாமல் படுத்துவிட்டான்.

மறுநாளும் காலையிலிருந்து சம்யுவை ருத்ரன் பார்வையாலே சிவக்க வைத்துக்கொண்டிருந்தான். கணவனிடமிருந்து தப்பிப்பதே வேலையாக வைத்திருந்தாள் சம்யு....ஆனால் மொத்தமாக மாலையில் அவனிடம் சிக்கிக்கொண்டாள்.

மாலை வயலில் இருந்து வந்த ருத்ரன் உள்ளே வரும் போதே கவனித்துவிட்டான் யாரும் வீட்டில் இல்லை என்பதை..... சம்யு மட்டும் லேப்டாப்பை வைத்து ஏதோ வேலை செய்து கொண்டிருந்தாள். ருத்ரன் வந்தததை சம்யு கவனித்தாலும் கண்டுக்காதாடி சம்யு இவன் கண்ணாலயே கபளீகரம் பண்றான் இவன் சங்காத்தமே வேண்டாம்... என்று லேப்டாப்பையே தட்டிக் கொண்டிருந்தாள்.

ஓஹோ... மேடம் கவனிக்கல... இத நாங்க நம்பனும்...ம்ம்ம்... இப்ப பாருடி... என்று வில்லங்கமாக யோசித்தவன்....

பொம்மு...தண்ணி எடுத்துட்டு வா... என்க...ஹூசு வேணும்னே பண்றான் புலம்பி கொண்டே தண்ணி கொண்டு வந்து கொடுத்தாள் சம்யு. அதையும் அவளருகில் அவளை உரசிக்கொண்டு உட்கார்ந்து குடிக்க.... இருவருக்குமே உள்ளே பட்டாம்பூச்சி பறந்தது.

சம்யு நகர்ந்து உட்கார... இவனும் அவளை இடித்துக் கொண்டு உட்கார்ந்தான். சம்யு நகர...ருத்ரன் உரச... ஒருகட்டத்தில் கணவனின் நெருக்கம் தாளாமல் சம்யு எழுந்து செல்ல... ருத்ரனோ நச்சென்று இச்சொன்று தந்தாயே இன்னும் ஒன்று... என்று ராகத்தோடு பாட... வெட்கத்தில் கண்ணம் சிவக்க... மாமா...என்று சிணுங்கியவள் வேகமாக திரும்ப கால் தடுக்கி கணவனின் மடியிலே விழுந்தாள்.

சம்யுவின் மாமா என்ற அழைப்பிலே உருகினான் ருத்ரன்... எத்தனை வருட ஏக்கம் பொம்மு எப்போ என்னை மாமா என அழைப்பாள் என்று ஏங்கி பல நாள் தூக்கத்தை தொலைத்ததை அவன் மட்டுமே அறிவான்.அப்படி பட்டவனுக்கு இத்தனை வருடம் கழித்து அவன் பொம்மு மாமா என்று... அதுவும் செல்ல சிணுங்களோடு மாமா என அழைக்க... ஒரு நொடி ருத்ரன் உடலே சிலிர்த்து அடங்கியது.அடுத்த அதிர்ச்சியாக அவன் மடியிலே வந்து விழவும் ருத்ரன் மனைவியின் நெருக்கத்தில் கரைந்தே போனான்... அதில் சம்யுவின் இடையை இறுக்கி பிடிக்க... சம்யுவுக்கு கணவனின் நெருக்கமே மூச்சடைக்க... அதில் அவனின் தீண்டலில் முற்றிலும் உருகி... மாமா என்று முணக ருத்ரன் மொத்தமாக தன் வசமிழந்தான்.

மாமா... சம்யு முணக...அடுத்த நொடி ருத்ரன் இத்தனை வருட தன் ஏக்கத்தை தீர்த்து வைத்த பொம்முவின் இதழுக்கு தன் இதழால் பரிசளித்தான்.

திடீரென்று ருத்ரன் முத்தமிட ஆந்தை போல் கண்ணை விரித்தவள்... கணவனின் இதழ் முத்தத்தில் கரைந்து மெல்ல மெல்ல கண்ணை மூடிக்கொண்டாள். தன் கையில் உருகி கரைந்த காதல் மனைவியை பார்த்த ருத்ரனின் வேகம் கூடியதே தவிர குறையவில்லை...

சம்யுவை அப்டியே கட்டிலில் சரித்தவன் இன்னும் ஆழமாக அவள் இதழில் புதைய... அப்போ லட்சுமி பின்னிருந்து ம்ம்மாமாமா.... என்று கத்த இருவரும் பதறிவிலகினர். ஒருவர் முகத்தை ஒருவர் பார்க்க முடியவில்லை... வெட்கம் பிடுங்கி தின்றது... சம்யு எழுந்து ஓடிவிட... ருத்ரன் பெரிய பெரிய மூச்செடுத்து தன்னை நிலைப்படுத்தி கொண்டான்.

அடேய்... அவள சீண்டுறேனு... பக்கத்துல உட்கார்ந்து இப்டி மொத்தமா கவுந்திட்டியேடா ருத்ரா... என்று தலையில் அடித்துக்கொண்டான்.

ரூம்க்கு வந்து பத்து நிமிடமாகியும் சம்யுவுக்கு இன்னும் ருத்ரனின் இதழ் ஈரமும் உடல் வெப்பமும் தன்மேல் இருப்பதாகவே உணர்ந்தாள்.உள்ளுக்குள் என்னன்னவோ பண்ண பெண்ணவளோ திண்டாடி போனாள்.

இரவும் ருத்ரனை எதிர் கொள்ள முடியாமல் வாணியோடு சென்று படுத்துக்கொண்டாள். தாத்தாவும் பரமேஸ்வர் ஐயாவும் ஊர் விசயமாக வெளியே சென்றிருக்க... சம்யுவுக்கு இன்னும் வசதியாகி போனது. ருத்ரனும் இது தனக்கு தேவைதான் தூங்கும் போதாவது ஆசை தீர பார்த்துக் கொண்டிருந்தவளை உன்னோட அவசர புத்தியால இப்டி துரத்தி விட்டியேனு... தன்னை தானே திட்டிக்கொண்டு உறங்கி போனான்.

காலையில் சம்யு லேட்டாகவே எழுந்தாள்... ருத்ரனை எப்டி பார்ப்பது என்று ஒருமனம் வெட்கப்பட்டாலும் அவனை பார்க்காமல் எப்டி இருப்பது என்று ஒரு மனம் அடித்துக்கொண்டது. குளித்து முடித்து வந்தவளிடம் ருத்ரனும் அருளும் ஏதோ வேலையாக டவுனுக்கு சென்றிருப்பதாக சொல்ல...அப்பபாடா என்றிருந்தது சம்யுவுக்கு...

சாப்பிட்டு முடித்துவிட்டு ஜானுவுடன் வீடியோ கால் பேச ஆரம்பித்தாள்.

ஜானு குட்டி... சாப்பிட்டிங்களா...

ம்ம்ம்.... பப்பு மம்மு...த்த...

ஐஐ... பப்பு மம்மா...நல்லா சாப்பிட்டிங்களா...

ஓஓஓ... நெய்ய சாப்த்தேன்.... கையை விரித்து காமித்தது குழந்தை...

அப்பா சித்தாலாம் எங்கடா...

ப்பா...சித்தா...ஆபித்...

ஓஹோ... ஆபிஸ் போயிட்டாங்களா....

ம்ம்...சித்தா...விளையாத வருல...உதட்டை பிதுக்கி ஜானு அழத்தயாராக...

அச்சோ... என் தங்கம் அழலாமா...உன்கூட விளையாடுறத விட அவனுக்கு என்ன வேல... விடு அத்த நல்லா அடி போடுறேன்... நீயும் நானும் விளையாடாலாம்... அவனவிட்டுட்டு... நம்ம சித்தாவ சேத்துக்க வேணாம் சரியா...

சம்யு கொஞ்ச...

த்த...வா...த்த நீ வா....கை நீட்டி ஸ்கிரினை தொட்டு தொட்டு அழைக்க... சம்யுவுக்கு கண்ணெல்லாம் கலங்கிவிட்டது.

வரேன்டி தங்கம்... அத்த இன்னும் ஒரு வாரத்துல பாப்பாவ பார்க்க வருவேனே... என்று சொல்லி சமாளித்து விளையாட்டு சிரிக்க வைத்தாள்.

பாத்தி...பாத்தி...சம்யு பின்னாடி நடந்த வாணியை பார்த்து ஜானு அழைக்க... அத்த உங்களதான் கூப்புடுறா... சம்யு கத்த...

ஐயோ... தங்கம்... இந்தா வந்துட்டேன்டி... சேலையில் ஈரக்கையை துடைத்துக்கொண்டே வந்தவர் ஜானுவுடன் பேச ஆரம்பித்தார்.

ஜானு கொஞ்சி கொஞ்சி பேசுவதை பார்த்து ரசித்திருந்தவளுக்கு திடீரென்று ருத்ரன் சாயலில் ஒரு குழந்தை தன் மடியில் கிடப்பது போல காட்சி தோன்ற... சிலையாகி போனாள் சம்யு... இது... எப்டி... நா... நா இன்னும் ஹல்க்க ஏத்துக்கவே இல்ல... அதுக்குள்ள எப்டி அவன மாறி ஒரு குழந்தைய கற்பனை பண்ணேன்... அப்ப நா...நா... சம்யு தடுமாற... அடியே மடசாம்பிராணி... நீ ஓ ஹல்க்க எப்பவோ லவ் பண்ண ஆரம்பிச்சுட்டடி... மனசாட்சி தந்த பதிலில் ஆடிபோனாள் சம்யு.

இல்ல இல்ல...நான் ஒன்னும் ஹல்க்க லவ் பண்ணல...

ஓஹோ... நீதான் லவ் பண்ணலயே அப்ப அவன யார் சைட் அடிச்சா உனக்கு என்ன...

ஆங்...அது என் பொம்பள புள்ளையா அடக்க ஒடுக்கமா இல்லமா... சைட் அடிக்குறது....

ஓஹோ... மேடம் அப்ப ஆம்பளங்கள நிமிர்ந்துகூட பாக்கதவ அப்படிதானே... சரி.. எந்த உரிமையில அவனுக்கு முத்தம் கொடுத்த...

அது...அது... கோவத்துல....

பார்ரா.... உங்க ஊருல எல்லாம் கோவம் வந்தா முத்தம் தான் கொடுப்பிங்களோ... எந்த ஊரு பழக்கம்டி இது...சரி அதவிடு... எதுக்கு அவன மாமானு கூப்பிட்ட....

அது... கூப்பிடனும்ல அதான் எப்டி சொல்லி கூப்பிடுறது... சோ மாமானு கூப்பிட்டேன்...

அட அப்ப இத்தன நாள் அவன கூப்பிடாமயா இருந்த... ஏண்டி... நடுவீட்ல நின்னு... எல்லார் முன்னாடியும் ஹல்க் ஹல்க் கத்தி கூப்பாடு போடுவா... இவளுக்கு அவன கூப்பிட முடியலயாம்... சரிடி இது எல்லாத்தையும் விடு... அவன் உன்ன இழுத்து வைச்சு முத்தம் கொடுத்தப்ப ஏன்டி அமைதியா அவனுக்குள்ள அடங்கி உருகி போன... மனசாட்சி பிரம்மாஸ்த்திரத்தை வீச.. இவ்ளோ நேரம் சமாளித்தவளால் இக்கேள்வியை சமாளிக்க முடியவில்லை... கண்ணெமெல்லாம் குங்குமாய் சிவந்தது...

ஒவ்வொன்றாய் யோசித்து பார்க்க... எப்போது ருத்ரனை காதலிக்க ஆரம்பித்தோம் என்பது புரியவில்லை... அதேபோல் ஆரம்பத்திலிருந்து அவன் பார்வையின் அர்த்தம் புரியாதவளுக்கு... இப்போ அதிலிருந்த அளவு கடந்த காதல் புரிந்தது.

இந்த மாமா நம்மள எப்ப இருந்து லவ் பண்ணுது... நம்மதான் சின்ன வயசுலயே பிரிஞ்சு போயிட்டோமே... அப்பயிலிருந்தேவா... தெரியலயே...இவ்வாறு பலவற்றை யோசித்து தன் காதலையும் தன் ஹல்க் மாமாவின் காதலையும் உணர்ந்தவளுக்கு வானத்தில் பறப்பது போல் இருந்தது.

வசந்தி சாப்பாடு ரெடியா... இந்த குட்டி வாண்டுகிட்ட பேசிட்டு மணிய கவனிக்குல பாரு...

வாணி பக்கத்திலிருந்து கத்தவே காதல் கனவிலிருந்து வெளிவந்தாள் சம்யு...

இன்னும் வாணியும் ஜானுவும் பேசிக்கொண்டிருந்தனர்.

வசந்தி சாப்பாட்ட முத்துட்ட கொடுத்துவிடு... தோட்டத்துல இருப்பாங்க ஐயா... வாணி சொல்ல...

சரிம்மா... என்ற வசந்தி கணவனை கூப்பிட போக...

அக்கா ஒருநிமிசம்...அத்த நானே போய் மாமாவுக்கு சாப்பாடு கொடுத்துட்டு வரேன்... சம்யு சொல்ல...

நீ எதுக்கு வெயில்ல அலையுற... முத்துனா அங்குட்டு போறவன் இத கொடுத்துட்டு போவான்... வாணி மறுக்க...

அத்த ப்ளீஸ் எனக்கும் வீட்ல இருக்க போர் அடிக்குதுல்ல... நான் போறேனே... கொஞ்ச...

சரி சரி போ...ஆனா ஜாக்கிரதையா போயிட்டு வரனும் என்ன சரியா... வாணி கறாராய் கேட்க... வேகமாக மண்டையை ஆட்டினாள் சம்யு.

சம்யுவுக்கு அவளின் காதலை அறிந்ததும் மனங்கொள்ள மகிழ்ச்சி அதை அவளால் தாங்க முடியவில்லை... கொஞ்சம் தனிமை தேவைபட்டது அந்த சுகத்தை அனுபவிக்க... அதான் அடம்பிடித்து வெளியே வந்தாள். வரும் வழி நெடுக்க தன் மாமனை எண்ணி சிரித்துக்கொண்டே வந்தாள்.

தோட்டத்தில் பரமேஸ்வர் கணக்கு வழக்கு பார்த்துக்கொண்டிருக்க... மாமா என்று துள்ளிகுதித்து அவர் முன் நின்றாள்.

நீ என்னடா பாப்பா பண்ற இங்க... ஆச்சர்யமாய் அவர் கேட்க...

உங்களுக்கு சாப்பாடு எடுத்துட்டு வந்தேன்... கூடையை தூக்கி காட்டி குழந்தையாய் சொன்ன மருமகளை ரசித்தார் பரமேஸ்வர்.

நீ ஏன்டாம்மா வெயில்ல வந்த.... ஏலேய்... கருப்பா... பாப்பாக்கு நல்ல இளநியா வெட்டி எடுத்துட்டு வாடா...என்றவர் மருமகளை அருகில் அமர வைத்து கூடையை வாங்கி கீழே வைத்துவிட்டு தோளிலிருந்த துண்டை எடுத்து முகத்திலிருந்த வியர்வையை துடைத்துவிட்டார்.

மாமாவின் அன்பில் நெகிழ்ந்தவள் அத்த முத்து அண்ணாட்டதான் கொடுத்துவிடுறேன் சொன்னாங்க... நாதான் நானே கொண்டு போறேனு சொல்லி வாங்கிட்டு வந்தேன் எனக்கும் வீட்ல இருக்க போர் அடிக்குது மாமா.... என்க. இளநியும் வந்துவிட வாங்கி ரசித்து குடித்தாள்.

அதுவும் சரிதான்... புள்ளி மானா துள்ளி குதிச்சுட்டு இருந்த புள்ளைய வீட்டுக்குள்ள இருக்க சொன்னா எப்டி இருக்க முடியும்... ஏ பாப்பா உனக்கு இன்னும் ஒரு வருச படிப்பு இருக்குல்ல... மருமகளின் தலையை வருடிக்கொண்டே கேட்க...

ஆமா மாமா... இன்டென்ஷிப் போனும்... ஒருவருசம் ஒரு ஹாஸ்பிட்டல் வொர்க் பண்ணனும்... மாமா இளநி டேஸ்டா இருக்கு...

இன்னொன்னு கொண்டுவர சொல்றேன் குடி... என்றவர் இன்னொரு இளநி வெட்டிவர

சொன்னார்....அதுக்கு நீ சென்னைக்குதான் போனுமாடா...

இல்ல மாமா... அப்படிலாம் இல்ல... இங்க பக்கத்துல இருக்க ஹாஸ்பிட்டல கூட வொர்க் பண்ணலாம்... அதுக்கு எங்க காலேஜ்லருந்து ஒரு லெட்டர் வாங்கிட்டு வந்து கொடுத்தா போதும்... என்ற சம்யு இன்னொரு இளநியையும் குடித்து முடித்து ஏப்பம் விட்டாள்.

சரி...அப்ப அடுத்த வாரம் ரிஷப்ஸனுக்காக சென்னை போவோம்ல அப்பவே இந்த வேலையெல்லாம் முடிச்சுட்டு வந்துடலாம்...

ஓகே மாமா... சூப்பர் ஐடியா... அப்டியே பண்ணலாம்...

சரிம்மா... பாத்து பத்திரமா வீட்டுக்கு போ...

மாமா... நான் போய் கொய்யா தோப்புல கொய்யா பழம்
பறிச்சுட்டு அப்புறமா வீட்டுக்கு போறேன்...

உனக்கு கொய்யா பழம் வேணும்னா பறிச்சு கொண்டாந்து வீட்ல தர சொல்றேன்...

நானே பறிச்சுக்குறேன் மாமா...
அப்பாவியாக முகத்தை வைத்து கெஞ்ச...

வேணா வேணா... நாலு நாளைக்கு முன்னாடி நீ மாங்கா பறிக்குறேனு மேலே ஏறி கீழ இறங்க தெரியாம தடுமாறுனனு ஆளுங்க சொன்னதே எனக்கு மனசு ஆருல... கீழ விழுந்தா என்னாவுறது... ஏதோ நல்ல வேல அந்த நேரம் அருள் அங்க வந்தான்... உன்ன

இறக்கிவிட்டான்... இதுவே இன்னும் உன் புருசனுக்கு தெரியாது தெரிஞ்சுது... உன்ன காச்சு காச்சுனு காச்சிடுவான்... ஒழுங்கா வீட்டுக்கு போ... கொய்யா பழம் கொண்டு வந்து தர சொல்றேன்...

மாமா மாமா... ப்ளீஸ்... கீழ நின்னே பறிச்சுக்குறேன்... நான் நாலஞ்சு பழம் பாத்து வச்சுருக்கேன் அத மட்டும் பறிச்சுட்டு போறேன்... என்று கெஞ்சி கொஞ்சி மாமனாரை தாஜா பண்ணி கொய்யா தோப்புக்கு துள்ளி குதித்து சென்றாள் அங்கே தனக்கு காத்திருக்கும் அதிர்ச்சி தெரியாமல்....

அத்தியாயம்

17

துள்ளிக் குதித்து கொய்யா தோப்பிற்குள் நுழைந்தாள் சம்யு...ஏதோ ஒரு பாடலை முணுமுணுத்துக் கொண்டே வந்தவளுக்கு ருத்ரனின் குரல் கேட்க... அத்த டவுனுக்கு போயிருக்கதா சொன்னாங்க... ஆனா தோப்புக்குள்ள ஹல்க் வாய்ஸ் கேட்குது... ஒருவேள சீக்கிரம் வந்துட்டானோ.... காலையிலிருந்து கணவனை காணாத ஏக்கமும்.. காதலை உணர்ந்த பிறகு முதன்முதலில் அவனை பார்க்க போகும் தயக்கமும் சேர.... ஆர்வமாக வந்தவள் அங்கே கண்ட காட்சியில் சிலையாக நின்றுவிட்டாள்.

ருத்ரன் அருள் வினோத் ரமேஷ் நால்வரும் இருக்க... புதிதாய் ஒருவன் நின்றிருந்தான் வாயிலிருந்து இரத்தம் வழிய... ருத்ரன் கண்கள் சிவந்து கை நரம்புகள் தெரிய மடக்கி முழு உயரத்திற்கு நிமிர்ந்து நின்றவனை பார்த்த சம்யுவுக்கு பயத்தில் உடம்பெல்லாம் நடுங்கியது.

ஏன்டா நாயே என்ன பண்றோம் ஏது பண்றோம்னு தெரிஞ்சுதான் பண்றிங்களாடா...என்று கர்ஜித்த ருத்ரன் காப்பை சரி செய்து ஓங்கி ஒரு அறைவிட அடிவாங்கியவன் ரெண்டுமுறை சுழன்று கீழே விழுந்தான்.சம்யு ருத்ரனை தன்னை கொஞ்சும் ஹல்க்காக சீண்டும் மாமனாக பார்வையாலே சிவக்க வைக்கும் காதல் கணவனாக மட்டுமே கண்டவள்.... ஆளை எரிக்கும் பார்வையும் ஐய்யானர் போல அவன் நின்ற தோற்றமும் கோவத்தில் சிவந்த முகம் என

கண்டவளுக்கு தன்னையறியாமல் கண்ணிலிருந்து கண்ணீர் வழிந்தது...

என்னடா பண்றிங்க... இன்னும் என்னலாம் பண்ணி வச்சிருக்கிங்க...விழுந்து கிடந்தவனை ருத்ரன் மிதிக்க மற்ற மூவரும் அவனை கொலைவெறியில் முறைத்துக்கொண்டு ருத்ரன் அடிப்பதை ரசித்து பார்த்தனர்.

அண்ணே விட்டுங்கண்ணே... எனக்கு சொன்னத நான் செஞ்சேன்... என்று அடிவாங்கி கொண்டே மன்றாட... யார் என்ன சொன்னாலும் கேட்பியாடா... அருள் சாத்தா...

வினோத் எதேட்சையாக திரும்பி பார்த்தவன் சம்யுவை பார்த்து அதிர்ச்சியாகி ருத்ரனை அழைத்தான்.

அண்ணே...வினோத் கூப்பிட...

என்னடா...என்று ருத்ரன் சீற...

அண்ணி ண்ணே.... பாவமாய் சொல்ல...

என்னடா... என்று திரும்பியவனும் சம்யுவை பார்த்து நொருங்கி போனான்.

பயத்தில் உடல் நடுங்க கண்ணிலிருந்து கண்ணீர் கொட்ட.... மரத்தோடு மரமாக ஒன்றி நின்றவளை கண்டு நெஞ்சில் ஈட்டி வைத்து யாரோ குத்தியது போல் இருந்தது. அருளும் திரும்பி பார்த்தவன் சம்யுவை கண்டதும் இழுத்து பிடித்திருந்தவனை விட அவன் தொப்பென்று மண்ணில் விழுந்தான்.

பொம்மு... அதிர்ச்சியாய் அழைத்தவன் ஒரு அடி முன்னேற...

நீ வேண்டாம் போ.... என்ற சம்யு அழுதுக்கொண்டே ஓடிவிட்டாள்.

ருத்ரனோ ஆணி அடித்தாற் போல் நின்றுவிட்டான்.

அருள் வந்து உலுக்க... டேய்... பாருடா என்ன சொல்லிட்டு போறானு... ருத்ரன் குரல் உடைந்து வந்தது.

டேய்... ருத்ரா அவ சின்ன பொண்ணுடா... பயத்துல அப்டி சொல்லிட்டு போறா நீயில்லாம பாப்பாவாலா இருக்க முடியாது வா போய் பார்க்கலாம்... டேய் ரமேஷ் இவன நம்ம இடத்துல அடைச்சு வைங்கடா என்றவன் ருத்ரனை இழுத்துக் கொண்டு வீட்டுக்கு சென்றான் அருள்.

அங்கே சம்யுவோ தாத்தாவின் மடியில் படுத்து தேம்பி தேம்பி அழுதுக்கொண்டிருந்தாள்.

என்னம்மா ஆச்சு ஏன்டா அழுவுற... தாத்தா கேட்க... ஒன்றும் சொல்லாமல் அழுதாள்.

ஏய் வந்ததுலருந்து அழுதுட்டே இருக்க... சொன்னாதானே தெரியும்... பதறுதுல... சொல்லுமா... வாணியும் கோவமாய் ஆரம்பித்து ஆதங்கமாய் முடிக்க...

அத்த...அத்த...தேவ் மாமா... என்று வாணியை கட்டிக்கொண்டு அழ...

அவனுக்கு என்னாச்சு சொல்லு...வாணி பதற

அத்த... யாரையோ அடிச்சு வாயெல்லாம் இரத்தம்... நடுங்கி கொண்டே சொல்ல... வந்ததே வாணிக்கு கோவம் அறிவு கெட்டவன் யார் சொல்றதயாவது

காதுல வாங்குறானா... ஐயோ புள்ள உடம்பெல்லாம் நடுங்குதே... அடியே வசந்தி கொஞ்சம் சீனீ தூக்கலா போட்டு பூஸ்ட் எடுத்துட்டுவா... என்க வசந்தியும் சிட்டாய் பறந்தார்.

சம்யு அழுதுக்கொண்டே ஓடுவதாக சொல்ல வேகமாக வந்த பரமேஸ்வர் சம்யு அழுதுக்கொண்டே ருத்ரன் யாரையோ அடித்ததாக சொல்வதுதான் உள்ளே நுழைந்த அவர் காதில் விழ.... தந்தையை திரும்பி பார்க்க அவரும் கோவமாய் தான் இருந்தார்.

வசந்தி பூஸ்ட்டை கொண்டு வந்து கொடுக்க வேண்டாம் என்றவளை மிரட்டி குடிக்க வைத்தார் வாணி... தேம்பி கொண்டே பூஸ்ட்டை ஊதி ஊதி சம்யு குடிக்க... ருத்ரனும் அருளும் வந்து சேர்ந்தனர்.

ஏன்டா... இப்டி பண்ற உன்கிட்ட எத்தன தடவ சொன்னேன் இந்த சண்டியர் தனத்த எல்லாம் குறைச்சுக்கோனு...கேட்டியா பாருடா எவ்ளோ பயந்து போய் இருக்கானு...வாணி கத்த ருத்ரன் சம்யுவை மட்டுமே பார்த்துக் கொண்டிருந்தான். அவள் கண்ணில் தெரிந்த பயத்தில் உடைந்து போனான்.

சம்யு எழுந்து மாடிக்கு சென்றுவிட.... வாணியும் பின்னாலே சென்றுவிட... ஐயோ பஞ்சாயத்துல கூட நின்றலாம் இவங்க ரெண்டு பேருட்ட மாட்டுனா வாய புடுங்கி தோரணம் கட்டிடுவாய்ங்களே... அருள் பதற...அதற்கேற்றாற் விசாரணையை ஆரம்பித்தார் தாத்தா.

என்னடா பண்ணிங்க.... யார அடிச்சிங்க...தாத்தா மிரட்டலாக கேட்க... அருள் ருத்ரனை பார்க்க அவனோ சம்யு சென்றதையே பார்த்துக்கொண்டிருந்தான்.

இவன் வேற நேரங்காலம் தெரியாமா பீலிங்க புழிஞ்சுட்டு... என நொந்த அருள்....

தாத்தா அது... நம்ம மேலத்தெரு பாஸ்கர் இருக்கால்ல அவனதான்...என்று அருள் இழுக்க...

நீங்க ரெண்டு பேரும் டவுனுக்கு தானேடா போயிருந்திங்க... கொய்யா தோப்புக்கு எப்படா வந்திங்க... பரமேஸ்வர் கேட்க...

இவனதான் நாலு நாளா தேடிட்டு இருந்தோம்...கண்ணுல மாட்டாம தண்ணி காட்டிட்டு இருந்தான்.... டவுனுக்கு போனப்ப சிக்குனான்... கோழி அமுக்குற மாறி அமுக்கி தூக்கிட்டு வந்துட்டோம்ல.... அருள் பெருமையாக காலரை தூக்கிவிட்டு சொல்ல... உட்கார்ந்திருந்த தாத்தா கோவத்தில் டக்கென்று மீசை முறுக்கி முறைக்க அரண்டவன் ஆத்தி நா இல்ல... என்று ருத்ரன் பின்னே பம்மினான்.

ஏன்டா...எடுபட்ட பயலே... பண்றது எல்லாம் மொள்ளமாறி தனம் அதுல பெருமை வேறயா... உன்ன என்ன பேட்டியா எடுக்குறாங்க... ஒவ்வொரு கேள்வியா கேட்டாதான் பதில் சொல்வியோ... என்று அருகில் வர...

டேய்...நாசாமாபோறவனே அப்புறம் பொண்டாட்டிய நினைச்சு கண்ணீர் வடிச்சு அதுல கப்பல் விடு இப்ப என்ன இந்த ரெண்டு கட்டபொம்மன்ட்ட இருந்து காப்பாத்துடா... ருத்ரன் முதுகில் சாத்த... அப்போதே நிலைமை உணர்ந்தவன்... பெருமூச்சுவிட்டு தாத்தா அப்பா நான் முழுசா சொல்றேன் உட்காருங்க என்க... தாத்தாவும் அப்பாவும் ஒருகட்டிலில் அமர எதிரில் ருத்ரனும் அருளும் அமர்ந்தனர்.

தாத்தா கொஞ்ச நாளாவே ஊருக்குள்ள நிலத்துல நிறைய பிரச்சனை... பயிரெல்லாம் சரியா விளையுல... எப்போதும் போடுற அதே உரம்தான் கொடுத்தோம்.... ருத்ரன் சொல்ல

ஆமாப்பா...அதான் பசங்கள விட்டு விசாரிக்க சொன்னோம்... சில தீவிட்டி தடி பயலுங்க நாங்க வயல பாத்துக்குறோம்னு வீட்ல சண்டை போட்டு வாங்கி அதுல கண்ட உரத்தையும் போட்டு வச்சுருக்கானுங்க....அப்புறம் ரொம்ப கஷ்ட படுறவங்க வயசானவங்க அவங்கட்டையும் உரம் போட்டா லாபம் கிடைக்கும்னு ஆச காமிச்சிருக்கானுங்க...அருள் சொன்னான்.

ம்ம்ம்...அந்த மாரிமுத்து பெரியப்பா மருமகன்தான் இவனுங்களுக்கு எல்லாம் ஏதோதெதோ சொல்லி மனச மாத்தி இருக்கான்...அதுக்கு இந்த பாஸ்கர் பையலும் துணை... அதான் விசயத்தை முழுசா தெரிஞ்சுக்க இவன தேடிட்டு இருந்தோம்... இன்னைக்கு தான் சிக்குனான்... விசாரிச்சா பெரிய பெரிய விசயமா சொல்றான்... நம்ம ஊரு வயலெல்லாம் விளைச்சலுக்கு உதவாத நிலமா மாத்தனுமா...அதுக்கு கண்ட மருந்தையும் அடிச்சா கொஞ்ச நாள்ல மண்ணு வளம் இல்லாம போயிடனும் சொல்லி செய்ய சொல்லி இருக்கானுங்க... ஆனா இத நம்ம ஊரு ஆளுங்களுக்கு சொல்லாம நிறைய லாபம் கிடைக்கும் அப்படினு சொல்லி இந்த வேலைய பாத்துருக்கானுங்க... ருத்ரன் சொல்லி முடிக்க...

எவன்டா அது... இந்த மாறி வேலையெல்லாம் பண்றது... பரதேசி நாய்ங்க... எங்க வந்து என்ன வேல பாக்குறானுங்க... பரமேஸ்வர் எகுற...

பாத்திங்கிளா பாத்திங்கிளா உங்களுக்கே கோவம் வருதா... இப்டிதான் எங்களுக்கும் கோவம் வந்து அவன அடிச்சோம்... பாப்பா எப்டி அங்க வந்துச்சுனு தெரியல கரெக்ட்டா மாப்ள அடிக்கும் போது பாத்து பயந்துடுச்சு... என்று அருள் நியாயம் சொல்ல பெரியவர்கள் இருவரும் கொலைவெறியில் முறைக்க கப்சிப்பென்று வாயை மூடிக்கொண்டான்.

ஏன்டா... கோவம் வந்தா இவ ஐய்யனார் சாமி கணக்கா நிப்பான் நமக்கே ஒரு நொடி உள்ள ஆடி அடங்கும் அது பச்சபுள்ள பயப்படாம என்ன செய்யும்...தாத்தா சொல்ல...

ஆமாடா புள்ள மூஞ்சே பயத்துல சிவந்து போச்சு பரமேஸ்வர் சொல்ல...வாணி மேலே இருந்து இறங்கி வந்தார்.

சம்யு பயத்தில் புலம்பிக்கொண்டே இருக்க அதனால் கோவமாக வந்தவர் மகனின் வாடிய முகத்தை கண்டு கோவம் வடிய அருகில் வந்து அவன் தலையை வருடிவிட்டவர்... தம்பி இங்க பாருயா உனக்கு தெரியாததா சம்யுவ இது வரைக்கும் யாரும் ஒரு வார்த்த சத்தமா பேசுனது இல்ல... அவள கண்ணுக்குள்ள வச்சு தான் வளத்தாங்க ஓ அத்த வீட்ல... அண்ணனுங்கனு பேர தவிர அவள அப்பா மாறிதான் வளத்தானுங்க முரளியும் ஷித்தும்... வெளியேயும் அவள ஒரு தீங்கும் அண்ட விடாம அடகாத்துருக்கானுங்க... அப்படி பட்ட புள்ள முன்னாடி நீ அக்கோரஷமா நின்னு சண்டை போட்டுருக்க... அப்ப அது எப்டி தாங்கும் சொல்லு... என்று வாணி கேட்க...

இதெல்லாம் ருத்ரன் அறிந்ததுதானே அதனால் தானே அவளை ஒரு தீங்கும் நெருங்க கூடாது என பல அவசர முடிவுகளை எடுத்தான்.

அப்படி இருந்தவன் இன்று தானே அவள் பயந்து நடுங்க காரணமாயிட்டோமே என்று வருந்தினான்.

அம்மா... அவ என்ன பாத்து நீ வேணா போனு சொல்லிட்டாம்மா என்று சிறுபிள்ளை போல் சொன்னவனை பார்த்து நால்வருக்கும் சிரிப்பு வந்தாலும் பாவமாகவும் இருந்தது. அவன் அவளை எவ்ளோ விரும்புகிறான் என்று அறிந்தவர்களாயிற்றே...

அடேய்... ஏதோ பயத்துல அப்டி சொல்லிருக்கும்டா.... நீ வேணா தூங்கி எழுந்ததும் உன்னதான் தேடுவா... பரமேஸ்வர் சொல்ல...

நீ பேசி புரியவைச்சா புரிஞ்சுக்குவாடா... தாத்தாவும் சொல்ல... அரைகுறையாய் மண்டையை ஆட்டினான் ருத்ரன்.

மதியத்திற்கு மேல் தூங்கி எழுந்தும் ருத்ரனை கண்டால் ஒதுங்கியே சென்றாள் சம்யு... ருத்ரனால் அவளின் பார்வையை தாங்க முடியாமல் வெளியே சென்றவன் இரவு ஊரே அடங்கியதும் தான் வீடு வந்து சேர்ந்தான். அறைக்கு சென்று லைட்டை போட்டான்.

அரை தூக்கத்தில் சம்யு ஏதோ உளர லைட்டை அணைத்துவிட்டு வந்து படுத்து அவள் பேசுவதை காது கொடுத்து கேட்டான்.

நீ ஏ மாமா... ஏன் கோவபடுற ... பயமா இருக்கு... மாமா...மாமா... அவன் தப்பு பண்ணான... நீ கோவ படாத ... பயமா இருக்கு மாமா... என்ட்டயும் கோவ படுவியா... மாமா... என்று புலம்ப ருத்ரன் சம்யுவை

இழுத்து இறுக அணைத்துக்கொண்டான்... பொம்மு நான் சொல்லாமலே தப்பு பண்ணாதான் கோவ படுவேனு புரிஞ்சுகிட்டியே... தேங்க் யூடி பொம்மு... லவ் யூடி என்று நெத்தியில் அழுத்தமாக முத்தமிட்டான். நான் உன்மேல எப்டிடி கோவ படுவேன்... நீ என் உயிர்டி... செல்லம் மாமா உன்ன என்னைக்கும் கஷ்ட படுத்தமாட்டேன்டி...பொம்மு... செல்லம்....தூங்குபவளிடம் கொஞ்சியவன் இறுக்கி அணைத்து தன் கால்களுக்குள் அவள் கால்களை சிறைபிடித்து தன் பொம்முவை தன்னுள்ளே புதைத்துக் கொண்டான். சம்யுவும் இவ்ளோ நேரம் உளறியவள் கணவனின் கதகதப்பில் நிம்மதியாக உறங்க...ருத்ரனும் அவளை அணைத்துக்கொண்டே உறங்கினான்.

காலையில் முதலில் சம்யுதான் கண்முழித்தாள். விழித்தவள் எழ பார்க்க அவளால் அசைய கூட முடியவில்லை... எப்படி முடியும் அவள் கணவன் அவளை தனக்குள் சிறை பிடித்திவைத்திருந்தானே...

சம்யு அப்போதுதான் உணர்ந்தாள் கணவனின் கையணைப்பில் இருப்பதை... ஒரு நொடி வெட்கத்தில் சிவந்தவளுக்கு அடுத்த நொடியே தோப்பில் ருத்ரன் இரத்தம் வர ஒருவனை அடித்தது நினைவு வர காளிதேவியாய் மாறினாள்.

டேய்... விடுடா...லூசு... எருமை மாடு... பண்றதெல்லாம் பண்ணிட்டு பச்சபுள்ளமாறி கட்டிபுடுச்சுட்டு தூங்குறான் பாரு... என பொறிந்தவள் அவனிடமிருந்து விடுபட போராட... அதில் கண்விழித்தவன் பொம்மு என்று சிரிக்க...

ஆளப்பாரு...விடுடா...என்று கத்த...

ஏது...டாவா...என்று அதிர்ந்தவன் வேகமாக எழுந்து அமர்ந்தான் ருத்ரன்.

ஆமாடா...நீ பண்ண வேலைக்கு உன்ன கொஞ்சுவாங்களா... மூச்சு வாங்க சம்யு கத்த... ருத்ரனோ தூங்கி எழுந்து தேவதை போல் இருந்த மனைவியை சைட் அடித்தான்.

நான் இங்க கத்திட்டு இருக்கேன் நீ என்ன பண்ற... என்று அவன் மார்பிலே அடிக்க...

ஹாஹாஹா... பொம்மு ஏன்டி காலையிலயே டென்ஸன் ஆகுற... அவள் கையை தடுத்துக்கொண்டே கேட்டான்.

சிரிக்காத... சிரிக்காதடா... என்ன பாத்தா உனக்கு சிரிப்பா இருக்கா... உனக்கு எதுக்கு அவ்ளோ கோவம் வருது... என்று மீண்டும் அடித்தாள்.

பொம்மு நான் சொல்றத கேளுடி... அவன் என்ன பண்ணான் தெரியுமா... ருத்ரன் சொல்ல ஆரம்பிக்க...

அவன் என்ன பண்ணா எனக்கு என்ன...போடா லூசு...நான் என்ன நினைச்சுட்டு இருந்தேன் தெரியுமா... நீ பண்ண வேலைக்கு என்று முறைத்தவள் உதடு கடித்து தன் கோவத்தை கன்ட்ரோல் பண்ண... அவள் பற்களுக்கிடையில் மாட்டியிருந்த உதடு என்னை காப்பாற்றேன் என்று கெஞ்ச... அதில் மயங்கியவன்...

பொம்மு...என கிறக்கமாக அழைத்தவன்... தன் விரல் கொண்டு அவள் உதட்டை விடுவித்தவன் அடுத்தநொடி அவள் இதழை சிறைசெய்திருந்தான்.சம்யுவும் கண்மூடி மயங்கியவள் திடீரென்று அவனை தள்ளிவிட்டு ஓடினாள்.

காலையிலேயே சிறப்பாக அமைந்த சந்தோஷத்தில் ருத்ரன் அன்று முழுவதும் உற்சாகமாக சுற்றி வந்தான். சம்யுதான் அவனை முறைத்துக்கொண்டே திரிந்தாள். பெரியவர்களும் இவர்களின் ஊடலை கண்டும் காணாமல் விட்டுவிட்டனர். எப்டியோ அடிச்சுட்டு ரெண்டு பேரும் நீங்களே சமாதானம் ஆகிக்கோங்க என்று...

அருளையும் டின் கட்டிவிட்டாள்... என்ன நண்பனுக்கு துணையா அப்டி அடிக்குற... என்று போட்டு குமுறி எடுத்தது மட்டுமில்லாமல் தாரிணியிடமும் போட்டுக்கொடுக்க அவள் பங்கிற்கு அவள் ஒரு பக்கம் போட்டு குமுறி எடுக்க கிழிந்த நாராய் தொங்கினான் அருள்.

இரண்டு நாட்களாக ருத்ரனை சுத்தலில் விட்டாள்... ருத்ரன் எவ்வளவு கெஞ்சியும் அவனை மன்னிக்கவில்லை...

ஆனால் மற்றவர்களின் மூலம் பிரச்சனையின் ஆழத்தை தெரிந்து கொண்டவள்... கணவனை நினைத்து பெருமையாக உணர்ந்தாள்... யார் இந்த காலத்தில் விவசாயத்தை உயிர் மூச்சாக நினைப்பது... தன் நிலத்தை மட்டுமில்லாமல்... ஊர் நிலத்துக்கும் விவசாயத்திற்கும் பிரச்சனை வந்தால் முன்சென்று நிற்பார்கள் அதில் என்னவன் சிறந்தவன் என்று உணர்ந்தாள். ஆனால் பார்க்கும் போதெல்லாம் அவனை முறைத்துக்கொண்டே திரிந்தாள்... ருத்ரனுக்கு உண்மையாக இவள் ஏன் இவ்வளவு கோவமாக இருக்கிறாள் என்று புரியவில்லை...

ஒருநாள் மாலை ருத்ரனும் அருளும் பக்கத்து ஊரில் இவர்களிடம் இயற்கை உரம் கேட்டிருக்க அதை

கொடுத்துவிட்டு எப்டி உபயோகிக்க வேண்டும் சொல்லிவிட்டு வண்டியில் வர...

ஊருக்குள் நுழைந்ததும் ஒரு கிழவி வண்டியை நிறுத்தி... ஓ பொண்டாட்டிக்கு இவ்ளோ தைரியம் ஆகாது சாமி என்று சொல்லி செல்ல....

இப்டியே மூணு நாலு பேர் சொல்ல....
என்ன மாப்ள நீ அடிவாங்குறது அதுக்குள்ளயா ஊருக்குள்ள பரவிடுச்சு...என்று அருள் கேலி செய்ய... செருப்பு பிஞ்சுடும் நாயே... என்றான் ருத்ரன்.

இன்னும் கொஞ்ச தூரம் ஏன் அனைவரும் அவ்வாறு சொன்னார்கள் என்று இருவருக்கும் புரிந்தது...

சம்யு ஒருகையில் கரும்பை வைத்து தின்று கொண்டு சென்றாள்... அவளை கடந்து சென்ற அனைவரும் கண்ணை விரித்து பார்த்து ஒதுங்கி சென்றனர்...காரணம் மேடம் இன்னொரு கையை மருதுவின் கழுத்தில் போட்டு அவனோடு கதைபேசிபடி கரும்பை தின்று கொண்டு ஒய்யாரமாய் நடந்து சென்றாள்.இதை பார்த்த ருத்ரனும் அருளுமே ஒருநொடி கண்ணை விரித்து பார்த்தனர்.

டேய்...என்னடா இது...பத்து வருசமா இவன ஜல்லிக்கட்டுல ஒரு பைய நெருங்குனதுல்ல... பக்கத்துல போனாலே குத்தி தூக்கி வீசுவான்... இப்ப பாப்பா பின்னாடி நாய்க்குட்டி மாறி வால ஆட்டிட்டு போறான்.... அருள் ஆச்சர்யமாக கேட்க...

இவனாவது பரவலடா... எதுக்க வந்தா மூஞ்சயவாது பார்த்துட்டு போறான்... அந்த டோரா இருக்கே மூஞ்சிய வெடுக்குனு திருப்பிட்டு போறாடா... நான் இவள அழவைச்சுட்டேனாம்... இவ என்ட்ட பேசுற

வரைக்கும் அவளும் பேசமாட்டாளாம்... எல்லாரையும் மயக்கி வச்சுருக்காடா... மனைவியை ரசனையாய் பார்த்துக்கொண்டே ருத்ரன் சொல்ல...

இப்ப நீ இவள திட்ற... அப்படிதானே மாப்ள நம்பிட்டேன் வாடா... என தலையில் அடித்துக்கொண்டு சென்றான் அருள்.

டேய்...மருது உனக்கே இது நியாயமாடா உன்ன பாத்து ஊரே ஓடுது... நீ இவளோட அரட்ட அடிச்சுட்டு ஆடி அசஞ்சு வர... அருள் கேட்க... அவனை முறைத்த மருது முகத்தை திருப்பிக்கொண்டான்.

பாருடா இவனுக்கு நக்கல... அருள் குற்றபத்திரிக்கை வாசிக்க நான்தான் சொன்னேன்லடா... இவனுக்கு திமிரு கூடி போச்சு பாப்போம் எத்தன நாள் இவ பின்னாடியே சுத்தூரான்னு....ருத்ரன் மருதை முறைக்க...

இப்ப எதுக்கு ரெண்டு பேரும் ரோட்ல போறவங்கள வழி மறச்சு வம்பிளித்துட்டு இருக்கிங்க...ஊருக்குள்ள பண்ற வேல பாத்தாதுனு இதையும் பண்ண ஆரம்பிச்சுட்டிங்களா...என்று சம்யு கலாய்க்க...

ஏய்...என்ன லந்தா...அருள் சண்டைக்கு கிளம்ப...வாடா என்று சம்யுவும் ரெடியாக... அடச்சீ உங்க அண்ண தங்கச்சி சண்டைய வீட்ல போய் வச்சுக்கங்க...

ஏய்...பொம்மு நீ என்னடி இவன கூட்டிட்டு ஊர் சுத்திட்டு இருக்க...ருத்ரன் கேட்க...

ஏ துரை நீங்க மட்டும் உங்க பிரெண்ட்ட கூட்டிட்டு ஊர் சுத்தலாம் நான் சுத்தக்கூடாதா... சம்யு தெனாவட்டாய் கேட்க...

கரெக்ட்தானே மாப்ள... நியாயமா பேசுது பாரு என் தங்கச்சி...என்ற அருளை வெட்டவா குத்தவா என்று பார்த்தான் ருத்ரன்.

லூசுபய...எப்ப இவளுக்கு சப்போர்ட் பண்ணும்ன்ற விவசத்தை இல்லாம உளருன... நாக்க இழுத்து வைச்சு நறுக்கிடுவேன் மூடிட்டு நில்லு... என்று பல்லைக்கடித்து கூறிவிட்டு திரும்பி பார்க்க... சம்யு தூரத்தில் மருது கொம்பை ஆட்டி சிரித்து பேசிக்கொண்டு சென்றாள்... இவள என்று ருத்ரன் பல்லைக்கடிக்க...

வா...வா ஏ தங்கச்சிட்ட ஓ பப்பு ஒன்னும் வேகாது...அருள் இழுக்க அவன் கையை தட்டிவிட்ட ருத்ரன் எனக்கு மட்டும் சான்ஸ் கிடைக்கட்டும் ஓ தங்கச்சிய கதற விடுறானா இல்லயானு பாரு....என்ன சேட்ட பண்ற...ருத்ரன் சபதமிட்டான்... இன்னும் இருபத்தி நாலு மணி நேரத்தில் அவள் இவனை கதற விட போவது அறியாமல்...

சென்னையில் ரிஷப்பஷனுக்கு இன்னும் நான்கு நாட்களே இருக்க ருத்ரனையும் சம்யுவையும் அழைத்து செல்ல முரளி சுஜி ஜானு மூவரும் வந்தனர்.

அண்ணா...என்று வாசலிலே ஓடி சென்று முரளியை கட்டிக்கொண்டாள் சம்யு... எப்டி இருக்க குட்டிம்மா... தங்கையை தள்ளி நிறுத்தி ஆசை தீர பார்த்தான் முரளி.

சூப்பரா இருக்கேண்ணா...

வாப்பா முரளி வாம்மா சுஜி... வரவேற்ற தாத்தா தங்ககுட்டி வாங்க தாத்தாட்ட வாங்க... ஜானுவை தூக்க...தினமும் வீடியோ காலில் பார்ப்பதால் உடனே அவரிடம் சென்றாள் ஜானு....

வெளிய நின்னே என்ன பேசிட்டு...உள்ள வாங்க... பரமேஸ்வர் சொல்ல...

உள்ள வந்து உன் தங்கச்சிய கொஞ்சுடா முரளி...நீ வாம்மா இதுங்க பாசபயிர வளர்த்துட்டு வரட்டும்...என்ற வாணி சுஜியை உள்ளே அழைத்து சென்றுவிட.... ஜானு அழைக்கவும் பரமேஸ்வரும் சென்றுவிட்டார்.

வெளியே ருத்ரன் அருள் முரளி சம்யு நால்வர் மட்டுமே நின்றனர்.

உள்ள வாங்க மச்சான்... என்ன தயக்கம் ஆரத்தி எடுக்க சொல்லனுமா...ருத்ரன் கிண்டலாக கேட்க...

அவனை முறைத்த முரளி... எனக்கு என்னடா தயக்கம்... இது ஏ தாத்தா மாமா வீடு... வந்துட்டான் பெருசா...ஆரத்தி எடுக்க...லூசுங்க...என்றவன் தேமேனு இவனுங்க பேசுறத வேடிக்க பாத்துட்டு இருந்த அருள் நச்சென்று குத்திவிட்டு... நீவாடா குட்டிம்மா நம்ம போலாம்...என தங்கையின் கைபிடித்து அழைத்து சென்றுவிட்டான்.

அம்மா...அட லூசு பயலுகளா... நான் செவனேனு ஓரமாதானே நிக்குறேன்... என்னய ஏன்டா... அடிச்சுட்டுபோற பன்னிபயல... வயிற்றை பிடித்துக்கொண்டு அருள் அலற...

விட்றா...விட்றா...இதெல்லாம் உனக்கு புதுசா என்ன... சொல்லிவிட்டு ருத்ரன் சிரிக்க...

எல்லாம் உன்னாலதான்டா... சும்மா இருந்தவன நீதான்டா சொறிஞ்சு விடுற...அருள் ருத்ரனை அடிக்க...

இவனும் சிரித்துக்கொண்டே அவனை மடக்கி பிடித்து உள்ளே இழுத்து சென்றான்.

உள்ளே சம்யு சுஜியிடம் கெஞ்சி கொண்டிருந்தாள்... அண்ணி அண்ணி பேசுங்கண்ணி...

போடி உனக்கு உங்கண்ணா தானே முக்கியம் அவரையே கொஞ்சிக்கோ...என்ற சுஜி முகத்தை திருப்பி கொள்ள...

நீங்கதான் உங்க வாணிம்மாவ பார்த்ததும் என்ன கண்டுக்கல... எங்க அண்ணனையும் கலட்டி விட்டிங்க... சம்யு சொல்ல...

ஆமாடி...என்ன கண்டுக்காதவங்கள நான் ஏன் கண்டுக்கனும்...சுஜி மிஞ்ச... சம்யு கொஞ்சி கொஞ்சி சுஜியை சரி செய்தாள்.

பரமேஸ்வரிடமிருந்த ஜானு சம்யுவை பார்த்ததும் தாவிக்கொண்டு வந்தாள்...த்த...

அச்சோ...என் தங்கபட்டு வாடி வாடி...என்னடி செல்லம் இளச்சுட்ட...சம்யு முத்தமிட்டு ஜானுவை கொஞ்ச...

ஜானுவும் திரும்ப முத்தமிட்டவள்...சித்தா... பூவா... தரல...என்றாள் முகத்தை பாவமாக வைத்துக்கொண்டு...

ஏது...சித்தா உனக்கு பூவா தரலயா...உன்னோட ஸ்னாக்செல்லாம் புடுங்கி திங்குறானா....இரு இரு போய் அடி பின்னிடலாம் சித்தாவ... சம்யு பொய் கோவம் கொண்டு சொல்ல ஜானு கைத்தட்டி சிரித்தாள்.

அடிப்பாவி... அவன் ஆபிஸ் போற அவசரத்துலயும் உனக்கு ஊட்டிவிட்டு போறான்... வாரத்துல நாலுநாள் சாப்புடுறேனு கிளம்பி இருக்கவன் மேல சாம்பார கொட்டி வச்சுடுற... இதுல உங்க அத்தகாரிய பார்த்ததும் அவன குறை சொல்றியா...சுஜி கேட்க.... தன்னை தாய் திட்டுகிறாள் என்று புரிந்து அத்தையிடம் சலுகை கொண்டாடினாள் ஜானு...

விடுங்கண்ணி... ஏ தங்கம் பொய் சொல்லாது...நீங்களும் உங்க கொளுந்தனும்தான் பொய் சொல்விங்க...சம்யு சொன்னாள்.

அதுசரிதான்...சுஜி நொடித்தாள்.

ருத்ரன் வர ஜானு மாமா...என அவனிடம் தாவினாள்... வேண்டுமென்றே ஜானுவை வாங்கும் சம்யு தீண்டி சீண்டியே ருத்ரன் வாங்க...லூசு ஹல்க்... என்று சம்யு பல்லைக்கடித்தாள்.

சர்தான் போடி... என்றவன் ஜானுவுடன் விளையாட அருளும் இவர்களுடன் சேர்ந்து கொண்டான். அருள் மேல் ஏறி ஏறி ஜானு விளையாட அவனும் குழந்தைக்கு சரியாக விளையாடினான்.

மாலை சிறியவர்கள் அனைவரும் தோப்புக்கு சென்றனர். மாந்தோப்பில் ஜானுவும் சம்யுவும் ஓடிபிடித்து விளையாடினர்.

அண்ணா இந்த ப்ளேஸ் சூப்பரா இருக்கு...சுஜி சொல்ல...

இன்னும் அந்த பக்கம் போனா நல்லா இருக்கும் கொஞ்ச நேரத்துல இருட்ட ஆரம்பிச்சுடும் நாளைக்கு போலாம்....அருள் சொன்னான்.

ருத்ரன் குழந்தையோடு குழந்தையாக விளையாடும் தன் பொம்முவை பார்த்து ரசித்துக் கொண்டிருந்தான். முரளி வந்ததிலிருந்து ருத்ரனையே கவனித்துக் கொண்டிருந்தான். அவனுக்கு ருத்ரனின் கண்களில் சம்யு மீதான அளவுக்கடந்த காதல் அப்பட்டமாக தெரிந்தது... மிக்க மகிழ்ச்சியாக உணர்ந்தான் முரளி... குழந்தையாய் பார்க்கும் தங்கையை தன்னைவிட அதிகமாக நேசிக்கும் கணவன் கிடைத்தால் எந்த அண்ணனுக்குதான் சந்தோஷமாக இருக்காது....

அனைத்து தோப்புக்கும் சேர்த்து சங்கர் என்ற காவலாளி ஒருவனை நியமித்திருந்தான் ருத்ரன் அவன் குடும்பம் தென்னந்தோப்பில் உள்ள சிறுவீட்டில் இருந்தது...சங்கரின் மனைவி அனைவருக்கும் சுடசுட பலகாரம் செய்து வந்து கொடுக்க...நன்றாக சாப்பிட்டனர்.

நன்றாக விளையாடியதால் பசியில் சம்யுவும் ஜானுவும் வெளுத்து வாங்கினர். முரளியும் சுஜியும் வீட்டில் எல்லாரும் வந்திருந்தால் இன்னும் நன்றாக இருக்கும் என்று பேசிக்கொண்டிருக்க... அருளும் ஜானுவும் தனியாக விளையாட.... ருத்ரன் நாளை லோடு ஏத்த வேண்டியதை பற்றி சங்கருடன் பேசிக்கொண்டிருந்தான். சம்யு நைசாக நழுவி கிணறு பக்கம் சென்றாள்.

முதன்முறை ருத்ரனுடன் வந்தபோதே ருத்ரன் இதை காமித்தான் உள்ளே பலவகையான மீன் இருப்பதாக சொல்ல...ஆர்வம் கொண்டு எட்டி பார்த்தவளுக்கு தலையே சுற்றிவிட....ருத்ரனை இறுக்கி பிடித்துக்கொண்டாள்

ஏ பொம்மு என்னாச்சு... ருத்ரன் பதறினான்.

தலைசுத்துது...அவன் மேலே சாய்ந்து கொண்டாள்.

ஓகே...ஓகே... ஒன்னுமில்ல... அவள் முதுகை நீவி நிலைபடுத்தினான். தெளிந்தவள் இது என்ன இவ்ளோ பெருசா இருக்கு... வங்காளா விரிகுடா கூட சின்னதா இருக்கும் போல...

ஹாஹாஹா...கொழுப்புதான் உனக்கு... இவ்ளோ பெரிய கிணறு இருக்கதுனாலதான் நம்மாள இவ்ளோ விவசாயம் பண்ண முடியுது...சரி வா போலாம்...என்க...

எங்க... நான் உள்ள எட்டி பாக்கனும் ஹல்க்...

கொழுப்பா உனக்கு...இப்பதானே மயக்கம் வருதுனு சொன்ன... என்று கத்த...

மீனெல்லாம் இருக்குனு சொன்னல்ல...நான் அத பாக்குறனே... ஆர்வமாய் கேட்வளை முறைத்தான்...

கொன்னுடுவேன் உன்னய... பக்கத்துல போனதுக்கே டப்பா டான்ஸ் ஆடுது... இதுல மீன பாக்குறாளாம்... அதுல நல்லா ஆழத்துல இருக்கும் வா...என்று அவள் கைபிடித்து இழுக்க...

மீனு...பாவமாய் சொன்னாள்.

இங்க பாரு...உனக்கு மீனு பாக்கனும்னா... புடிச்சு கொண்டு வந்து காட்றேன்.... வா...

செத்த போன மீன நீயே பாரு.... நான் தண்ணிக்குள்ள இருக்கப்ப பாக்கனும்... பிடிவாதமாய் நின்றவளை கண்டு கோவமாய் வந்தது ருத்ரனுக்கு... அக்கிணறு பல நூறு அடி ஆழம் கொண்டது... இங்கிருப்பவர்களே அதில் யோசித்துதான் இறங்குவார்கள்... தூர்வார

போன்ற பணிகளுக்கு இதுக்கென்றே சிறப்பு பயிற்சி பெற்றவர்களை மட்டுமே அனுமதிப்பான் ருத்ரன்... அதை தன் பொம்முவை பார்க்க விடுவானா...அதுவும் அவள் மயக்கம் வருது என்று சொன்ன பிறகு... வா என தரதரவென்று இழுத்து சென்றுவிட்டான்.சம்யு மூஞ்சை தூக்கி வைத்துக்கொள்ள நீ எப்டி வேணா இருந்துக்கோ... ஆனா அந்த பக்கமே போக கூடாது... என்று கண்டிபாய் சொல்லிவிட்டான்.

அடங்குவாளா சம்யு... ருத்ரனுக்கு தெரியாமல் கிணறு அருகில் வருபவளுக்கு உள்ளே எட்டி பார்க்க தைரியம் இல்லாமல் திரும்பி சென்றுவிடுவாள்... இன்று ஒரு முடிவோடு கிணறை நெருங்கினாள். இவளை யாரும் கவனிக்கவில்லை...

சம்யு பயத்தோடும் ஆர்வத்தோடும் எட்டிப்பார்க்க... தலை சுற்றி தடுமாறவும்... ஏதோ உள்ளுணர்வு தோன்ற ருத்ரன் திரும்பி பார்க்கவும் சரியாக இருந்தது... கிணற்றருகில் நின்று சம்யு தடுமாறுவதை கண்டவனுக்கு இதயமே நின்றது.

ஏய்...பொம்மு அங்க ஏன்டி போன...என ருத்ரன் கத்தவும் மற்றவர்கள் திரும்பி பார்க்க அவர்களுக்கும் பக்கென்றது சம்யு நின்ற கோலம்.

பொம்மு...கத்திக்கொண்டே ருத்ரன் ஓட...அவன் குரலை கேட்டவள்... தேவ் மாமா...என தோப்பே அதிரும்படி அலறியவள் கிணத்துக்குள் விழுந்தாள். ருத்ரனுக்கு உலகமே இருண்டது.

ஐயோ....பொம்மு என்று அலறியவன் நொடியும் தாமதிக்காது உள்ளே குதித்தான்.பின்னே ஓடி வந்தவர்களுக்கு உயிரே போனது.

சங்கர் குதித்துவிட...அடுத்து குதிக்க போன முரளியை தடுத்தான்...டேய் என்ன பண்ற நீ...முரளி கத்த...

முரளி இது ரொம்ப ஆழம்டா.... உனக்கும் தெரியும்ல...அருள் கேட்க...

தெரியும்டா... அதான் நானும் குதிக்குறேன் சொல்றேன்... குட்டிம்மா...ருத்ராடா....என்று கண்ணீர்விட....

நான் பாத்துக்குறேன் நீ மேல இரு.... இல்லடா...பேச வந்த முரளியை தடுத்தவன் சொல்றத கேளு.... நீ இரு...என்றவன்

சுஜியிடம் ஜானுவை கொடுத்துவிட்டு...அக்கா நீங்க ஆளுங்களுக்கு போன் பண்ணுங்க சங்கர் மனைவியிடம் சொன்னவனும் உள்ளே குதித்துவிட....சங்கரின் மனைவி கிணற்றில் இறங்குபவர்களுக்கு போன் செய்ய ஓடிவிட்டாள்.

முரளியும் சுஜியும் கண்ணீர் விட... என்ன நடக்கிறதென்று புரியாவிட்டாலும் தாயும் தந்தையும் கதறுவதை பார்த்து ஜானுவும் வீறிட்டு அழுதாள்.

குட்டிம்மா குட்டிம்மா என்று அழும் கணவனை பார்ப்பதா... பயத்தில் அழும் குழந்தையை பார்ப்பதா என தெரியாமல் சுஜி அழுதாள்.போன் செய்துவிட்டு வந்த சங்கரின் மனைவி சுஜியை தேற்றினாள். ஜானுவை வாங்கி சமாதானம் செய்ய முற்பட்டாள்... ஜானுவோ விடாமல் அழுதாள்.

சத்தம் கேட்டு வயலில் இருந்தவர்களும் கூடிவிட்டனர். அதில் சில ஆண்களும் உள்ளே குதிக்க... கிணற்றில் இருப்பவர்களும் வந்து குதித்து தேடினர்.

முரளிக்கு ஒன்றும் புலப்படவில்லை... எட்டி எட்டி பார்த்தான். என்ன குட்டிம்மா இது விளையாட்டு... ஐயோ... நீச்சல் வேற தெரியாதே... கெணத்துக்குள்ள என்ன வேடிக்க உனக்கு... என்று அழுது புலம்பினான்.

ஒன்னு இல்லங்க அதான் இத்தன பேர் இறங்கி இருக்காங்கல்ல... நம்ம சம்யுவ காப்பாத்திடுவாங்க... என்று கணவனை சுஜி தேற்ற...

ஐயோ...சுஜி நெஞ்செல்லாம் அடிச்சுக்குதுடி... என்று கதற... அதைபார்த்து சுஜியும் அழுதாள்.

ஒவ்வொரு நொடியும் முரளிக்கு நெருப்புமேல் நிற்பது போல் இருந்தது...இதயம் வெடித்து விடுவது போல வலியை உணர்ந்தான்.

ஒருவழியாய் சம்யுவை தூக்கி கொண்டு ருத்ரனும் அருளும் மேலே ஏற அப்போதே முரளியும் சுஜியும் இவ்ளோ நேரம் இழுத்து பிடித்திருந்த மூச்சைவிட்டனர்.

குட்டிம்மா குட்டிம்மா என்று முரளி அருகில் ஓட சம்யுவை அப்படியே படுக்கவைத்து அருளும் ருத்ரனும் கையை பறபறவென்று தேய்க்க.... முரளியும் சுஜியும் காலை தேய்த்தனர்.

உன்ட்ட எத்தன தடவ சொன்னேன்... கெணத்து பக்கத்துல போகாத போகாதனு ஏன்டி... கேட்கல... ஐயோ... பொம்மு கண்ணதொறடி.... ருத்ரன் அழுது கதறிக்கொண்டே கையை தேய்த்து கன்னத்தில் தட்டி

வயித்தை அமுக்கினான். சுற்றி நின்ற எவரும் அவன் கண்ணுக்கு தெரியவில்லை... சம்யுவின் முகம் பார்த்து அழுது கரைந்தான். கண்ணத்தொறடி பொம்மு...மாமாக்கு பயமா இருக்குடி... ஹல்க் ஹல்க்னு பின்னாடி சுத்தி வம்பிளுப்பல்ல... கண்ண தொறடி...ஊரே எப்பவும் கம்பீரமாய் இருக்கும் ருத்ரனை பார்த்தவர்கள் இன்று அழுது புலம்பும் ருத்ரனை பார்த்து கண்ணீர்விட்டனர்.

குட்டிம்மா...பாருடா... அண்ணா பேசுறது கேட்குதா...அப்பா அம்மாக்கு என்ன பதில் சொல்றது...ஷித்க்கு தெரிஞ்சா நொருங்கி போயிடுவான் எழுந்திரிம்மா...குட்டிம்மா கண்ண தொறடா... முரளி ஒருபக்கம் கதற...

சம்யு எந்திரிம்மா...பாரு உங்கண்ணா எப்டி அழராரு... உனக்கு அண்ணன்னா ரொம்ப பிடிக்கும்ல...அவரு அழராரு பாரு... எழுந்து அழ வேணாம் சொல்லு... ருத்ரன் அண்ணன பாருடி...துடிக்குறாரு சம்யு கண்ணதொறடி...அங்கபாரு உன்னோட ஜானுக்குட்டி உன்ன பாத்து பாத்து அழறா... அவள தூக்கி கொஞ்சனும்ல...கண்ண தொறடி...சுஜி ஒருபக்கம் கதற...

பாப்பா பாப்பா கண்ண தொறடாம்மா...நீ சொன்னாலும் கேட்குறேன்டா... ஏன்ட்ட சண்ட போட வாடா பாப்பா...கண்ண தொறடாம்மா... அருள் ஒருபக்கம் கதறினான்.ஐவரின் கதறலை பார்த்து ஊரே கண்ணீர்விட்டு வேண்டியது சம்யு பிளைக்க வேண்டும் என்று...

கண்ணதொறடி... கண்ணதொறடி பொம்மு...உயிரே போறமாறி இருக்குடி... உன்ன இப்டி பாக்கவா இத்தன வருசம் கழிச்சு உன்ன கூட்டிட்டு வந்தேன்...உன்ன

கண்ணுக்குள்ள வச்சு பாத்துக்கனும் நினேச்சேனே... என் கண்முன்னாடியே அலறி துடிச்சு விழுந்து...என்ன இப்டி கதற வைக்குறியேடி பொம்மு...என்று பிதற்றி கொண்டே...சம்யு கண்ணத்தில் அடிக்க...அருள் சம்யு வயிற்றை அழுத்தினான். ஏற்கனவே நிறைய சாப்பிட்டிருந்ததால் அதிகம் தண்ணீர் குடிக்கவில்லை... குடித்த நீர் அனைத்தும் வெளியே வந்ததும்... ம்ம்ம்ஹா...என்ற பெருமூச்சோடு சம்யு உடல் தூக்கி போட...

பொம்மு...குட்டிம்மா...பாப்பா... சம்யு...என்று அனைவரும் துடிக்க... மெல்ல கண்திறந்தாள் சம்யு...அப்போதே அங்கிருந்த அனைவருக்கும் மூச்சே வந்தது.

அதற்குள் வினோத் காரை கொண்டுவந்திருக்க அதில் சம்யுவை ஏத்தி ஹாஸ்பிட்டலுக்கு பறந்தனர்.

அத்தியாயம்

18

சம்யுவை ஹாஸ்பிட்டலில் சேர்த்தனர். டாக்டர் பார்த்துவிட்டு பயபட ஒன்றுமில்லை நன்றாகதான் இருக்கிறாள்.... அடியும் எதுவும் படவில்லை நல்ல வேலை தண்ணீர் இருந்த கிணற்றில் விழுந்ததால் பெரிதாக ஒன்றுமில்லை...விழுந்த அதிர்ச்சி மட்டும் நன்றாக தூங்கி எழுந்தாள் சரியாகிடும் என்று சொன்னார்.

டாக்டர் நல்லா செக் பண்ணுங்க எதாவது அடிபட்டுருக்க போகுது... ருத்ரன் சொல்ல...

ஆமா டாக்டர் ஸ்கேன் எடுத்து பாருங்க...முரளியும் சொல்ல...

நீங்க ரெண்டு பேரும் பேஷன்ட்டூக்கு என்ன வேணும்...

நான் அவளோட அண்ணன்... இவன் அவளோட ஹஸ்பண்ட்... முரளி சொல்ல...

ஏன் டாக்டர் எதாவது பிராப்ளமா என் பொம்மு நல்லாதானே இருக்கா...ருத்ரன் பதட்டமாக கேட்க...

சிரித்த டாக்டர் அதெல்லாம் செக்அப் பண்ணியாச்சு... ஷீ இஸ் பர்பெக்ட்லி ஆல்ரைட்... நீங்க டென்ஸன் ஆகாதிங்க... நீங்க டென்ஸன் ஆகி

அவங்களையும் டென்ஸன் பண்ணாதிங்க ஓகே... பாத்துக்கோங்க...என்று கூறிவிட்டு அவர் சென்றுவிட்டார்.

அப்பாடா...இப்பதான் நிம்மதியா இருக்கு...கொஞ்ச நேரத்துல என்னா ஆட்டம் காட்டிட்டா ராட்சஷி...அருள் நிம்மதியாய் செல்லமாய் திட்டினான் சம்யுவை...

ஆமாண்ணா...அவ பண்ணது பத்தாதுனு...இவங்க ரெண்டு பேரும் பண்ண அளப்பரையுல எனக்கு ஹார்ட்டஅட்டேக் வந்துருக்கும்...சுஜி முரளியையும் ருத்ரனையும் முறைத்துக்கொண்டே சொன்னாள்.இருவரும் அமைதியாக ஒருவரை ஒருவர் பார்த்துக்கொண்டனர்.

ஆமாம்மா...அழுது ஆர்பாட்டம் பண்ணி... பாப்பா குதிச்சதுனால வெளிய தெறிச்ச தண்ணிய... கண்ணீர் விட்டே மறுபடியும் நிரப்பிடானுங்க கிணத்த... அருள் கிண்டலடிக்க...

அவனை முறைத்த முரளி ஆமாடா...முட்டாள் நாங்க கண்ணீர் விட்டு கிணத்த நிரப்புனோம்... அறிவாளி நீதான் மயங்கி கிடந்தவட்ட நீ என்ன சொன்னாலும் செய்யுறேனு சத்தியம் பண்ணியே...அப்புறம் என்ன... என்றான்.

அது..அது ஒரு ப்லோல வரது... அழுவுறத விட்டுட்டு அடுத்தவன் பேசுற டையலாக்க ஏன்டா கேட்குற எருமைமாடே... என்றான் அருள்.இவ்வளவு நேரம் இருந்த பதட்டத்தையும் டென்ஸனையும் ஒருவரை ஒருவர் கலாய்த்து மூவரும் சரிசெய்தனர்.ஆனால் இதில் எதிலும் ருத்ரன் கலந்து கொள்ளவில்லை... சம்யு நலம் என்று டாக்டர் கூறியதும் மூவருக்கும் நிம்மதியோ

நிம்மதி... ஆனால் ருத்ரனுக்கு அவன் பொம்முவை கண்ணார கண்டால் மட்டுமே நிம்மதி... சம்யு இருந்த அறையே பார்த்துக்கொண்டிருந்தான்.

ஒரு நர்ஸின் துணையுடன் சம்யு வெளியே வர...ஓடி போய் அவளை தாங்கியவன் பொம்மு என்னாச்சுடி...ஒன்னுல்லனு டாக்டர் சொன்னாரு... நீ ஏன் இப்டி வர... எங்கயாவது அடிபட்டுருக்கா... வலிக்குதாடி... இவன் வலியுடன் கேட்க...

அவனை காதல் பொங்க பார்த்தவள்...ஒன்னுல்ல மாமா நல்லா இருக்கேன்... ஊசி போட்டாங்க... அதான் ஒருமாறி இருக்கு...என்றாள்.

நல்லா இருக்கேனு சொல்ற... அப்புறம் எதுக்கு ஊசி... அடுத்து ருத்ரன் தொடங்க...

சார் சார்... அவுங்க நல்லா இருக்காங்க நீங்களே பயமுருத்தி விடாதிங்க... பயந்துருக்காங்க... சோ தூக்கம் வரதுக்காக ஊசி...நல்லா சாப்டு தூங்கி எந்திருச்சா சரி ஆகிடுவாங்க.... என்றார் நர்ஸ். அதன்பிறகு அவளை தலைமுதல் கால்வரை ஆராய்ச்சி செய்து ஒன்றுமில்லை என்றதுமே அமைதியானான் ருத்ரன்.

ஐவரும் வீடு வந்து சேர்ந்தனர்.
திருஷ்டி கழித்தே வீட்டுக்குள் அழைத்து சென்றார் வாணி.

விசயம் கேள்வி பட்டதும் மூவருக்கும் இதயமே நின்றுவிட்டது. வாணி அழுது புலம்பி தீர்த்துவிட ஆண்கள் இருவருக்கும் என்ன செய்வதென்று புரியவில்லை... மூவரும் பதறி கிளம்ப சரியாக சங்கரின் மனைவி ஜானுவை வீட்டில் விட வந்தவள் நடந்த

அனைத்தையும் கூறி ஹாஸ்பிட்டல் அழைத்து சென்று இருப்பதையும் கூறினாள்.தங்களை வரவேண்டாம் அவசியம் என்றால் அழைப்பதாக சொன்னார்கள் என்றும் கூறி சென்றாள்.உடனே ருத்ரனுக்கு போன் அடிக்க அவன் போன் ஸ்விட்ச் ஆஃப் என்று வந்தது... தோப்பில் ஓடும் அது விழுந்து உடைந்ததது என்று கேட்டாள் அவனுக்கே தெரியாது... அருளுக்கு அடித்தால் நாட் ரீச்சபுள் என்று வந்தது. இந்நேரம் அதை எந்த மீன் வைத்து உருட்டி விளையாடி கொண்டிருக்கோ... யாருக்கு தெரியும்...அடுத்து முரளிக்கு அவனுக்கும் பலமுறை முயற்ச்சித்த பின்னே கிடைத்தது... அவன் போனை எடுத்ததும் காய்ச்சி எடுத்துவிட்டார் பரமேஸ்வர்.

லூசு பயலுங்களா...எதுக்கு தான் போன் வைச்சு இருக்கிங்களோ தெரியல... ஒருத்தனும் போன எடுக்க மாட்டுறிங்க...என்று கத்த...

மாமா...மாமா...சொல்றத கேளுங்க...

என்னத்த கேட்குறது...மூணு தடிபயலுங்க இருந்தும் என் மருமகள இப்டி விட்டுட்டிங்களே...அறிவு கெட்டவனுங்களா... புள்ள எப்டி இருக்கா டாக்டர் என்ன சொன்னாங்க...பதட்டமாக பேச...

மாமா...குட்டிம்மா கண்ணு முழிச்சுட்டா... டாக்டர் செக் பண்ணிட்டு இருக்காங்க... வந்ததும் என்னனு சொல்றேன்... என்று ஒருவாரு சமாளித்தான்.

இப்போ வீட்டுக்கு வந்த பிறக்கும் பெரியவர்கள் மூவரும் ஆண்களை பிரித்து மேய்ந்த பிறகே ஓய்ந்தனர்.சம்யுவையும் கடிந்தனர் சிறுபிள்ளை தனத்தால் அனைவரையயும் கலங்கடித்துவிட்டாயே என்று...

ஒருவழியாக அனைத்து அர்ச்சனைகளும் முடிந்து இரவு உணவை சாப்பிட்டுவிட்டு படுக்க சென்றனர். ஜானு தாத்தா இருவருடனும் உறங்கிவிட....வாணியும் சுஜியும் சம்யுவுக்கு தேவையானதை செய்து அவளை படுக்க வைக்க.... ஐயோ நல்லாதான் இருக்கேன். என்ன ஏன் பேஷன்ட் மாறி ட்ரீட் பண்றிங்க... என்று சிணுங்க எங்களுக்கு தெரியும் நீ பேசாம தூங்கு...என்றனர் இருவரும் ஒருபோல.

ருத்ரன் மட்டும் மொட்டை மாடியில் நிலவை வெறித்துக்கொண்டிருந்தான். அவனால் இன்னும் அந்த நிமிடங்களில் இருந்து மீண்டு வரமுடியவில்லை...சம்யு விழுந்தது...கிணத்துக்குள் இதயம் துடிக்க அவளை தேடிய நிமிடங்கள்...சுய நினைவில்லாமல் சம்யு கிடந்த நிமிடங்கள் எதையும் அவனால் மறக்கமுடியவில்லை... அதையே யோசித்துக் கொண்டிருந்தான்.

முரளி ருத்ரனை தேடிவந்தான். காலையிலிருந்து பார்த்துக்கொண்டு தானே இருக்கிறான். நண்பனின் கண்ணிலும் தங்கையின் கண்ணிலும் தெரியும் காதலை.. அதை புரிந்தவன் நிம்மதியாய் உணர அதற்குள் மாலை நடந்த நிகழ்வு உயிரையே ஆட்டம் காண வைத்தது...அப்போது ருத்ரன் கதறிய கதறல் உணர்த்தியது... சிறுவயதில் என்னுடன் சண்டையிட்டது என் நண்பன் இல்லை... என் தங்கையின் காதலன் என்று உணர்ந்தான்.

முரளி சென்று ருத்ரனின் தோளில் கைவைக்க திரும்பி பார்த்தான்...

ஓ பொண்டாட்டி... நல்லா இருக்கா...இன்னும் நீ ஏன் மூஞ்சிய தூக்கி வைச்சுட்டு நிக்குறடா மாப்ள... முரளி கேட்க

மச்சா... தாங்க முடியலடா அவள அப்டி ஒரு நிலமையில பார்த்ததும் உயிரே போச்சுடா... வலியுடன் ருத்ரன் சொல்ல....

ம்ப்ச்... முடிஞ்சத மறந்துடனும்டா ருத்ரா... அதுதான் நமக்கு நல்லது... இப்ப குட்டிம்மா நல்லா இருக்கா அத மட்டும் பாரு...

எல்லாம் புரியுதாடா... ஆனா பொம்முனு வரும் போது என் மூள யோசிக்க மாட்டேங்குது... என்று புலம்பியவன்... முகம் மலர டேய்...முரளி நீ என்ட்ட பேசிட்டடா...என்றான் உற்சாகமாய்...

ஆமா...இது பெரிய உலக அதிசயம் பாரு...டோடா லூசு... ருத்ரா எனக்கு உன்மேல செம்ம கோவம் இருந்தது உண்மைதான்... என் பிரெண்ட் நீ எப்டி புரிஞ்சுக்காம என்ட்ட சண்ட போடலாம்...அப்டியே போட்டாலும் இத்தன வருசம் பேசாம எப்டி இருக்கலாம்... என்ற கோவம்தான்... இன்னோன்னு என் தங்கச்சிய அதிகமா உரிமை கொண்டாடினது... என் பிரெண்டும் முழுசா எனக்கு வேணும் என் தங்கச்சியும் முழுசா எனக்கு மட்டுமே வேணும்னு நினைச்சேன்... ஆனா சின்னபுள்ள தனமா இன்னைக்குவர அப்டி நினைச்சேன் அதான் பிரச்சனை...ஆனா இப்ப புரியுது சின்ன வயசுல என்கூட சண்டை போட்டது என்னோட பிரெண்ட் ருத்ரன் கிடையாது பொம்முவோட தேவ் மாமா... முரளி மனதிலிருந்த அனைத்தையும் கொட்ட.... ருத்ரன் முரளியை இறுக்கி அணைத்துக் கொண்டான்.

எனக்கும் உன்மேல கோவம் இருந்ததது உண்மைடா... நீ சொன்னதுதான் என் பிரெண்ட் என்ன புரிஞ்சுக்கல... இவன் என்ன என் பொம்முவ என்ட்ட இருந்து பிரிக்குறதுனு... ஆனா அப்ப அது காதல்னு

புரியல... அப்றம் படிப்பு கிராமம்னு என்னால வேற யோசிக்க முடியல... பொம்முவ பாக்க வரும்போதும்... எனக்கு அவ மட்டும்தான் தெரிஞ்சா... இன்னொன்னு நீயாதானே போன நீயே வந்து பேசுனு... ஒரு சின்னபுள்ள தனம்...ருத்ரன் சொல்ல...

சரிவிடு ... இனி விட்டத சேர்ந்து பாக்கலாம்....என்று முரளி சொன்னான். சிறு மனதாங்கலால் ஏற்பட்ட இத்தனை வருட நட்பின் பிரிவை மனசுவிட்டு பேசி இருவரும் சரிசெய்த மகிழ்ச்சியில் ஆரத்தழுவி அந்நிமிடத்தை ரசித்தனர்.

உங்க தளபதி படத்த ஓட்டி முடிச்சிட்டிங்கனா... தூங்கலாமா... இடுப்பில் கைவைத்து இருவரையும் முறைத்துக்கொண்டே கேட்டாள் சுஜி.

ஏய்...என்ன எங்கள நக்கல் பண்றியா... முரளி மனைவியிடம் எகுற...

ஆமா எங்களுக்கு வேற வேல இல்ல பாருங்க...அண்ணன் எவ்ளோ டையர்டா இருப்பாரு... அவர நிக்க வைச்சு இப்பதான் பிரிஞ்சு போன நட்புக்கு பாலம் கட்டிட்டு இருக்கிங்க... சுஜியும் பதிலடி கொடுக்க...

இத பாருடா...ஓ புருசன கொஞ்சனும்னா நீ கூட்டிட்டு போ...அதுக்கு ஏன் சுஜி என்ன இழுத்து நடுவுல விடுற... ருத்ரன் சிரித்துக்கொண்டே கேட்க...

இந்த சிடுமூஞ்சிய கொஞ்சிட்டாலும்....அட போங்கண்ணே...காமெடி பண்ணிட்டு...விவஸ்த்தகட்ட மனுஷன்.. நீங்க போய் தூங்குங்க அண்ணா...சுஜி சொல்லவும் முரளி முறைக்க

புருஷனும் பொண்டிட்டியும் எப்டியோ அடிச்சுகோங்க... என்ற ருத்ரன் சிரித்துக்கொண்டே கீழே இறங்கி சென்றுவிட்டான்.

ஏய்... நான் சிடுமூஞ்சியா... முரளி முறைக்க...

இப்ப என்ன பண்றிங்களாம்.. என்றாள் நக்கலாக

நான் விவஸ்த்தகட்டவனாடி...

பின்ன இல்லையா... உங்க தங்கச்சி அங்க... தூங்காமா தூங்குற மாறி நடிச்சு அண்ணனுக்காக வெயிட் பண்ணிட்டு இருக்கா... நீங்க ரெண்டு பேரும் மொக்க போட்டுட்டு இருக்கிங்க... என்றவளை இழுத்து அணைத்தவன்... இதெல்லாம் எனக்கு எப்டி தெரியும்... என்றான்.

உங்களுக்கு என்னதான் தெரியும்... சரியான தத்தி... சுஜி நொடித்துக்கொள்ள...

பாத்து சுளிக்கிக்க போகுது... என்று முரளியும் சுஜியும் சரிக்கு சரியாக பேசி தங்கள் பொழுதை இனிமையாக கழித்தனர் கணவன் மனைவியாக...

ருத்ரன் கீழே சென்றவன் இரவு விளக்கின் வெளிச்சத்தில் சம்யுவை ரசித்துக் கொண்டிருந்தான். சம்யுவும் தூங்குவது போல் ருத்ரனை கவனித்துக் கொண்டிருந்தாள்.

பொம்மு இன்னைக்கு நான் செத்துட்டேன்டி... இனிமே இப்டி பண்ணாத... நீ தான்டி என் உயிரே...ஐ லவ் யூடி... ருத்ரன் சொன்னதுதான் தாமதம் படக்கென்று எழுந்து கணவனை கட்டிக்கொண்டவள் லவ் யூ லாட் மாமா... என்று முத்தமிட...ருத்ரன் உறைந்து

போனான். அவள் காதல் சொன்ன தருணம் இவ்வுலகையே வென்றது போல் உணர்ந்தான்.

ஏய்... நீ இன்னும் தூங்கலாயாடி..

அவளை இறுக்கி அணைத்து கேட்க... முத்தமிடும் போது வராத வெட்கம்...கணவனின் இறுகிய அணைப்பில் தோன்றி செவ்வானமாய் சிவந்தவள் அவன் மார்பிலே தஞ்சம் கொள்ள... அதில் பித்தேறியவன் அவள் முகம் முழுக்க முத்தமிட்டு இறுதியில் இதழை சிறை செய்தான். நொடிகள் நிமிடங்களாகியும் ருத்ரன் இதழ் சிறையிலிருந்து வெளிவர எண்ணம் கொள்ளவில்லை...சம்யு மூச்சுக்கு திணறவே அவளைவிட்டான்.

சம்யு முகத்தை கையில் ஏந்தி பொம்மு நான் இன்னைக்கு எவ்ளோ சந்தோஷமா இருக்கேன் தெரியுமா... ஆறு வருசமா இந்த வார்த்தைய உன் வாயல கேட்கமாட்டேனே... உன் கண்ணுல எனக்கான காதல பார்க்க மாட்டேனானு ஏங்கி கிடேந்தேன்டி...அது இன்னைக்கு நடந்துடுச்சு... லவ் யூ டி பொண்டாட்டி... லவ் யூ சோ மச்...என்று மீண்டும் முத்த யுத்தம் செய்தவனிடமிருந்து வலுக்கட்டாயமாக பிரிந்தவள் ஆறு வருசமா...அப்ப நான் டென்த் படிச்சுட்டு இருந்தேன்... என்று கண்ணை விரித்தாள்.

ஆமா... நீ டென்த்துதான் படிச்சுட்டு இருந்த யாரு இல்லனு சொன்னா... அவள் காதோரத்து முடிகளுடன் விளையாடிக்கொண்டே கேட்க...

ம்ப்ச்...டேய்...ஹல்க் உண்மைய சொல்லு நீ எப்பருந்து என்னய லவ் பண்ற...அதிகாரமாய் கேட்க...அதை ரசித்தவன்... நான் உன்ன லவ் பண்றேனு உனக்கு எப்ப தெரிஞ்சுது...என்றான் சின்ன சிரிப்போடு....

உங்க லவ்வ நீங்கதானே சொல்லனும்...சம்யு கேட்க.

ஓகே...கரெக்ட்தான் என்னோட லவ்வ நான் சொல்றேன்... நீ என்ன லவ் பண்ண ஆரம்பிச்ச... ருத்ரன் எதிர் கேள்வி கேட்க..

நான்தானே பர்ஸ்ட் கேட்டேன்...
என்று சிணுங்கினாள் சிறு வெட்கத்தோடு...

பொம்மு சொல்லுடி... ருத்ரன் எதிர்பார்ப்போடு கெஞ்ச...

தெரியல மாமா... நான் உன்ன பாத்தே இருவது நாள் தான் ஆகுது... பர்ஸ்ட் புட் கோர்ட்ல பார்த்தேன்... அப்பவே என்னவோ உங்கள பார்த்த உடனே ஒரு ஈர்ப்பு... உங்க கூட வாழ்ந்த மாறி ஒரு எண்ணம்... ஏன்னு எனக்கு புரியல... ரெண்டுநாள் அப்பப்ப உன்ன பத்தி நினைச்சுப்பேன்... ஆனா யார்னே தெரியாத ஒருத்தர பத்தி யோசிக்க கூடாதுனு மூள சொன்னாலும் அத என்னால ஏத்துக்க முடியல... அதுக்கு அப்புறம் அன்னைக்கு பதட்டமா ஓடி வரும் போது பார்த்தேன்.
கிட்டத்தட்ட ஒருமணி நேரமா எனக்குள்ள இருந்த பயம் நீங்க பேசுன வார்த்தையுல காணப் போயிடுச்சு...அதுக்கு அப்றம் தான் நான் நிதானமா யோசிச்சு செயல்பட்டேன்.எனக்குள்ள உங்க குரல் ஒளிச்சுட்டே இருந்துச்சு...அடுத்து நான் உன்ன பாத்தது இங்க என்ன கடத்திட்டு வந்தப்பதான் கண்முழிச்சு பார்த்ததும் நீங்கதான் என்ன கடத்துனிங்கனு தெரிஞ்சதும் அவ்ளோ கோவம் உன்ன ஒரு பொண்ண கடத்துனவனா என்னால யோசிச்சு பாக்க முடியல... ஆனா மாமா நான் மயங்கும் போது உன்னோட முகத்த பாக்குல இருந்தாலும் எனக்கு பயமா இல்ல... பாதுகாப்பாதான் உணர்ந்தேன்...நம்ம கல்யாணத்துக்கு

அப்றம் எனக்கு அந்நிய தன்மை தோன்றவே இல்ல....நீங்க எனக்கு ரொம்ப நெருக்கமானவனா தோணுச்சு... கொஞ்சமா கொஞ்சமா எனக்குள்ள முழுசா நீ வந்திட்டுங்கனு எனக்கு புரியவே இல்ல.... அது புரிஞ்சது அன்னைக்கு வயல்ல அந்த பொண்ணுங்க பாத்தப்ப எனக்கு ஏன் கோவம் வந்துச்சுனு யோசிச்சப்பதான்... அந்த உணர்வு என்னனு புரியறத்துக்குள்ள நீங்க...நீங்க... இவ்வளவு நேரம் சரளமாய் பேசியவளின் வாய் தடுமாறியது...அவளின் தடுமாற்றத்தை ருத்ரனும் ரசித்தான்.

ம்ம்...சொல்லு...என்று ஊக்குவிக்க...

அன்னைக்கு நீங்க என்ன கிஸ் பண்ணப்பதான் தோணுச்சு... எப்டி உங்க முகத்துல முழிக்குறதுனு தெரியாமா நான் வெளிய வரவே இல்ல... அப்றம்தான் நீ டவுனுக்கு போனது தெரியவும் நிம்மதியா இருந்தது. அப்ப ஜானுட்ட பேசிட்டு இருக்கும் போது...என இழுத்தவளின் முகம் குங்குமாய் சிவக்க... ஏதோ இருக்கிறது என்பதை உணர்ந்தவன் ஆவலாய் பார்க்க...

எனக்கு...உன்னமாறியே ஒரு குட்டிபாப்பா என் மடியில படுத்து விளையாடுறது போல தோண நான் ஆடிபோயிட்டேன்.... சம்யு சொல்ல ருத்ரனின் கண்கள் விரிந்தது... மனைவியை முழுங்குவது போல் பார்க்க தன் கரம் கொண்டு அவன் கண்களை மூடியவள்... இப்டி பாத்தா நான் எப்டி சொல்றது... என்று சிணுங்க... அவள் கையை விலக்கியவன் அதில் முத்தமிட்டவன்... சொல்லுடி பொம்மு...என்று உருக... அதில் கரைந்தவள் அப்போதான் எனக்கு புரிஞ்சுது நான் உன்ன லவ் பண்றேனு ஆனா...எப்போலருந்துனு தெரியல... அப்போதான் உங்க கண்ணுல என்ன பாக்கும் போது தோன்றதும் காதல்தான்னு உணர்ந்தேன். அந்த பீலிங்க என்னால ஏத்துக்கவே முடியல அப்டியே பறக்குற மாறி

இருந்தது.... அந்த சந்தோஷத்தோட தோப்புக்கு வந்தேன்...அங்க உன்னோட வாய்ஸ் கேட்கவும் எனக்கு உள்ள என்னன்னமோ பண்ண... வேகமா ஓடி வந்தா...நீ என்னடானா....ரத்தம் வர அளவுக்கு ஒருத்தன போட்டு அடிக்குற... அப்ப உன் கண்ணுல தெரிஞ்ச கோவத்த பார்த்து எனக்கு அப்டியொரு பயம் அதான் உன்ன வேணா சொல்லிட்டு ஓடி வந்துட்டேன். என்றவள் தீயாய் முறைக்க இவ்ளோ நேரம் பூவாய் மலர்ந்தவள் இப்போ தீயாய் காய்வது ஏன் என்று புரியாமல் முழித்தான் ருத்ரன்.

அத்தியாயம்

19

சம்யு தன் காதலை சொல்ல சொல்ல ருத்ரன் சிறகில்லாமல் பறந்தான். உயிர்வரை இனித்தது அவள் தன் காதலை உணர்ந்த தருணத்தை சொல்லும் போது...தன்னை சைட் அடித்தாய் சொல்லும் போது தோன்றிய வெட்கம்...முதல் இதழ் முத்தத்தை சொல்லும் போது வந்த கண்ண சிவப்பு... தன்னை போல் தங்கள் உயிரின் கற்பனையை சொல்லும் போது கண்ணில் தோன்றிய மின்னலும் பரவசமும் வெட்கமும் ருத்ரனை திக்குமுக்காட செய்தது. மனைவியின் ஒவ்வொரு முகபாவத்தையும் ரசித்து மயங்கி கிடந்தவனுக்கு... சம்யுவோ அவனை தீயாய் முறைக்கவும் ருத்ரனுக்கு ஒன்றும் புரியவில்லை.

இப்ப எதுக்குடி முறைக்குற...

நீ ஏன் அவன அன்னைக்கு அடிச்ச... எரிச்சலாய் கேட்டாள் சம்யு.

ஏய்...பொம்மு இந்நேரம் உனக்கு அவன் பண்ணது தெரிஞ்சு இருக்கும்... மனுச தனமாவா நடந்துருக்கான்... சோறு போடுற பூமிய... நஞ்சு வச்சு அழிக்கனும்னு நினைக்குறது... எவ்ளோ பெரிய பாவம்...பாவம்ன்றத விட துரோகம் பொம்மு... அவன சும்மாவிட சொல்றியா... ருத்ரன் கோவமாய் கேட்க...

யார் அவன சும்மா விட சொன்னது... என்றவளை ருத்ரன் கேள்வியாய் பார்க்க...

மாமா...எனக்கு விவசாயத்த பத்தி ஒன்னுமே தெரியாதுதான்... ஆனா அதுமேல அளவுக்கு அதிகமா பற்றுதலும் மரியாதயும் இருக்கு...விவசாயத்த அழிக்கனும்னு நினைக்குறது... நின்னுட்டே காலுக்கு அடியுல குழி தோன்றதுக்கு சமம்... அதுலாம் இங்க இருக்க சில மடசாம்பிராணிங்களுக்கு புரியாது...சோ... நீ பண்ணது தப்புல்ல...என்றவளை பார்த்து நிஜமாவே கோவம் ருத்ரனுக்கு இவ்ளோ வக்கனையா பேசுறவ... ஏன் அடிச்ச...ஏன் அடிச்சனு கேட்டு கொல்றாளே... என்று நினைத்தவன் அதையே அவளிடமும் கேட்க...

இரத்தம் வர ஒருத்தன் அடிவாங்குறத பாத்தது அதான் பர்ஸ்ட் டைம்...

நீ டாக்டர் தானே... எவ்ளோ இரத்தம் பாத்துருப்ப... இனிமே லைப்லாங் அதான் உன்வேல அப்டி இருக்கவ இப்டி இரத்தத்த பாத்து நடுங்குனா... நீ வைத்தியம் பண்ணமாட்ட... உனக்குதான் வைத்தியம் பாக்கனும்...என்று நக்கலாக சொல்ல...

அவனை முறைத்தவள் லூசா மாமா நீ...என்றாள்.அவளது சிறுபிள்ளை கோபத்தில் இவனுக்கு தாபம் எழ...

ஆமாடி...உன்ன லவ் பண்றேன் பாரு நான் லூசுதான்... என கொஞ்சியவன் இழுத்து அணைத்து முத்தமிட்டான் கண்களில்.

மெல்ல சிரித்தவள்... நான் ஹாஸ்பிட்டல்ல பாக்குற இரத்தம் ஒரு உயிர் போராடும் போது பாக்குறது...அப்ப எனக்கு அந்த உயிர காப்பதனும்ன்ற எண்ணம்தான்

இருக்கும்... அன்னைக்கு நீ அவன கொலவெறில அடிச்சு ரத்தம் வர வைச்ச அத பாத்தா யாருக்கா இருந்தாலும் பயமாதான் இருக்கும்... அதுமட்டுமில்லாம ஓ கண்ணுல தெரிஞ்ச கோவம் அதபாத்ததும் எனக்கு அல்லு விட்டுடுச்சு தெரியுமா... இப்போதும் பயத்துடன் சொன்னவளை பார்த்து ருத்ரனுக்கு கஷ்டமாக இருந்தது...

பொம்மு சாரிடி...உன் பயம் எனக்கு புரியுது... எங்க நான் உன்ட்டயும் அந்தமா மாறி கோவபடுவேனோனு நீ பயப்படுற... நான் எப்டி உன்மேல கோவ படுவேன்... நீ ஏ குழந்தடி... நீ என்ன பண்ணாலும் எனக்கு ரசிக்க தோணுது... உன்ன திட்டனும்னு தோணாது...தன் பொம்மு தன்னை பார்த்தே பயப்படுகிறாளே என்ற வலியுடன் ருத்ரன் பேச...

அவனை இறுக்கி அணைத்து நெஞ்சில் சாய்ந்தவள் எனக்கும் தெரியும் மாமா...என் மாமாவுக்கு என்மேல கோவமே வராது...நீ எப்பவும் எனக்கு தேவ்மாமாதான் ருத்ரன் கிடையாதுனு தெரியும்... என்றவளை மேலும் தனக்குள் இறுக்கி கொண்டவன் அப்புறம் ஏன் நாலுநாளா மூஞ்ச தூக்கிட்டு சுத்துன...என்க.

நீ ஏன் அன்னைக்கு அவன அடிச்ச...என்று மறுபடியும் சம்யு கேட்க...கடுப்பானவன் கத்த போக அவனது மூளை எச்சரித்தது...

டேய்...இருடா...அவ திரும்ப திரும்ப ஏன் அன்னைக்கு அடிச்சனுதான் கேட்குறாளே தவிர ஏன் அடிச்சனு கேட்கல... என்று எச்சரிக்க... நெஞ்சில் சாய்ந்திருந்தவளை நிமிர்த்தி

அன்னைக்கு அடிச்சதுனால என்ன நஷ்டமா போச்சு...என்று கேட்க குப்பென்று அவள் முகம் சிவந்தது.அதில் ஆர்வமானவன் மீண்டும் கேட்க...

நா...நான் அன்னைக்கு என் லவ்வ உன்ட்ட சொல்லலாம்னு நினைச்சேன்... திக்கிதிணறி வெட்கத்தோடு சொன்னவள் அவன் மார்பிலே சிவந்த முகத்தை மறைத்துக்கொண்டாள்.

மனைவியின் பதிலில் இன்பமாய் அதிர்ந்தவன் ச்ச... எவ்ளோ பெரிய நஷ்டம்...லவ் சொல்ல வந்தவள பயமுருத்தி விட்டேனா....அதான் மேடம் என்மேல கோவமா சுத்துனிங்களா...என்க தலையை மட்டும் ஆட்டினாள் ஆம் என்று... அதில் மகிழ்ந்தவன் அவளோடு கட்டிலில் சரிந்து எல்லை மீற...

அவன் கைகளை தட்டிவிட்டவள் நீ எப்ப இருந்து என்ன லவ் பண்றனு சொல்லு மாமா.. என்றாள்.

உன் விசயத்துல மட்டும் கவனாமா இருக்கியே இந்த மாமன கவனிக்க கூடாதா... என்று குழைய...

அதெல்லாம் அப்புறம் கவனிக்கலாம்... இப்ப சொல்லு...என்க.

எனக்கும் தெரியலடி பொம்மு... நீ பொறந்ததே இங்கதான்... அப்பலருந்து உன்ன பிடிக்கும்... நீ தேவ்மாமா தேவ்மாமானு என் கைபிடிச்சுட்டு சுத்தும் போது இந்த உலகத்துக்கே நான்தான் ராஜாங்கற மாதிரி தோணும்...

ஒருநாள் எனக்கும் முரளிக்கும் நீ யாரட்ட போவனு சண்டை... எத்தன தடவ எங்களுக்குள்ள சண்ட வந்துருக்கு அப்ப யாராவது ஒருத்தர் விட்டுகொடுத்து

போயிடுவோம்.. ஆனா உன்மேல இருக்க உரிமைய எங்க ரெண்டு பேருக்குமே விட்டு கொடுக்க மனசு இல்ல... அதனால குடும்பமே பிரியுறமாறி ஆகிடுச்சு... அதுக்கு அப்றம் உங்க எல்லார பத்தி யோசிச்சாலும் என்னால வரமுடியல...இங்க நான் எனக்குனு நான் எடுத்துக்குட்ட பொறுப்புகள் அப்படி... அப்றம் நான் பிஜி பண்ணும் போது ஒரு ப்ராஜக்ட்க்கா சென்னை வந்தேன்... அப்ப ஒருநாள் கோவில்ல பட்டுபாவடை தவணியில பார்த்தேன்... நான் பார்த்த குட்டி பொம்மு காணம போய்... என் பொண்டாட்டியா கண்ணுக்கு தெரிஞ்ச... என்னோட நினைப்ப நினைச்சு எனக்கே அதிர்ச்சியா இருந்துச்சு...அந்த நொடி எனக்கு புரிஞ்சுது உன்மேல எனக்கு இருந்தது அத்தபொண்ணுன்ற அன்பு இல்ல...என் பொண்டாட்டின்ற காதல்னு... அந்த நொடி உணர்ந்தேன் உன்மேல எனக்கு இருந்த காதல...கண்ணில் காதல் சொட்ட சொன்னவனை தன்னருகே இழுத்த சம்யு தன் முதல் இதழ் முத்தத்தை கணவனின் இதழில் பதித்தாள்.

அவளது திடீர் தாக்குதலில் கண்ணை விரித்தவனும் தன் காதல் மனைவியின் முத்தத்தில் கரைந்தான். பெண்ணவள் கூச்சத்தில் தடுமாற அவள் செயலை தனதாக்கி கொண்டு அவள் இதழ் தேனை பருகினான். இருவருக்குமே மூச்சு வாங்கவே அவளை விட்டு விலகினான். வெட்கத்தில் கண்ணமும் கணவனின் இதழ் தீண்டலால் உதடும் சிவந்திருந்தவளை கண்டவன் ஏய்...நான் சொல்லவா வேண்டாமா...என்க. மேலும் சிவந்தவள் அவனுள்ளே புதைய சத்தமாய் சிரித்தவன் சம்யுவை கட்டி அணைத்தவன் விட்டதை தொடர்ந்தான். ப்ளாஷ் பேக்கப்பா...

உன் மேலருந்து என்னால கண்ணெடுக்கவே முடியல... என்னோடயே உன்ன கூட்டிட்டு போயிடனும்னு நினைச்சேன்.

அப்றம் தான் உன்னோட வயசு எனக்கு நியாபகம் வர இது சரி வருமானு யோசிச்சேன்... குழம்பி போய் திரும்பி வந்தேன்... முழுசா நாலு நாள் என்னால தாக்கு பிடிக்க முடியல...உடனே கிளம்பி வந்தேன்... ஸ்கூல்லுக்கு வெளியவே நின்னு உன்ன சாயந்தரம் பாத்தப்பறம் தான் எனக்கு நிம்மதியா இருந்துச்சு... அன்னைக்கு முடிவெடுத்தேன் யார் என்ன சொன்னாலும் நீதான் பொண்டாட்டினு... உன்ன யாருக்காகவும் விட்டுக்கொடுக்க மாட்டேனு... தூரத்துலருந்து உன்ட்ட சொல்லிட்டு வந்துட்டேன். மாசத்துல ரெண்டு தடவ வந்து உன்ன பாத்துடுவேன்... உன்ன தள்ளி நின்னு ரசிக்குறதுல எனக்கு அப்டி ஒரு சந்தோஷமா இருக்கும். உன்னோட படிப்பு முடிஞ்சததும் உன்ட்ட வந்து என் காதல சொல்லி உன்னையும் காதலிக்க வைச்சு கல்யாணம் பண்ணனும்னு நினைச்சேன்.

நீ என்னை பர்ஸ்ட் டைம் பாத்தல்ல...அன்னைக்கு ஷாப்பிங் காம்ப்ளக்ஸ்குள்ள நுழைஞ்சதும் உன்ன நான் பாத்துட்டேன்... என் பிரெண்ட் புட் கோர்ட்ல இருக்கேன்னு சொல்வும் எப்பவும் போல உன்ன சைட் அடிச்சுட்டே மேல ஏறுனா... நீ என்ன பாத்துட்ட அப்ப உன் கண்ணுல தெரிஞ்ச மின்னல் இருக்கே ப்பா... நான் காலி நீ பாக்க பாக்க எனக்கு அப்டியே ஜிவ்னு இருந்துச்சு... அதுக்கு அப்றம் சூழ்நிலை... காதலில் உருகி சொல்லிக்கொண்டே வந்தவன் தன்னை சமாளித்து...நீ அப்டி பாத்தப்றம் உன்ன விட்டு விலகி இருக்க முடியாம... என் பொம்முவ கடத்திட்டு வந்து தாலி கட்டி என் பொண்டாட்டி ஆக்கிட்டேன் என்றான். ருத்ரனின் காதலில் கரைந்தவள் அவன் தடுமாற்றத்தையும் கவனிக்கவில்லை...அதுக்கு எதுக்குடா கடத்துனனும்னு யோசிக்கல...

லவ் யூ மாமா...சம்யு சொல்ல

லவ் யூ டூடி செல்லம்...என்றவன் அப்போதுதான் உணர்ந்தான் அவள் தூக்கத்தை தேக்கி வைத்த கண்களை... ஓகே பொம்மு தூங்குடி...அதான் எல்லாம் தெரிஞ்சுடுச்சுல்ல... அப்டியே அவளை கட்டியணைத்து உறங்க வைத்து தானும் உறங்கினான்.

காலையில் அனைவரும் சென்னை கிளம்பினர். செல்லும் போது ருத்ரன் முரளி அருள் மூவரும் அடித்த லூட்டியில் மூவரையும் எப்டி சேர்ப்பது என்ற கவலையில் இருந்தவளுக்கு நட்புக்குள் எதுக்கு தூது... நாங்களே சேந்துப்போம் என்று அவர்களே சேர்ந்தது மகிழ்ச்சியாய் பயணத்தை சுகமாய் மேற்கொண்டாள்.

சென்னை வந்து சேர்ந்தவர்களை அன்போடு ஊர்மிளா ஜெகநாதன் ஷித் மூவரும் வரவேற்றனர். உள்ளே வந்ததும் ஷித்திடம் தாவிய ஜானு சம்யு கிணற்றில் விழுந்தது முதல் நடந்த அனைத்தையும் மழலை மொழியில் அவனிடம் ஒப்பித்தாள்.

இது சம்யு மற்றும் ஷித்தினால் உண்டான பழக்கம்... ஜானு பிறந்ததிலிருந்து இருவரும் கல்லூரி மற்றும் வேலை விட்டு வந்ததும் அன்று நடந்த அனைத்தையும் ஜானுவுடன் பகிர்ந்து கொள்வர். அவளுடன் நேரம் செலவளிக்க வேண்டும் என்பது ஒரு காரணமாக இருந்தாலும் சிறுவயதிலிருந்தே குழந்தைகளுடன் அன்றைய நிகழ்வை பேசி அவர்களையும் பேச வைத்தால் பின்னாளில் அவர்களுக்கு வரும் பிரச்சனைகளை தவிர்க்கலாம். இன்றைய காலகட்டத்தில் குழந்தைகளை தனியே விடவும் முடியாது... அதற்காக பாதுகாப்பாக முன்னெச்சரிக்கையாக இருக்கிறேன் என்று அவர்களை கைக்குள்ளே வைத்தும் வளர்க்க முடியாது... அதுவே அவர்களின் தன்னம்பிக்கையை குறைத்துவிடும். அதற்கு

முதலில் நாம் எப்போதும் அவர்களுடன் இருப்போம் என்ற நம்பிக்கையை கொடுக்க வேண்டும் இன்னொன்று நாம் சொல்வதை நம் பெற்றோர்கள் தவறாய் நினைக்காமல் காது கொடுத்து கேட்பார்கள் என்ற எண்ணத்தை தரவேண்டும். சிறுவயது முதலே அதை நாம் பழக்கிவிட்டாள் அன்றாட நிகழ்வுகளை அவர்கள் நம்மிடம் பகிரும் போது அவர்களுக்கு தீங்கு நேர்வது போல் ஏதேனும் தெரிந்தால் உடனே அதற்கான தீர்வை காண முடியும். பிள்ளைகளின் மொழியை காது கொடுத்து கேளாமல் விட்டு விட்டு பிரச்சனை முத்திய பின் ஐயோ என்னிடம் சொல்லியிருக்கலாமே... நான் அப்டியா மத்த பெற்றவர்களை கடுமையாக நடந்து கொண்டேன்...என்று நெஞ்சில் அடித்துகொண்டு புலம்புவதில் பயனில்லை...(அட்வைஸ் பண்ணணும்னு நினைக்கல... எழுதும் போது ஒரு ப்ளோவுல வந்துடுச்சு தேவையான கருத்துனு நினைக்குறேன் வேண்டாம்னா விட்டுடுங்க நண்பர்களே)சம்யுவும் ஷித்தும் பேச ஜானுவும் ஆஊவு என்று சத்தமிட்டு கையை காலை ஆட்டி அவள் மொழியில் அன்றைய நிகழ்வை சொன்னவள் பேச தொடங்கியதும் மழலை மொழியில் ஓடிய எறும்பை நசுக்கி கொன்றது முதல் பிடிக்காத உணவை தாயும் பாட்டியும் ஊட்ட அதை வாந்தி எடுத்து அடி வாங்கியது வரை அனைத்தையும் மழலை மொழியில் சொல்லுவாள். அதைபோலவே இன்றும் சொல்ல பாதி புரிந்தும் புரியாமலும் ஷித் முழிக்க... விசயம் தெரிந்தவர்கள் பயபுள்ள கோத்துவிட்டுருச்சே என்று முழித்தனர்.

ஷித் என்னவென்று கேட்க அனைவரும் திருதிரு முழித்தனர். ஏதோ விபரீதமாய் நடந்துள்ளது என்பதை உணர்ந்தவன் சத்தமிட... சம்யுவே பயந்து பயந்து தமையனிடம் அனைத்தையும் சொல்ல ஊர்மிளா ஜெகநாதன் ஷித் மூவருக்கும் பக்கென்றது... பெற்றவர்கள் அழுது மகளை கடிந்து கொண்டனர்.

ஷித்தோ ஆடித்தீர்த்துவிட்டான் இவ்ளோ பெரிய விசயத்தை ஏன் சொல்லவில்லை என்று... முரளியும் அருளும் எவ்ளோ சொல்லியும் அவனால் ஏற்க முடியவில்லை...

ஏ உனக்கு அறிவில்ல... சின்னபுள்ளயா நீ... எதுல விளையாடனும்னு ஒரு அறிவு வேண்டாம்... அதென்ன சொல்றத கேட்காத பழக்கம் ஒன்னுகிடக்க ஒன்னு ஆயிருந்தா என்ன பண்ணுவ... இனிமே வயல் பக்கம் போன நானே கால வெட்டி வீல் சேர் வாங்கி உட்கார வச்சுருவேன்... என்று கோபத்தில் கத்த சம்யு அழத்தொடங்கிவிட்டாள். ஷித் திட்டிவிட்டானே என்றில்லை அவன் கோவமாக பேசினாலும் பயத்தில் கண்ணெல்லாம் கலங்கி நின்ற அண்ணனை பார்த்தே அழுதாள்.

சாரிடா...சாரி... தெரியாம பண்ணிட்டேன்...சம்யு அழுதுகொண்டே அண்ணனிடம் சொல்ல...

என்ன தெரியாம பண்ணா... குழந்தையா நீ... கேட்ட எங்களுக்கே பதறுதே நேர்ல பாத்தவங்களுக்கு எப்டி இருக்கும் அறிவில்ல உனக்கு... என்று திட்ட...

டேய் போதும் விடுடா... அவளே பயந்து போய்ட்டா...இனி நீயே போ சொன்னாலும் போகமாட்டா...ருத்ரன் மனைவிக்கு சப்போர்ட் செய்ய...

நீங்க சும்மா இருங்க மாமா... நீங்க செல்லம் கொடுத்து கெடுத்து வச்சுருக்கிங்க.. ருத்ரனிடம் சொல்ல...

பாத்தியாடா இவனுக்கு நக்கல... இருவத்திரெண்டு வருசமா இவனுங்க கொடுக்காத செல்லத்த... இருவது நாள்ள நீ கொடுத்துதான் இவ கெட்டு போயிட்டாளாம்...அருள் சொல்ல அவனை முறைத்தான் ஷித்.

சாரிடா அண்ணா... அழுதுக்கொண்டே சம்யு கெஞ்ச... தங்கையின் அழுகையை காண முடியாதவன் கண்ணீரை துடைத்துவிட்டு அவள் நெற்றியில் முத்தமிட்டு விளையாட்டு தனமா இருக்காத குட்டிம்மா என்க சமத்தாய் தலையாட்டினாள்.

அடுத்த இரண்டு நாளும் பனியாய் கரைந்தது... கடைசி நேர பர்சேஸ்... உடையை சரிபார்ப்பது... இப்படி சென்றது.

நாளை காலை ரிஷப்ஷன் என்ற நிலையில் ஜானுவுடன் ஆட்டம் போட்டவளை நன்றாக தூங்கினாள்தான் பார்க்க நன்றாக இருக்கும் என்று சுஜி அடித்து துரத்தினாள்.

எங்க போய் தூங்குறது... இந்த லூசு ஹல்க் கதை சொல்லாம இப்பலாம் தூக்கம் வரமாட்டேங்குது... இது தெரிஞ்சும் இவன் மச்சானுங்களோட ஊர் சுத்த போயிட்டான்... என வெளியே சென்ற மூன்று அண்ணன்களையும் கணவனையும் வறுத்தெடுத்துக்கொண்டே படுக்கும் முன் குளிக்க சென்றாள். குளித்து முடித்த பின்பே தெரிந்தது மாத்து துணி எடுத்துட்டு வரலனு... ச்ச எல்லாம் இந்த ஹல்க்கால... அதற்கும் ருத்ரனை திட்டியவள் அங்கிருந்த டர்க்கி டவலால் தன்னை சுற்றிக்கொண்டு வெளியே வந்தாள். அதுவே அவளுக்கு முட்டி வரை இருந்தது.

அலமாரிக்குள் தலையை விட்டு துணியை தேடிக்கொண்டிருந்தாள். நைட் பேண்ட் கிடைத்தாள் அதற்குரிய சட்டை கிடைக்கவில்லை... சட்டை கிடைத்தால் பேண்ட் கிடைக்கவில்லை... அலமாரி அந்த லட்சணத்தில் இருந்தது... தூங்கும் போது நாங்க கரெக்ட் பேர் டிரெஸ்தான் போடுவோம்... இவள் புரட்டிக்கொண்டிருக்க... ஸ்ஸ்ஸ்...ஆஆஆ...அம்மா என்ற அலறலில் பதறி திரும்பி பார்க்க...ருத்ரன் தலையை தேய்த்துக்கொண்டு கட்டிலின் அடியிலிருந்து எழுந்து நின்றான்.

சம்யு குளிக்கும் போது வந்தவன் உடையை மாற்றிவிட்டு திரும்ப சம்யுவின் பர்ஃயூம் பாட்டிலை தட்டிவிட அது உருண்டு கட்டிலுக்கு அடியில் சென்றது. அதை எடுக்க உள்ளே நுழைந்தவன் எந்திரிக்கும் போது தலையில் இடித்துக்கொள்ள கத்திக்கொண்டே எழுந்தான். எழுந்தவன் சம்யு நின்ற கோலம் கண்டு விழிவிரித்தான்.

இப்டி ஒரு சூழ்நிலையில் கணவனை அங்கு எதிர்பார்க்காதவள் வெட்கம் கொண்டு ஓட முனைய... எட்டிபிடித்தான் ருத்ரன்.

குளித்துமுடித்து நீர் சொட்ட வந்து நின்றவளின் தேகம் வெண்ணையாய் வழுக்க... இரு கைகளாலும் அழுத்தி பிடித்தான்.

விடு மாமா.... சம்யு வெட்கத்தில் சிவக்க...

குளிர் நிலவாய் தன் கைகளில் உருகி நின்றவளை கண்டு ருத்ரனின் தாபம் மேலோங்க... பொம்மு...கிறக்கமாய் அழைத்தவன் மனைவியின் கழுத்து வளைவில் முகம் புதைக்க... தன் மாமனின்

நெருக்கம் அவள் உணர்வுகளையும் தீண்டிவிட... அவன் மேலே சரிந்தாள்.

சம்யுவின் வெற்று தோளில் கைகளால் ஊர்வலம் நடத்தியவன் அவள் இடையை இறுக்கிபிடிக்க... மாமா... என்று முணக... அது மேலும் அவனுக்கு மோகத்தீயை மூட்டியது.

தோள் வளைவிலிருந்து முத்தமிட்டவன் இறுதியில் இதழில் இளைபாறினான்.

இதழ் முத்தம் நீடிக்க இடையின் அழுத்தம் கூடியது.சம்யுவும் தன் கைகளை அவன் முதுகில் படரவிட்டு கணவனுக்கு இசைந்து கொடுத்தாள். இவன் வேகத்தில் பின்னே வளைந்தவளை அப்படியே கைகளில் ஏந்தி கட்டிலை அடைந்தான்.

பொம்மு... தாபத்தோடு அழைத்து கேள்வியாய் அவளை பார்க்க... சம்மதமாய் தன் கண்களை மூடினாள். விளக்கை அணைத்தவன் இத்தனை வருட தன் காதலையும் தாபத்தையும் தன் பொம்முவிடம் கைதீண்டலிலும் இதழ் தீண்டலிலும் புரியவைத்தான். அவளும் தன்னை முழுவதுமாக மாமனிடம் ஒப்படைத்தாள்.

நேற்றுவரை கதை சொல்லி தூங்க வைத்தவன் இன்று பல புதுபுது கதைகள் சொல்லி அவள் தூக்கத்தை கெடுத்தான். கிழக்கில் சூரியன் உதிக்க ஆயாத்தம் ஆகும்வரை கதைபேசி தூங்கா இரவை இன்பமாய் கழித்தனர் ஹல்க்கும் பொம்முவும்....

அத்தியாயம்

20

ருத்ரதேவனுக்கும் சம்யுக்தாவிற்கும் ரிஷப்ஷன் சிறப்பாய் நடைபெற்றது.

வழக்கமான ரிஷப்ஷன் போல் இல்லாமல் சற்று வித்தியசமாய் ஏற்பாடு செய்திருந்தனர் முரளியும் ஷித்தும்.

தஞ்சை பெரிய கோவிலின் கோபுரத்தின் அமைப்பை தத்ரூபமாக பின்புலமாக அமைத்து மேடையின் இருபுறமும் தங்க நிறத்தில் பெரிய யானை சிலைகள் துதிக்கை தூக்கி வரவேற்க நடுவில் தாமரை வடிவில் அமைக்கப்பட்ட இருக்கையில் அரக்கு நிறத்தில் தங்க ஜரிகைகள் கொண்டு நெய்யப்பட்ட புடவையில் ராஜகுமாரியாய் சம்யுவும் பட்டுவேட்டி சட்டையில் ராஜகுமாரனாய் ருத்ரனும் வீற்றிருந்தனர்.

என்னதான் சூழ்நிலையால் அவசர கல்யாணம் என்றாலும்... ஒரு பெண்ணுக்கு கல்யாணம் பற்றிய எத்தனையோ ஆசைகள் இருக்கும் அது எதையும் தன் பொம்முவிற்கு தன்னால் கொடுக்க முடியவில்லையே என்ற வருத்தம் ருத்ரனுக்கு இருக்கதான் செய்தது. அதனால் ருத்ரனும் இந்த ரிஷப்ஷனில் சம்யுவின் ஆசைகளை கேட்டு கேட்டு தன்னால் முடிந்த அனைத்தையும் செய்தான்.

மனைவியின் முகத்தில் தெரிந்த மகிழ்ச்சியில் மகிழ்ந்தனும் அவளை கட்டி ஆண்ட கர்வத்துடனும் பேரழகனாய் நிற்க... கணவனின் ஒவ்வொரு செயலிலும் காதலை கண்டவளும் நேற்றிரவு அவன் காதலில் மூழ்கி முத்தெடுத்த வெட்கத்திலும் சம்யு தேவதையாய் ஜொலித்தாள்.

வந்தவர்கள் அனைவரும் விழா ஏற்பாட்டை கண்டு வியந்தனர்.

இப்படியும் ஏற்பாடு செய்ய முடியுமா என்று வாயில் விரல் வைத்தனர். தமிழ்நாட்டின் அனைத்து சிறப்பு உணவுகளும் தலைவாழை இலையில் பரிமாறப்பட்டது. குழந்தைகளுக்கு ஒரு அடி உயரத்தில் பதுமை போல இருக்கும் தஞ்சாவூர் தலையாட்டி பொம்மை வழங்கப்பட்டது.

சம்யுவின் தோழர்களும் தோழிகளும் வர ஷித் அவர்களுடன் சேர்ந்து கலாட்டா செய்து மண்டபத்தையே உலுக்கி எடுத்துவிட்டனர். சரத்தும் விசாகாவும் சேர்ந்து சிரித்தபடி வர நண்பர்கள் அனைவரும் ஆச்சர்யமாய் பார்த்தனர்.ஏனென்றால் இருவருக்கும் ஆகாவே ஆகாது.. சண்டை என்று எல்லாம் கிடையாது...ஆனால் இந்த நான்கு வருடத்தில் இருவரும் பேசிக்கொண்டதை ஒரு கைவிரல் கொண்டே எண்ணிவிடலாம். அனைவரிடமும் சகஜமாய் பேசும் இருவரும் தங்களுக்குள் பேசியது கிடையாது.அது ஏனோ தெரியவில்லை நண்பர்கள் என்னன்னமோ செய்து பார்த்துவிட்டனர். ம்ஹீம் ஒன்றும் முடியவில்லை... ஆனால் இன்று இருவரும் சேர்ந்து வருவதை பார்த்து வியக்க அடுத்த குண்டை போட்டனர் இருவரும் காதலிப்பதாய்...

என்னடா நடக்குது இங்க... நண்பர்கள் கூட்டத்தில் ஒருவன் கேட்க... விட்றா மச்சி இதெல்லாம் அரசியல்ல சகஜம்... என்று சரத் சொல்ல நண்பர்களுக்கு அதிசமாய் இருந்தாலும் சந்தோஷமாக இருக்க அதற்கும் சேர்ந்து கும்மியடித்தனர்.

ருத்ரன் அருள் ஷித் சரத் நால்வரும் பார்த்து சிரித்துக்கொள்ள... முரளி நால்வரையும் குத்தாய் கூட்டத்தில் இருந்து பிரித்து விசாரிக்க...

ஓ காட்... இவன் விசாரணை கமிஷன இங்கேயும் ஆரம்பிச்சுட்டான்... என்று சளித்துக்கொண்ட ஷித் சரத் விசாவ லவ் பண்றது எனக்கு எப்பவோ தெரியும்... அதான் சிரிச்சேன்... என்றான்.

அதுக்கு ஏன்டா இவனுங்கள பார்த்து சிரிச்ச...முரளி கேட்க

அட யாருடா இவன்...எங்களுக்கும் மேட்டர் தெரியும்...சோ...நாங்க அவன பாத்து சிரிச்சோம் அதான் அவன் எங்கள பாத்து சிரிச்சான்...அருள் ஆஜராக...

ஓஓஓ....அதுவும் சரிதான் உங்களுக்கு எப்டி அது தெரியும்...சரத்தோட நீங்க எப்டி இவ்ளோ க்ளோஸ் ஆனிங்க... முரளி கேள்வியை தொடுக்க...

லூசாடா நீ இல்ல லூசா நீ கேட்குறேன்...சம்யு பின்னாடி சுத்தும் போது பார்த்ததுல இத பயபுள்ள விசயமும் எங்களுக்கு தெரிஞ்சுது... சம்யு விசாகாவ கடத்திட்டு போனப்ப சரத்தும் ஊருக்கு வந்தான்ல அப்ப பழகுனோம்... அருளே பதில் சொல்ல...

தேங்க்ஸ்டா நண்பா இத்தன நாள் கேட்கனும் நினைச்சுட்டு இருந்த கேள்விய நியாபகம்

படுத்துனதுக்கு...ஆமா நீங்க சம்யுவ கடத்துனதே எனக்கு இடிக்குது... நேரடியாவே பொண்ணு கேட்டு கல்யாணம் பண்ணியிருக்கலாம்... இந்த கடத்தல் குழப்பமே தேவையில்ல... இதுல விசாகாவ எதுக்கு கடத்துனிங்க... கரெக்டா அங்க எப்டி விசாகா அப்பாவும் சரத்தும் வந்தாங்க...முரளி அடுத்தடுத்து கேள்வியை தொடுக்க... நால்வரும் விழி பிதுங்கினர்.

மாமா...இந்த அருள் அண்ணா எதுக்கு சமன்னே இல்லாம ஆஜராகி... வருமான துறை அதிகாரிட்ட வாக்குமூலம் கொடுத்து நம்ம மரண சாசனத்த அவன் கையில கொடுக்காராரு...ஷித் ருத்ரன் காதை கடிக்க... சரத்தோ என்ன சொல்வது என்று முழித்தான்.

இந்த லூசு பயல வைச்சுட்டு என்னால முடியலடா...என்ற ருத்ரன்...

டேய்...உனக்கு என்னடா பிரச்சனை...இங்க நடந்த குழப்பம் ஏன் தெரியனும் அவ்ளோதானே...இது எல்லாத்துக்கும் காரணம் நம்ம அருள்தான்... இந்த கடத்தல் பிளான் போட்டதும் அருள்தான்... அத சொதப்புனதும் அருள்தான்... அருள்தான் என்றதில் அழுத்தம் கொடுத்து சொன்னான் ருத்ரன்.

ஏதே...நான் கடத்தல் பிளான் போட்டேனா... இது என்னடா புது பிளானா இருக்கு... அருள் அலற...அவனை முறைத்த ருத்ரன் ஷித் சரத்துக்கு கண்ணை காமிக்க...இருவரும் அருளை அமுக்கி பிடித்தனர்.

டேய்...என்னடா விளையாடுறிங்களா...நீ என்னமோ அவன்தான் காரணம்ன்ற...அவன் என்னமோ இல்லவே இல்லனு அலறுறான்.. முரளி கத்த

இல்லடா மச்சான்...எங்க உண்மை தெரிஞ்சா நீ அடிப்பியோ...உண்மைய ஒத்துக்கலனா நான் சாவ அடி அடிப்பனோனு பயபுள்ள பயத்துல ஒளருது... உனக்கு அடி என்னவோ கன்பார்ம் தான் அது ஆமானு சொல்லி முரளியோட ஸாப்ட் கையிலய... இல்ல இல்லனு சொல்லி என்னோட கையிலயானு நீதான் முடிவு பண்ணனும்னு... மறைமுகமாய் மிரட்டிய நண்பனை பரிதாபமாய் அருள் பார்க்க... அதை ஓரந்தள்ளியவன்...

இவன்தான்டா முரளி இப்ப நீ பொண்ணு கேட்டா மாமா ஒத்துக்கமாட்டாரு... அவரு ஒத்துக்கிட்டாலும் முரளிபய ஒத்துக்கமாட்டான்... அதனால நம்ம பாப்பாவ தூக்கிடலாம்னு பிளான் போட்டான்... நான் வேணானு சொல்லியும் என்ன பிரெய்ன்வாஷ் பண்ணிட்டான்டா இவன்... பாவமாய் முகத்தை வைத்து கொண்டு சொன்ன ருத்ரன் மேலும் கம்பிகட்டும் வேலையை தொடர்ந்தான்...நான் கடைசி வரைக்கும் முடியாதுனுதான்டா சொன்னேன் இவன் தான் நண்பனுக்காக நான் பொண்ண கடத்துறேனு சொல்லி கடைசியுல பதட்டத்துல விசாகா மூஞ்சியில மயக்கமருந்த அடிச்சுட்டான்... அப்புறம் என்ன பண்றது மயக்கமான புள்ளய அங்க எப்டி அம்போனு விட்டுட்டு வர முடியும்...அதான் அதையும் காருல அள்ளிபோட்டு வந்துட்டோம்... அப்றம் என்ன பண்றதுனு தெரியாம உன்ட்ட சொன்னா நீ ஷித்ட்ட சொல்லுவ அவன் விசாகா அப்பாட்ட சரத்ட்ட சொல்லுவான் முடிவு பண்ணி நான் உன்ட்ட பேசுனேன்...இதுதான் நடந்துச்சு...ருத்ரன் சொல்லி முடிக்க மற்ற நால்வரும் இமைமூட மறந்து பார்த்தனர்... ப்பா...எப்டி பொய்ய உண்ம மாறியே சொல்றான் என்று... ஆம் முரளிக்கும் ருத்ரன் சொல்வது பொய்யென்று அப்பட்டமாக தெரியும்... நண்பனை பற்றி அறியாததா... ருத்ரனுக்கு அவன் நினைத்ததை செய்துதான் பக்கமே தவிர

அடுத்தவர் சொல்வதை கேட்டு பழக்கமில்லை... அதிலும் பிரெய்ன்வாஷ் எல்லாம்... ம்ஹூம் நடக்காத காரியம்... ருத்ரன் மண்டையாட்டும் ஒரேஆள் சம்யு மட்டும்தான்... அவள் சொல்வதற்கு மட்டுமே எதுவானாலும் தலையாட்டுவான்...ருத்ரன் சொல்லியதில் ஒரே உண்மை விசாகா அப்பாவிற்கும் சரத்திற்கும் தகவல் கிடைக்க அவன் சொன்னது...

முரளி கத்த வாயை திறக்க அதற்குள் தந்தை அழைக்க... டேய் நீ சொன்னது எல்லா பொய்னு எனக்கு தெரியும் என்னமோ திருட்டு தனம் பண்றிங்க மாட்றப்பா வச்சுக்குறேன் உங்கள... என்றவன் அருளை முறைத்துவிட்டு செல்ல...

தப்பிச்சேன்டா சாமி...என நெஞ்சில் கைவைத்து அருள் பெருமூச்சுவிட மற்ற மூவரும் வாட போச்சே என்ற ரீதியில் பார்க்க... எப்பா சாமி இனி உங்க சங்காத்தமே வேணாமுடா.. தலைக்கு மேல் கையெடுத்து கும்பிட்டவன் தாரிணியிடம் கடலை வறுக்க சென்றுவிட மூவரும் கைதட்டி சிரித்து மகிழ்ந்தனர்.

இப்டி பல கலாட்டாக்களோடு விழா சிறப்பாக முடிவடைந்தது.

இன்றோடு சம்யுவுக்கும் ருத்ரனுக்கும் திருமணமாகி மூன்று மாதங்கள் முடிந்திருந்தது. ருத்ரன் நிலப்பிரச்சனையில் தீவிரமாய் இறங்கி ஆராய்ச்சி செய்தான். சம்யு டவுனில் மிகப்பெரிய ஹாஸ்பிட்டலில் தன் இன்டென்ஷிப்பை செய்து கொண்டிருந்தாள்.இருவருக்கும் வாழ்க்கை மிக அழகாக சென்றது.

காலையில் மனைவியாய் சம்யு காபியுடன் ருத்ரனை எழுப்புவாள்.காபி மட்டும் போட கத்துக்கிட்டா.அடுத்து அவள் ஹாஸ்பிட்டல் செல்லும் வரை சம்யு பின்னே அலைந்து அவளை ரெடி பண்ணி ஹாஸ்பிட்டலில் விட்டுவிட்டு தன் வேலையை கவனிப்பவன் மாலை மறுபடியும் அவளை அழைத்து வருவதும் அவன்தான். இரவில் ஹல்க்காய் பூஸ்ட் கொடுப்பவன் கணவனாய் நித்தம் புதுபுது கதைகளை அவளுக்கு கட்டிலில் சொல்லி தூங்கவைப்பான். இதற்கிடையில் சென்னையிலிருந்து இங்கு வருவதும் இவர்கள் அங்கே செல்வதும் தினம் இரவு சாப்பிட்டதும் பத்து நிமிட வீடியோ கால்... ஷித் அருளுடன் சம்யுவுக்கான செல்ல சண்டை என்று நாட்கள் வண்ணமையமாக நகர்ந்தது.அந்த நாள் வரும் வரை...

அத்தியாயம்

21

ருத்ரன் வெறிதனமாக சண்டையிட்டான். அவனால் அன்று கிப்ட் ஷாப்பில் சம்யு பயந்து ஓடி வந்ததையும் அப்போது அவளது உடலில் இருந்த நடுக்கத்தையும் இன்று வரை அவனால் மறக்க முடியவில்லை. பூவாய் உடல் நோகாது உள்ளம் நோகாது ஒவ்வொருத்தரும் பார்த்து பார்த்து அவளை சீராட்டுகையில் என் பொம்முவுக்கு ஒருவன் உயிர் பயத்தை காமிப்பதா... தன்னை யாரோ பின் தொடருகிறார்கள் அவர்களால் என்ன நடக்குமோ... என்ன செய்வார்களோ என்று எப்படி பயந்திருப்பாள்...

அன்று வீடு போய் சேரும்வரை சுத்தி சுத்தி யாரேனும் வருகிறார்களா என்று பயந்து சம்யு சென்றதை தான் அவள் பாதுகாப்பிற்காய் சென்ற ருத்ரன் அறிவானே... தன் பொம்மு பயந்து நடுங்க அவளை தனக்குள் பொத்தி வைத்து ஆறுதல் சொல்ல முடியா தன் நிலையை வெறுத்தவன் அதற்கு காரணமானவர்களை கொன்று புதைத்துவிடும் அளவுக்கு கோவம் கொண்டான். கல்யாணம் முடிந்த பத்தே நாளில் அவர்களை தேடி கண்டுபிடித்து அடித்து நொறுக்கி உயிரை மட்டும் விட்டு வைத்தான். அம்பையே சுக்குசுக்காய் உடைத்து நொறுக்கியவன் எய்தவன் எதிரில் நிற்கும் போது சும்மா விடுவானா...

ஒவ்வொருத்தரையும் புரட்டி எடுத்தான் தன்மீது விழுந்த அடி கூட பெரிதாக உரைக்கவில்லை. அங்கே

சிறு சிறு காயம் ஏற்பட்டு இரத்தமும் வழிந்தது. இத்தனை நாள் மனதிலிருந்த ஆத்திரமும் கோவமும் தீர அடித்தான்.

ஆனால் சம்யுவிற்கு நிலை கொள்ளவில்லை மாமா மாமா என அரற்றிக் கொண்டு என்ன செய்வது என்று தெரியாமல் நின்றாள். ருத்ரனின் சிறு சிறு காயம் கூட உயிர் போகும் அளவிற்கு இவளுக்கு வலித்தது. மூளை வேலை நிறுத்தம் செய்துவிட ருத்ரனையே பார்த்துக் கொண்டு நின்றாள். இவள் தன் மாமனின் உலகத்தில் இருக்க அதை உணர்ந்த லெப்ட் ரைட் சம்யுவை வெட்ட அறுவாளோடு நெருங்கினான்.

தன்னை சுற்றி வளைத்திருந்த நால்வருடன் போராடிக் கொண்டிருந்த ருத்ரன் சம்யுவை அவன் நெருங்கியதும் சினம் கொண்ட சிங்கமாய் ஒரே அடியில் நால்வரையும் வீழ்த்தியவன் சம்யுவை தன் கை வளைவிற்குள் இழுக்க அடியாள் வீசிய அறுவாள் ருத்ரனின் தோளில் இறங்கியது.

மாமா....சம்யு அலறினாள்.

இரத்தம் கொட்ட வலியை தாங்கியவன் சம்யுவை ஆராய்ந்தான். பொம்மு நீ நல்லா இருக்கல்ல... எங்கயாவது அடிபட்டுடுச்சா... முகம் சுளித்து வலியோடு கேட்க...

மாமா..மாமா..எனக்கு ஒன்னும் இல்ல . ஐயோ இரத்தம் வருது வா முதல்ல இங்கிருந்து போலாம் எதுவும் வேண்டாம் வா போலாம் போலீஸ்லா சொல்லலாம் வா மாமா... நீ ஏன் குறுக்க வந்த..தன் ஷால் கொண்டு இரத்தம் வந்த இடத்தை அழுத்தி பிடித்து அழுதுக் கொண்டே கேட்டாள் சம்யு.

அவள் பேசியதை கண்டுக்காதவன் அவளை தன் பின்னால் நிறுத்திவிட்டு திரும்பி அந்த லெப்ட் ரைட்டை பார்த்து ஏன்டா... பரதேசி நாயே நான் அவ்ளோ தூரம் சொல்லியும் இவ்ளோ நேரம் ஓ ஆளுங்க வாங்குனத பார்த்தும் நீ என் பொம்மு மேல கை வைக்க வந்தா உனக்கு எவ்ளோ தைரியம் இருக்கனும்.... ருத்ரன் கை காப்பை ஏற்றிவிட்டு கர்ஜிக்க எதிரில் இருந்தவன் மிரண்டாலும் மீண்டும் அறுவாளை ஓங்க அதை தடுத்த ருத்ரன் மொத்த கோவத்தையும் திரட்டி ஓங்கி ஒரு அரை அறைய சுழன்று விழுந்தான் அடியாள்.

அப்போ ஒரு பைக் சவுண்ட் கேட்க ருத்ரனிடம் அடிவாங்கி குத்துயிரும் கொலையிருராமாய் கிடந்தவர்கள் இனிமேல் அடிவாங்க நம்மால் முடியாது எப்படியும் வரவன் ஊர்காரானாய் தான் இருப்பான் சிக்கினால் சோலி முடிந்தது என்று தலை தெறிக்க ஓடினர்.ஒரு நாலு ஐந்து பேர் மட்டும் இன்னும் என்னால் அடிவாங்க முடியும் என்ற திமிரோடு நின்றனர்.

சம்யுவுக்கு கண்கள் இருட்டிக் கொண்டு வந்தது.அவள் ஒரு டாக்டர் படிக்கும் போதும் சரி இந்த மூன்று மாதமாக வேலை செய்யும் போதும் சரி எத்தனையோ கேஸ்களை பார்த்திருக்கிறாள். எவ்ளோ இரத்தம் எத்தனை காயம் எவ்வளவு போராடியும் காப்பாற்ற முடியாமல் கண்ணெதிரே பிரிந்த உயிர்களையும் கண்டு இருக்கிறாள் அப்பொழுதெல்லாம் வலிக்கும் தான் ஒரு உயிர் கஷ்ட படுவதை யாரால் தாங்கமுடியும். ஆனால் இன்று தன் உயிரே கண்முன்னே துடிக்கும் போது அவளால் ஒன்றும் செய்யமுடியவில்லை. பயத்தில் மயக்க வர சரியாய் அப்பொழுது வண்டி சத்தம் கேட்க தலையை உலுக்கி தன்னை சரிசெய்தவள் யாரோ வராங்க என்

மாமாவ காப்பாத்திடலாம் மாமா மாமா நான் இருக்கேன் உனக்கு ஒன்னும் ஆக விடமாட்டேன்... என அடித்து கொண்டிருந்தவனுக்கு தைரியம் சொல்வதாய் தனக்கு தானே தைரியம் சொல்லிக்கொண்டு ஓடினாள்.

ஓடிவந்தவளுக்கு வண்டியில் வருபவனை பார்த்ததும் இவ்ளோ நேரம் அடக்கி வைத்திருந்த அழுகை பீறிட்டு வந்தது. அருள் அண்ணா... கத்திக்கொண்டே சம்யு ஓட... பைக்கில் வந்து கொண்டிருந்த அருளுக்கு உடலெல்லாம் இரத்தத்தோடு மேலே ஷால் இல்லாமல் அழுது கொண்டே தன்னை நோக்கி ஓடி வரும் சம்யுவை பார்த்ததும் உயிரே ஆட்டம் கண்டது.

பைக்கை நிறுத்தியவன் ஸ்டான்ட் கூட போடாமல் அப்டியே பைக்கை கீழே போட்ட அருள் ஓடி வந்து பாப்பா... பாப்பா என்ன ஆச்சு ஏம்மா இப்டி ஓடிவர...என்று பதட்டத்துடன் சம்யுவை ஆராய அவளுக்கு அடிபடவில்லை வேறு யாருக்கோ என்பதை புரிந்து கொண்டவன்... என்ன ஆச்சு கேட்குறேன்ல... அழுத்தமாய் கேட்க... அவனை கட்டிக்கொண்டவள் அண்ணா மாமா...மாமா...என்று அழ...

ருத்ரன்...ருத்ரனுக்கு என்னாச்சு.... சொல்லு பாப்பா... என்று சத்தமிட்டான். அருளுக்கு எதுவோ சரியில்லை என்று பட்டது.

அருள் தோளில் முகம் புதைத்திருந்தவள் அண்ணா யாருனு தெரியல... நானும் மாமாவும் வரும் போது வழிமறச்சு சண்ட போட்டாங்க... மாமாவ மாமாவ வெட்டிட்டாங்க... என்றவள் பெருங்குரலடுத்து அழ...

ருத்ரனை வெட்டிவிட்டார்கள் என்றதும் உள்ளுக்குள் பதற...

என்ன பாப்பா சொல்ற எங்க... என்று பதட்டத்துடன் கேட்டான். அழுதுக்கொண்டே சம்யு பின்பக்கம் கையை நீட்ட அப்போதே கவனித்தான் அருள். அது ஒரு வளைவு பகுதி அதுவும் ஒரு பெரிய ஆலமரம் செழித்து வளர்ந்து ரோட்டையே மறைத்திருக்கும் இடம். அந்த வளைவில் அப்போசிட்டில் வரும் வண்டியே தெரியாது. அதையே தடியர்கள் தேர்ந்தெடுத்திருந்தனர்.

ருத்ரன் அங்கே மூர்க்கமாய் ஒருவனை போட்டு அடித்துக்கொண்டிருப்பதை கண்ட அருள் சம்யுவை இழுத்துக் கொண்டு ஓடினான்.

ருத்ரா...ருத்ரா என்னடா பண்ற... அருள் ருத்ரனை பிடித்து இழுக்க...

விடுடா...என முரட்டு தனமாய் நண்பனை உதறினான்.

மாமா...ரொம்ப இரத்தம் போகுது வா மாமா... சம்யு அழுதுக்கொண்டே ருத்ரனின் கையை இறுக்கி பிடிக்க...

என்ன விடுடி...இவன நான் இன்னைக்கு கண்டதுண்டாம வெட்டாம விடமாட்டேன்...என்றான்.

டேய்...யாருடா இவன்...ஏன்டா இப்டி உயிர் போற அளவுக்கு அடிக்குற...கீழே மூஞ்சு முகரயெல்லாம் கிழிந்து இரத்த வெள்ளத்தில் கிடந்தவனை பார்த்து அருள் கேட்க...

டேய்...இவன்தான்டா அந்த மினிஸ்டர் கங்காதரன் அடியாளு கருணாடா...என்ற ருத்ரன் அவனை ஒரு மிதிமிதித்தான்.

அடப்பாவி...அவனையாடா இப்டி அடையாளம் தெரியாத அளவுக்கு அடிச்சு வச்சுருக்க...

அருள் ஆச்சயர்யமாய் கேட்டான் ஏனென்றால் அருளுக்கும் கருணாவை தெரியும் நண்பர்கள் இருவருமே தான் கருணாவை தேடிக்கொண்டிருந்தனர் அப்படி இருக்கையில் அருளுக்கே அடையாளம் தெரியாத அளவு அடித்திருந்தான் ருத்ரன்.

அருளா...இவன் என்ட்டய வந்து பொம்முவ கடத்திட்டு போய் அவ வாழ்க்கைய நரகமாக்கி இருப்பேன் சொல்றான்டா... அதுவும் இல்லாம அவ மேல அறுவாள ஓங்குறான்டா... நான் மட்டும் சுதாரிக்குல இந்நேரம் இவமேல அறுவாள இறக்கி இருப்பான்...கருணாவின் கையை முறுக்கி கொண்டே சொன்ன ருத்ரன் இந்த கைதானே அறுவாள ஓங்குச்சு... என்று ஒரு மிதி மிதிக்க பட்டென்ற சத்தத்துடன் அவன் கை உடைய அலறினான் கருணா.

ருத்ரன் சொல்ல சொல்ல அருளுக்கு அருள்வர... ஏன்டா பொறுக்கி ராஸ்கல் யார்மேல வந்து கைய வைக்குற...என் தங்கச்சி வாழ்க்கய நீ நரகமாக்குறியா...என்னா தைரியம் அவள வெட்ட நீ அறுவாள தூக்கி அத ஏ மாப்ள மேல இறக்கி இருப்ப...என்று அருள் ஒருபக்கம் மிதிக்க கருணாவோ உண்மையிலே அந்நொடி யோசித்தான் இந்த பிரச்சனையில் தலையிட்டு இருக்க வேண்டாமோ என்று...

அப்போது இரண்டு தடியர்கள் அருளை பின்னிருந்து தாக்க அதில் நிலை தடுமாற... அவர்களையும் ருத்ரன் வெளுத்து வாங்கினான். மீதி இருந்த ரெண்டு பேரையும் அருள் அடித்து துவைத்து காயப்போட்டான்.

ருத்ரன் ஒருவனை அடித்துக் கொண்டிருக்க உயிருக்கு பயந்து ருத்ரனை உதறிவிட்டு அவன் ஓட ஏற்கனவே இவ்வளவு நேரம் சண்டையிட்டது....இரத்த போக்கு ஏற்பட்டதால் ருத்ரன் மயங்கி சரிந்தான்.

இவ்ளோ நேரம் என்ன செய்வது இந்த மாமாவை அடக்கி இங்கிருந்து இழுத்து செல்ல இந்த அண்ணனை கூட்டிவந்தால் இவனும் சேர்ந்து சண்டையிடுகிறானே இருவரும் இரத்தம் வருவதை கூட பொருட்படுத்தாமல் சண்டை போடுகின்றனரே என்று நொந்தவள் ருத்ரன் மயங்கி சரிய...மாமா...என்ற அலறலோடு அவனை தாங்கினாள்.

அண்ணா...இங்க பாருங்க... மாமா மாமா கண்ண தொற...என்ற சம்யுவின் அலறலில் அருளும் ஓடிவந்தவன் வெட்டிய கொடியாய் சரிந்து கிடந்த நண்பனை கண்டு தன் மடதனத்தை எண்ணி நொந்தவன்...

பாப்பா...பாப்பா இங்க பாரு... சம்யுவை அழைக்க அவளுக்கோ எதுவும் கேட்கவில்லை...

பாப்பா...இங்க பாரு...அண்ணன பாரு...என்று உலுக்க அண்ணா...மாமா என்று கதறினாள்.

அவளை ஒரு நொடி இறுக்கி அணைத்தவன் அடுத்த நொடியே அவளை விலக்கியவன்... பாப்பா இப்ப நீ ருத்ரனோட பொம்மு இல்ல... டாக்டர் புரியுதா... அழறத முதல்ல நிப்பாட்டு... சொல்றேன்ல...என்று அதட்ட சம்யு கண்களை துடைத்தாள் அவசரமாய்...இப்ப நீ ஒரு டாக்டரா மட்டும் தான் யோசிக்கனும்...உன்னால என்ன பண்ண முடியுமோ அத பண்ணு...நான் ஆளுங்கள வர சொல்றேன்

என்றதும் வேகமாய் மண்டை ஆட்டியவள் அண்ணா என்னோட ஹேன்ட் பேக் என்க...

ரோட்டின் ஓரம் கிடந்ததை எடுத்து வந்து கொடுத்தவன் ருத்ரனை லேசாய் திருப்பி படுக்க வைக்க அவன் தலையை மடியில் தாங்கிய சம்யு...கண்ணீர் அருவியாய் கொட்ட கை நடுங்க ஹேன்ட் பேக்கில் இருந்த பர்ஷ்ட் எய்ட் கிட் வைத்து வெளியேறும் இரத்தத்தை துடைத்தாள்.

மாமா...ஏன் மாமா இப்டி பண்ண பயமா இருக்கு கண்ண தொறந்து பாரு மாமா... மாமா மாமா என்று பிணாத்திக்கொண்டே வேலை செய்தவளை கண்டு அருளுக்கு கண்ணெல்லாம் கலங்கியது. சுயநினைவற்று கிடக்கும் நண்பனை நினைத்து அழுவாதா... தங்கை கண்ணீர் வடிப்பதை பார்த்து அழுவாதா என்று மருகினான்.

ருத்ரனின் சட்டையை கிழித்து வெட்டுபட்ட இடத்தில் வைத்து தன் ஷால் கொண்டு கட்டு கட்டியவள் அருளுக்கும் மருந்திட்டாள். அவனுக்கும் கையில் பல கீறல் இருந்தது. தலையிலும் அடிபட்டு இரத்தம் வர அதற்கு மருந்திடும் போது ஏன்ண்ணா இப்டி பண்றிங்க உங்க ரெண்டு பேரையும் இப்படி பார்க்க உயிர் போற அளவு வலிக்குண்ணா...என்று அழ...

பாப்பா...வேணும்னு பண்ணலடா...அருள் சொல்லிட்டு இருக்கும் போதே காரோடு ஆட்கள் வந்துவிட ருத்ரனை தூக்கி கொண்டு சம்யு வேலை செய்யும் ஹாஸ்பிட்டலுக்கே சென்றனர். அங்கே அவனை ஐசியூவில் அட்மிட் செய்ய...அருளையும் ட்ரீட்மெண்ட் செய்ய சொல்லி நர்ஸ் உடன் அனுப்பி வைத்தாள் சம்யு.

இவர்கள் ஹாஸ்பிட்டல் வந்து சேர்ந்த அடுத்த இருபது நிமிடத்தில் ஷித் வந்துவிட அவ்வளவு நேரம் ஒரு அண்ணன் சொல்லியது போல் டாக்டராய் இருந்தவள் இன்னொரு அண்ணனை பார்த்ததும் ருத்ரனின் பொம்முவாய் மாறி அழுது கதறினாள்.

ஷித்...மாமா மாமாடா... அண்ணா எனக்கு பயமா இருக்குடா... வெட்டு ஆ...ஆழமா? விழுந்துருக்கு... நி...நிறைய பிளாட் லாஸ் ஆகிருச்சுடா... அண்ணா மாமா...மாமா ...என்று ஏங்கி ஏங்கி சம்யு அழ...

குட்டிம்மா ஒன்னுமில்லடா மாமாக்கு ஒன்னும் ஆகாது... நீ அழாத...இங்க பாரு நான் சொல்றேன்ல... நம்ம சென்னைக்கு கூட்டி போகலாம்...அழாத குட்டிம்மா... சொன்னவனும் சேர்ந்து அழுதான்.

யாருனே தெரியலடா... என்னன்னமோ சொல்றான்டாண்ணா... நான் யாரயோ அசிங்கபடுத்திட்டேன்றான். முரளி அண்ணா என்னவோ பண்ணிட்டானு சொல்றான். என்ன என்ன கடத்திட்டு போக பிளான் போட அத மாமா கெடுத்துட்டதால அவரையும் கொல்றேனு சொல்றான்.... எல்லாம் என்னாலதான்... மாமா மாமா அருள் அண்ணாக்கும் அடி நான் நான் தான் காரணம்... என்று பித்து பிடித்தவள் போல் உளரும் தங்கையை தேற்றும் வழி தெரியாது முழித்தான் ஷித்.

இல்லடா குட்டிம்மா... நீ காரணம் இல்லடா... இது எல்லாத்துக்கும் அந்த பொறம்போக்கு மினிஸ்டர்தான் காரணம்... ஓ ஷித் சொல்றேன் கேளுடா... தன் தோளில் சாய்ந்து கதறியவளை ஷித் தேற்ற.... அவனை ஒரு வழிய கரம் பின்னிருந்து இழுத்து ஒரு அரை விட்டது....

அத்தியாயம்

22

தங்கையை சமாளிக்க தெரியாமல் திணறி கொண்டிருந்தவனை யாரோ ஓங்கி அறைய கண்ணத்தில் கை வைத்து நிமிர்ந்து பார்த்த ஷித் தன் நிலைமையை நினைத்து தானே நொந்து கொண்டான்.

தாத்தா முதல் ஜானு வரை அனைவரும் அங்கே நின்றனர். முரளி கொலை வெறியோடு தம்பியை முறைத்துக் கொண்டு நின்றான்.

ஐயோ கடவுளே... மொத்த குடும்பமும் எப்டி இங்க வந்துச்சு...இந்த அருள் அண்ணே எனக்கு மட்டும் தானே போன் பண்ணேனு சொன்னாரு...இப்ப எல்லாரும் வந்து நிக்குறாய்ங்களே...என்ன பண்ணுவேன் என்று யோசித்துக் கொண்டிருந்தான் ஷித்.

என்னடா நடக்குது இங்க... நீ எப்டி இங்க வந்த... அதுவும் ஊருக்குள்ள இருக்க அத்த மாமா தாத்தா வரதுகுள்ள நீ எப்டி இங்க வந்த... முரளி கோவமாய் கேட்க... மற்ற அனைவரும் அதே கேள்வியோடு ஷித்தை நோக்கினர். ஷித்தோ என்ன பதில் சொல்வது என்று முழித்தான்.

பதில் சொல்லாம என்ன முழிக்குற... முரளி ஷித்தின் சட்டையை பிடித்து உலுக்க...

ஐயோ சம்யு... என்று சுஜி அலற இவ்ளோ அண்ணன் தம்பியை கவனித்துக் கொண்டிருந்தவர்கள் அப்போதே சம்யுவை கவனிக்க அவளோ வாடிய கொடி போல மயங்கி சரிய... ஷித்தும் முரளியும் பிடிக்க போக அதற்குள் அருள் பிடித்திருந்தான் கீழே விழாமல்.

பாப்பா பாப்பா...இங்க பாரு... அருள் சம்யுவின் கண்ணத்தை தட்டினான்.சம்யுவிடம் எந்த ஒரு அசைவும் இல்லை... அனைவரும் சுற்றி நின்று கண்ணீரோடு சம்யுவை உலுக்கினர்.

கடவுளே... என்ன நடக்குது இங்க எதுக்கு இந்த பிள்ளைங்கள இப்டி சோதிக்குற... வாணி புலம்ப...

சம்யு கண்ண தொறடி... முரளி டாக்டர கூப்பிடுடா...ஊர்வசி அழுதுக்கொண்டே சொன்னார்.
டாக்டரை அழைக்க தந்தைகள் இருவரும் முன்பே சென்றிருந்தனர்.

குட்டிம்மா...இங்க பாருடா... ஷித் தங்கையின் கைகளை பறபறவென்று தேய்க்க...

கைய எடுடா... இவ பயந்து போய் இருக்கானுதான் உனக்கு போன் பண்ணேன்... நீ என்னடானா இவள தனியாவிட்டுட்டு நின்னுட்டு மயங்குனதுக்கு அப்றம் குட்டிம்மா புட்டிம்மானு கொஞ்சிட்டு இருக்க... அருள் ஷித்திடம் கத்த... ஏற்கனவே தங்கையை சரியாய் கவனிக்கவில்லையோ என்ற குற்ற உணர்வில் இருந்த ஷித் பாவமாய் முழித்தான்.

டேய் எரும மாடுங்களா...உங்க பஞ்சாயத்த அப்புறம் வச்சுக்கலாம்... முதல்ல குட்டிம்மாவ செக் பண்ணனும் தூக்குங்கடா...என முரளி கத்த அப்போதே அருள் அனைவரும் அங்கிருப்பதை கவனித்தான். கைதலை

எங்கும் அடிபட்டு இருக்க கட்டுகட்டிவிட்டு வெளியே வந்தவன் கண்டது மயங்கி விழும் சம்யுவைதான்.. அதன்பிறகு வேறு எதுவும் கண்ணில் படவில்லை...

சம்யுவை டாக்டர் செக் பண்ண வெளியே அனைவரும் பதட்டத்துடன் நின்றனர்.

டாக்டர் வெளியே வந்ததும் அனைவரும் அவரை சூழ்ந்து கொள்ள அவர்களின் பயந்த முகத்தை பார்த்தவர்... நீங்க பயப்படுற அளவுக்கு ஒன்னும் இல்ல... ஓவர் டென்ஸன் பயம் அதான் மயங்கிட்டாங்க...

டாக்டர் இப்ப எப்டி இருக்கா... சம்யுவின் தந்தை கேட்க...

ஸ்லீபீங் டோஸ் கொடுத்து தூங்க வச்சு இருக்கோம்... மிஸஸ் சம்யுக்தாவ பார்க்க எங்களுக்கே கஷ்டமாதான் இருந்துச்சு... இந்த மூணு மாசத்துல இந்த ஹாஸ்பிட்டலுக்கே பெட் ஆகிட்டாங்க... பேஷன்ட்லருந்து ஹாஸ்பிட்டல் டீன் வரைக்கும் பிடிச்ச டாக்டர்னா அது சம்யுக்தா தான். எப்பவும் சிரிச்சுட்டு ஆக்டீவா இருப்பாங்க...

அவளுக்கு அவ ஹாஸ்பன்ட் மேல ரொம்ப பாசம் அவரு சீரியஸா இருக்கவும் பயந்துட்டா... சுஜி சொல்ல..

யா... எங்களுக்கும் தெரியும் சம்யுக்தா அவங்க ஹஸ்பென்ட் எவ்ளோ லவ் பண்றாங்கனு... அவரும்தான் வொய்ப் பாக்கும் போது அவரு கண்ணுல தெரியுற காதல பார்த்து நாங்களே அதிசயபட்டு இருக்கோம்... மேட் பார் ஈச் அதர் கப்பிள்.

தம்பி... என் பயனுக்கு ஒன்னுமில்லல்ல நல்லா இருக்கான்தானேய்யா.... வாணி கேட்க...

ஆப்ரேசன் போயிட்டு இருக்கும்மா... முடிஞ்சா தான் சொல்ல முடியும்... அந்த டாக்டர்ஸ் வந்து சொல்வாங்க... டேக் கேர் ஹர்... நாலு மணி நேரத்துல மயக்கம் தெளிஞ்சுடும்... நான் அப்ப வந்து பாக்குறேன்...என்றுவிட்டு டாக்டர் சென்றுவிட... சம்யுவை பற்றிய கவலை குறைந்தாலும் ருத்ரனை பற்றிய பயம் அதிகரிக்க... அனைவரும் அப்டியே ஐசியூ வார்ட் அருகில் சேரீல் அமர்ந்தனர்.

ஒரு மணிநேரம் ருத்ரனுக்கு ஆப்ரேஷன் நடந்து முடிந்து டாக்டர் வந்து உயிருக்கு ஆபத்து இல்லை...ஆனால் காயம் ஆழமாக இருப்பதால் சரியாக இருபது முப்பது நாள் ஆகும் என்றார்.உயிருக்கு ஆபத்தில்லை என்றதும்தான் மூச்சே வந்தது அனைவருக்கும். முரளி அனைவருக்கும் டீ வாங்கி வந்து கொடுத்தான் இவ்ளோ நேரம் இருந்த பதட்டத்திற்கு அனைவருக்கும் அது தேவையாய் இருக்க அமைதியாய் குடித்தனர்.

ம்ஹீம்...முரளி தொண்டைய செரும... என்னடா உங்க அண்ணன் வில்லன பாக்குற மாறி பாக்குறான்... அருள் ஷித்தின் காதை கடிக்க...

அவன் பார்வைய பார்த்தா விசாரணைய ஆரம்பிக்க போறான்னு நினைக்குறேன்... ஷித்தும் உண்மை தெரிஞ்சா என்ன பண்ணுவாய்ங்கனு தெரியலயே...எல்லாரும் ரவுண்டு கட்டி வேற நிக்குறாய்ங்கண்ணே... என பயத்தோடு சொன்னான்.

உங்க அண்ணன் நண்பன் அடிபட்டு கிடாக்குறானே ஒரு தெம்புக்கு டீ வாங்கி கொடுத்தான்னு நம்பி குடிச்சேன்டா.... இப்பதான் தெரியுது...அவன் அடிக்குற

அடியுல மயங்காம உண்மைய சொல்லனும்னு வாங்கி கொடுத்துருக்கான்...

நிலைமை கொஞ்சம் சீரானதும் இருவரின் துடுக்கு தனமும் வெளிவர தங்களுக்குள்ளே வாயடித்து கொண்டிருந்தனர்.

ம்ஹீம்...மறுபடி தொண்டையை செருமிய முரளி ரெண்டு பேரும் பேசி முடிச்சுட்டா நீ நாங்க பேசாலாமா...அழுத்தமாய் கூர்பார்வையோடு கேட்டான்.

என்னடா...பேச போற...அருள் பயத்தை மறைத்து வெளியே சாதரணமாக கேட்டான்.

ருத்ரனுக்கு எப்டி அடிபட்டுச்சு... முரளி கேட்க...

மாமா ஏற்கனவே சண்ட போட்டவன் யாரோ வந்து பிரச்சனை பண்ணியிருக்கான்... சமாளிக்குறேன் என்று ஷித் உளர...

ஓஹோ...சார் நீங்க எப்டி சம்பவம் நடந்து தாத்தா மாமாலாம் வரதுக்குள்ள இங்க வந்திங்க...முரளி பல்லை கடித்துக் கொண்டு கேட்க...

அது நான்... குட்டிம்மாவ பாக்கலாம்னு வந்தேன்...ஷித் சொல்ல...

இன்னொரு தடவ பொய் சொன்ன அடிச்சே கொன்னுடுவேன்...ஷித்தின் தந்தை வேகமாக அவனை அடிக்க வர பரமேஸ்வர் இழுத்து பிடித்தார்.

என்ன மாப்ள இது தோளுக்கு மேல வளந்த புள்ளைய கை நீட்ட போறிங்க...

விடுங்க மச்சான் இவ்ளோ பிரச்சனை நடக்குது ரெண்டு புள்ளைங்கள ஹாஸ்பிட்டல் போட்டு கதறிட்டு இருக்கோம் வாய தொறக்குறானுங்களா பாருங்க கல்லுளிமங்கனுங்க... அவர் எகுற...

டேய் வாய தொறந்து சொல்லுங்கடா...ஊர்வசியும் வாணியும் கேட்டனர்.

தாத்தாவோ இவ்ளோ தூரம் இவனுங்க அமைதியா இருக்க ஏதாவது காரணம் இருக்கும் என்று சொல்ல...

ஆமா தாத்தா... காரணம் இருக்கு... அந்த காரணம் நான்தானேடா அருளு... நம்ம குட்டிம்மாவும் ருத்ரனும் இப்டி படுத்துருக்க நான்தானே காரணம் சொல்லுடா ஷித்... கண்ணில் நீரோடு உடைந்த குரலில் முரளி கேட்க...இல்லடா முரளி...இல்லண்ணா என்று அருளும் ஷித்தும் அவனை அணைத்துக் கொள்ள மற்றவர்களுக்கு ஒன்றும் புரியவில்லை.

கண்ணீரை துடைத்துக் கொண்ட முரளி...தாத்தா மாமா அத்த மினிஸ்டர் கங்காதரன் தெரியும்ல...என்று கேட்க... மூவரும் தெரியுமென்று தலையை ஆட்டினர்.

அந்த ஆளு மேல சொத்து குவிப்பு...வரி ஏய்ப்புனு பல கேஸ் இருக்கு அதுவும் உங்களுக்கு தெரிஞ்சு இருக்கும்...அந்த கேஸ டீல் பண்ணது நான்தான்... என்றான் முரளி.

அதுக்கு என்னடா... அது மூணு மாசத்துக்கு முன்னாடியே முடிஞ்ச கேஸ்தானே... முரளியின் தந்தை கேட்க...

ஆமாப்பா... ஆனா இப்ப நடக்குற எல்லா பிரச்சனைக்கும் காரணம் அவன்தான்...

என்னடா முரளி சொல்ற... அப்ப நடந்ததுக்கு இப்ப பழிவாங்குறானு சொல்றியா... ஊர்வசி கேட்க...

இல்லம்மா...அவன் பிரச்சனைய இப்ப ஆரம்பிக்குல அப்பவே ஆரம்பிச்சுட்டான்...

என்னங்க சொல்ல வரத முழுசா சொல்லுங்க...

போதும்...இப்பதான் எல்லா பிரச்சனையும் முடிஞ்சு போச்சுல்ல...தேவை இல்லாதத பேசி என்ன பண்ண போறிங்க... அருள் கேட்க..ஷித் அவனுக்கு ஒத்து ஊதினான்.

எத்தன நாளைக்கு மறைப்பிங்கடா... இன்னைக்கு அந்த மினிஸ்டர் போன் பண்ணி எல்லாம் சொல்லிட்டான்டா...

அந்த பொறுக்கி போன் பண்ணி சொல்றான்டா... நான் உன்ட்ட கேஸ சாதகமா முடிச்சு கொடுனு சொன்னதுக்கு என்ன சொன்ன... முடியாதுடா உன்னால முடிஞ்ச பார்த்துக்கோனு சொன்னல்ல... அப்பவே நினைச்சேன்டா உன்ன கதறவிடனும்னு அதான் உன் உயிருக்கு உயிரான தங்கச்சிய கடத்தி அவள தினம் தினம் உயிரோட சாக வைக்கனும் அவள தேடி தேடி நீ நாயா அலையனும்னு நினைச்சு தான் அவள கடத்தி மும்பைல விக்கலாம்னு பிளான் போட்டேன்...ஆனா உன் ஆச மச்சான் உள்ள பூந்து ஆட்டய கலைச்சுட்டான்... அதுக்கு அப்றம் அவள நெருங்கவே முடியல...இதுல உன் மச்சானும் என்வழில குறுக்க வந்தான் அதான் புருஷன் பொண்டாட்டி ரெண்டு பேரையும் வெட்டி ஒரே குழில புதைக்க சொல்லி இருக்கேன்.... நீ போய் பொணத்த தோண்டி எடுத்து அவங்க தானானு செக் பண்ணிக்கோ...அப்டி

சொல்றான்டா...என்ற முரளி நண்பனை கட்டிக் கொண்டு கதறி அழ... இப்பவே அந்த கங்காதரனை வெட்டி பொலி போடும் அளவு ஆத்திரம் வந்தது அருளுக்கு...

தாய்மார்கள் இருவரும் நெஞ்சை பிடித்துக்கொண்டு தொப்பென்று தரையில் அமர சுஜியும் ஷித்தும் தாய்மார்களை தாங்கினர். ஆண்கள் மூவருக்கும் அப்படி மட்டும் ஏதாவது நடந்திருந்தால்...என்ற எண்ணமே நடுங்க செய்தது.

அழுதுக் கொண்டிருந்த முரளியை நிமிர்த்தியவன் முரளி இங்க பாருடா... இங்க பாருனு சொல்றேன்ல... என உலுக்க...அவனோ தன்னால் தன் குடும்பம் கஷ்டபடுது... என் குட்டிம்மாவ நானே கஷ்ட படுத்திட்டேனு புலம்ப... விட்டான் ஒரு அறை அருள் முரளியை... அதில் முரளி மட்டுமல்லாது மொத்த குடும்பமும் தன்நிலை அடைந்தது.

டேய் ஷித் தண்ணி கொண்டு வந்து கொடுடா எல்லாருக்கும் என்று அருள் கட்டளையிட ஷித்தும் கொண்டு வந்து கொடுத்தான்.

முரளி நான் சொல்றத நல்லா கேளு இது எதுக்கும் நீ காரணம் இல்ல...உனக்கு இப்டி ஒரு எண்ணம் வந்துர கூடாதுனுதான் நாங்க இவ்ளோ கஷ்டபட்டோம்... எப்ப அதயே அந்த நாய் யூஸ் பண்ணி இருக்கானோ... இனி மறச்சு ஒன்னும் ஆக போறது இல்ல..

ருத்ரன் மாசத்துல ரெண்டு தடவ எப்படியும் பாப்பாவ பார்க்க சென்னை வருவான் நானும் அவன் கூட வருவேன்... மூணு மாசத்துக்கு முன்னாடி நாங்க ஒரு வேலையா சென்னை வந்தோம் முதல் நாள் பாப்பாவ காலேஜ்ல பாத்துட்டு வந்துட்டோம். ஒரு

பிரெண்ட் மீட் ஷாப்பிங் காம்ப்ளக்ஸ் வர சொன்னான் அங்க போகும் போது பர்ஸ்ட் டைம் பாப்பா எங்கள பாத்துடுச்சு... அடுத்த நாள் பிரெண்ட் பையனுக்கு பெர்த்டே கிப்ட் வாங்கலாம்னு நாங்க கிப்ட் ஷாப் போனாப்ப பதட்டமா ஓடி வந்த பாப்பா ருத்ரன் மேல இடிச்சுடுச்சு... அவ முகமே எங்களுக்கு எதுவோ சரியில்லனு தோணவும் நாங்களும் பாலோ பண்ணோம்... பஸ்ல விசாகாட்ட சொன்னா யாரோ பாலோ பண்ற மாறி இருக்குனு... நாங்களும் கவனிச்சோம் ரெண்டு தடி பயலுங்க பாப்பாவ பாலோ பண்ணத... வீடு வரைக்கும் நாங்களும் பின்னாடியே வந்து பாப்பா உள்ள போனதும் திரும்பி பார்த்தா ருத்ரன காணோம்... எங்கடா போனானு தேடுனா ஒரு சந்துல அவனுங்க ரெண்டு பேரையும் பேய் மாறி போட்டு அடிச்சுட்டு இருந்தான்.

டேய்...ருத்ரா விடுடா விடுடா அவன செத்து போயிட போறான்...அருள் ருத்ரனை இழுக்க...

விடுடா... சாகட்டும் பொம்மு முகத்த பார்த்தியா எப்டி பயந்து போயிருந்தானு... என்று கத்த...

சரிடா... நான் ஒன்னும் இவனுங்கள விட்டுட சொல்லல ஆனா எதுக்கு பாலோ பண்ணானுங்கனு தெரியனும்ல... என்ற அருள் விசாரிக்க... அந்த தடியர்கள் முரளி மினிஸ்டர் கங்காதரன் கேஸை டீல் பண்ணுவதும் இவர்கள் வளைத்த வளைப்பிற்கு அவன் வராததால் சம்யுவை கடத்தி வைத்து காரியம் சாதிக்கலாம் என்று திட்டம் தீட்டியதாக சொன்னார்கள். கூடுதல் தகவலாய் மினிஸ்டரின் தங்கை பையன் பிராசாத் சம்யுவோடு காலேஜில் படிப்பவன். பிராசாத் சம்யுவிடம் காதலை சொல்ல இவளோ மறுத்துவிட்டாள். ஆனால் விடாமல் அவன் டார்ச்சர் செய்ய சம்யுவின் நண்பர்கள் எடுத்து சொல்லியும்

புரிஞ்சிக்காதவன் ஒருநாள் சம்யுவும் விசாவும் லைப்ரரியில் இருந்து வரும்போது வம்பிளுக்க விசாகா அடித்துவிட்டாள் பிராசாத்தை... அதை சம்யு வீட்டிலும் சொல்லிவிட... இனி அவன் பிரச்சனை செய்தால் போலீஸில் காம்ளயென்ட் பண்ணலாம் என்று முரளியும் ஷித்தும் சொல்ல சம்யுவும் சரி என்றாள். ஆனால் அதன்பிறகு பிராசாத் எதுவும் பிரச்சனை செய்யாததால் சம்யு அவனை பற்றியே மறந்துவிட்டாள். ஆனால் பிராசாத் மறக்கவில்லை. பழிவாங்க சந்தர்பம் எதிர்பார்த்து காத்திருந்தான். இவர்கள் அறியாதது பிரசாத் மினிஸ்டர் கங்காதரனின் தங்கை மகன் என்பது.

கங்காதரன் முரளியை மிரட்டுவதற்காக சம்யுவை கடத்த சொல்ல அதை தற்செயலாக கேட்ட பிராசாத் மாமனிடம் ஒன்னுக்கு மூணாய் கதை திரித்து சம்யுவையும் விசாகாவையும் கடத்தி மும்பை அனுப்ப சம்மதம் வாங்கினான். அதனால் நாளை எக்ஸாம் முடிந்தவுடன் இருவரையும் கடத்த போவதாக கூறினார்கள் அடியாட்கள்.

இதைக்கேட்டு வெறியான ருத்ரன் இருவரையும் அடித்து பிரித்து மேய்ந்துவிட்டான்.

ஹோட்டல் ரூமில் குறுக்கும் நெடுக்கும் சிங்கமாய் நடந்து கொண்டிருந்த ருத்ரனை பார்த்து கடுப்பான அருள்....

டேய் இப்ப எதுக்குடா இப்டி ரூம்ம கால்லையே கிளீன் பண்ணிட்டு இருக்க... என்க அருளை முறைத்தான் ருத்ரன்.

என்னா முறைச்சா பயந்துடுவோமா... பாப்பாவுக்கு ஆபத்து அத முரளிட்ட சொன்னா அவன் மினிஸ்டர்

மேல ஆக்ஸன் எடுக்க போறான் அதவிட்டுட்டு எதுக்கு இப்டி பேய் மாறி உளாத்திட்டு இருக்க...

ம்ப்ச்... முரளிட்ட சொன்னா பொம்மு மேல இருக்க பாசத்துல அவன் தப்பான முடிவு எடுத்துட்டா... அந்த மினிஸ்டர் பொறம்போக்கு எவ்ளோ கேடு கெட்டவன் தெரியும்ல அவன பத்தின உண்மை இப்ப வெளிய வரல... இதுக்கு அப்றம் எப்பவும் வெளிய வர முடியாத அளவுக்கு பண்ணிடுவான்...ருத்ரன் சொல்ல அருள் முறைத்தான்.

நம்ம முரளி நேர்மை மேல சந்தேக படுறியா...

அட லூசு பயலே... நான் அவன் நேர்மை மேல சந்தேக படுல... மினிஸ்டர் யார காட்டி மிரட்டுனாலும் முரளி கேஸ்ல இருந்து ரீலீவ் ஆக மாட்டான்.

ஆனா ஒரு செகன்ட் ஐயோ குட்டிம்மாவுக்கு எதாவது ஆகிடுமோனு அவன் பயந்தானா அந்த மினிஸ்டர் ஜெயிச்சுடுவான்... சோ நம்ம அந்த மினிஸ்டர குழப்பிவிட போறோம்...தீர்க்கமாய் ருத்ரன் சொல்ல...

ஏதோ பிளான் போட்ட போலருக்கு... என்னனு சொல்லு... அருள் கேட்க...

மினிஸ்டர் ஆளுங்க நாளைக்கு பொம்முவையும் விசாகாவையும் கடத்த காலேஜ் வருவானுங்கல்ல...

ஆமா...

அப்ப அவனுங்க கண்முன்னாடியே நம்ம பொம்முவையும் விசாகாவையும் கடத்துறோம்... ருத்ரன் அசால்டாய் சொல்ல

பெட்டில் படுத்திருந்த அருள் அலறியடித்து கீழே விழுந்தான்.

பரதேசி...பரதேசி தங்கச்சிய கடத்த அண்ணங்காரனயே கூட்டு சேக்குறியே... நீயெல்லாம் உருப்படுவ... விழுந்தவன் எழுந்து நின்று கத்த...

எப்டியும் தங்கச்சி கல்யாணத்துக்கு மச்சா சீர் செய்யனும் கார் பைக்னு சீர் செய்யாம ஓ தங்கச்சிய கடத்தி அவளயே சீரா கொடு ஏத்துக்குறேன்.... கால்மேல் கால் போட்டு படுத்துக்கொண்டு ருத்ரன் கூலாய் சொல்ல...

எடு செருப்ப...பரதேசி எவ்ளோ பெரிய விசயத்த அசால்ட்டா சொல்ற... அருள் எகுற...

ஐய்யய்ய... ஏன்டா கத்துற... அருள் நான் சொல்றது உனக்கு புரியுதா இல்லயா... இப்ப நம்ம கம்ப்ளயென்ட் பண்ணலாம் மினிஸ்டர் அவன் பவரா வைச்சு அத ஒன்னும் இல்லாம பண்ணிடுவான்டா... அதுமட்டுமில்லாம இன்னைக்கு பொம்முவ வைச்சு பிளான் பண்றவன் நாளைக்கு வேற யாரையும் எதுவும் பண்ணமாட்டானு என்ன நிச்சயம்...

இப்ப நம்ம பாப்பாவ கடத்திட்டா மட்டும் அவன் அடங்கிடுவானா...அருள் கேட்க

அவன் அடங்கமாட்டான் நம்ம அடக்குறோம்...என்ற ருத்ரன் என்னன்னவோ பேசி அருளை சம்மதிக்க வைத்தான்.

ருத்ரா எல்லாம் சரிடா... எதுக்குடா அந்த விசாகா பொண்ண கடத்தனும்... வயசு பொண்ணுடா

நாளைக்கு பிரச்சனனு வந்தா அது வாழ்க்கயே போயிடும்டா...

எனக்கும் தெரியும்டா... ஆபத்துனு தெரிஞ்சும் நம்ம வீட்டு பொண்ண மட்டுமா காப்பாத்த முடியும்.அந்த பொண்ண கடத்திட்டு போனா மட்டும் பரவாயில்லயா... விசாகாவுக்கும் எந்த பிரச்சனையும் வராது. அதுக்கும் பிளான் வச்சுருக்கேன்...

என்ன பிளான் சொல்லி தொல அதையும் கேட்டு தொலையுறேன்....

ரொம்ப சளிச்சுக்காத...பொம்மு கேங்ல சரத் இருப்பான்ல அவனுக்கு விசாகா மேல லவ் அத லூசுபய அந்த பொண்ணுட்ட சொல்லாம திரியுது...

நீங்க மட்டும் லவ் பண்றத லவ் பண்ற பொண்ணுட்ட சொல்லிட்டுதான் அவபின்னாடி சுத்துறிங்களாக்கும்... அருள் நொடிக்க...

நீ மூடு... அத்த பொண்ண லவ் பண்ணி அவட்ட லவ்வ சொல்லிட்டு நீங்க மட்டும் என்ன பண்றிங்களாம்...கல்யாணம் பண்ணி பத்துபுள்ள பெத்துடிங்களாக்கும்...

அட யாருடா இவன்... அந்த தாரிணி லூசு... பிஹெச்டி பண்ண அப்றம் தான் கல்யாணம் பண்ணுவேன் சொல்லி உயிர வாங்குறா... ஊருக்குள்ள என்னவோ நான்தான் அவள ஆசை காமிச்சு கல்யாணம் பண்ணாம ஏமாத்துற மாறி பேசுறானுங்கனா... உண்மை தெரிஞ்சு படிக்குற புள்ள மனச கெடுத்தா கொன்னுடுவேனு போட்டு பொரட்டி எடுத்தவன் நீ கேட்குற பாரு அதுதான்டா தாங்க முடியல... கடுப்பாய் சொன்னான் அருள்.

சரி சரி விடு... இப்ப மேட்டருக்கு வா...நம்ம பொம்முவ கடத்திட்டு முரளிக்கு போன் பண்ணி சொல்றோம்...

சொல்றோம் இல்ல சொல்ற... அருள் சொல்ல...

அவனை முறைத்த ருத்ரன் சரிடா நானே சொல்றேன் போதுமா... எப்டியும் நம்ம சொல்றதுக்கு முன்னாடியே பசங்க போன் பண்ணி முரளிட்டயும் ஷித்துட்டயும் சொல்வானுங்க... எல்லாரும் தேடும் போது பொம்முவ கடத்திடோம்னு நம்ம போன் பண்ணி சொன்ன...

நம்ம இல்ல நீ...அருள் சொல்ல..

நான் தான்டா நான்தான்... நெஞ்சில் அடித்துக் கொண்டு சொன்ன ருத்ரன் நான் போன் பண்ணி சொன்னா முரளி ஷித்ட்ட சொல்வான் அவன் சரத்துக்கு சொல்லுவான் அப்டியே விசாகா அப்பாவுக்கும் போன் பண்ணி சொல்லி ஊருக்கு வர சொல்லி அங்க வைச்சு எல்லா உண்மையும் அவங்க ரெண்டு பேருட்ட மட்டும் சொல்லிருவோம்... என்றான் ருத்ரன்.

அடுத்த நாள் நண்பர்கள் இருவரும் பிளான் செய்தபடி பெண்கள் இருவரையும் கடத்தி அவர்கள் திட்டபடி விசாகாவை பத்திரமாக எல்லா உண்மையையும் சொல்லி அவள் தந்தையிடம் ஒப்படைத்தவர்கள் சரத்திடமும் சொல்லிவிட்டனர். சம்யுவையும் திருமணம் செய்து தன் பாதுகாப்பிற்குள் வைத்துக் கொண்டான் ருத்ரன். அன்றிரவே ஷித்திடம் அனைத்தையும் சொல்லி குடும்பத்தையும் பாதுகாப்பில் கொண்டு வந்தான். இது எக்காரணத்தை கொண்டும் முரளிக்கு தெரியக்கூடாது தெரிந்தால் தன்னால் தங்கைக்கு பிரச்சனை என்பதை அறிந்தால் தாங்கமாட்டான் என்று ருத்ரன் சொன்னதை தான்

அன்று முரளி கேட்டுவிட மாமனும் மச்சானும் சேர்ந்து அவனை குழப்பிவிட்டனர்.

இதை அறிந்த மினிஸ்டரும் பிராசாத்தும் முதலில் குடும்ப பிரச்சனை காரணமாக இந்த திடீர் முடிவு என்று இவர்கள் கட்டிய கதையை நம்பினர். ஆனால் ருத்ரன் சம்யுவை கடத்த வந்த ஆட்களை குறிவைத்து தூக்கியதும் தான் தெரிந்தது இது தங்களை நோக்கி வைத்த பொறி என்று... அவர்கள் சுதாரிப்பதற்குள் ருத்ரன் பல காய்களை அவர்களுக்கு எதிராக நகர்த்த முரளியும் தீவிரமாய் இருக்க மினிஸ்டர் ஜெயிலுக்குள் தள்ளபட்டான்.

அப்பாடா என்று மூச்சுவிட... அதற்குள் ஊருக்குள் நில பிரச்சனை தொடங்க அதை விசாரித்ததில் அடுத்த பூதம் கிளம்பியது.

ஊருக்குள் இருக்கும் விளைநிலங்களை அழித்துவிட்டு அங்கு பீர் பேக்டரி கட்டபோவதாக தெரியவந்தது. ஏற்கனவே அந்த ஊரில் கள்ளசாராயம் காய்ச்சி ருத்ரனால் அடித்து போலீஸில் மாட்டிய செல்வம் தான் இந்த ஏற்பாடு செய்வது என்று தெரியவர இவனிடம் ஏது இவ்ளோ பணம் பவர் என்று ருத்னும் அருளும் ஆராய அது முடிந்த இடம் மினிஸ்டர் கங்காதரன்.

அத்தியாயம்

23

என்னடா புதுசுபுதுசா சொல்றிங்க... பரமேஸ்வர் கேட்க...

புதுசுபுதுசா சொல்லலப்பா... அன்னைக்கு ஒருத்தன போட்டு அடிச்சோம்னு பாப்பா பாத்து பிரச்சனை ஆச்சு நியாபகம் இருக்கா...அவன புடிச்சு விசாரிச்சப்பாதான் தெரிஞ்சுது...இதுக்கு பின்னாடி ஏற்கனவே நம்ம ஊர்ல கள்ளசாரயம் காய்சுனான்ல செல்வம் அவன்தான் இதுக்கு காரணம்னு தெரிய வந்துச்சு...

அதனால செல்வத்த அவன் தோப்புல வச்சு புடிச்சோம்...

ருத்ரன் செல்வத்தின் ஆட்களில் ஒருவனை பணியவைக்க... அவனும் நண்பர்களின் திட்டப்படி செல்வத்தை அவன் தோப்பில் சந்தேகம் வராத அளவு தனியாக இருக்கும் படி செய்தான் அதுவும் அரைபோதையில்....

செல்வம் கயித்து கட்டிலில் மல்லாந்து கிடக்க அருள் அவனை தட்டி எழுப்பினான்.

டேய்...செல்வம் இங்க பாருடா... கண்ண தொற...அருள் உலுக்க

யாருடா அது... சொர்கத்துக்கு பறக்குறவன பிடிச்சு தரையில இழுக்குறது... செல்வம் போதையில் உளறினான்.

மூதேவி...நீ நிஜமாவே இப்ப சொர்கத்துக்குதான் போக போற...இவன் இருக்குற கடுப்பு தெரியாம இந்த குடிகார நாய் வேற உளறி ஏத்திவிடுது... கடுப்பில் நின்ற ருத்ரனை பார்த்து சொன்னவன்...டேய் முழிச்சு தொலடா...என எரிச்சலாய் சொல்ல... செல்வமுமோ தன் நாரவாயால் பாட்டு பாடிக்கொண்டே புரண்டான்.

இவன் இப்டி சொன்னாலாம் கேட்க மாட்டான்...இப்ப பாரு என்ற ருத்ரன் செல்வத்தின் சட்டை காலரை பிடித்து இழுத்து செவுனியிலே ஒரு அறைவிட மொத்த போதையும் தெளிந்தது செல்வத்திற்கு...

ருத்...ருத்ரா...நீ எப்டி இங்க... மலங்க மலங்க விழித்து கேட்டான் செல்வம்.

இது என்ன சந்திர மண்டலமா வரவே முடியாதா... இப்பலாம் அங்கயும் போலாம்டா ஏ வென்று... கேட்குறதுக்கு பதில் சொன்னா உயிர் மிஞ்சும் ஐயாவுக்கு எப்டி வசதி... அருள் தெனாவட்டாய் கேட்க...

இரண்டு வருடத்திற்கு முன்பு ருத்ரனிடம் வாங்கிய அடியின் தடம் இன்னும் இருக்கவே புதிதாய் வாங்க விரும்பாதவன் வேகமாக தலையாட்டினான்.

நீ எதுக்கு விவசாய நிலத்தெல்லாம் பூச்சி கொல்லி மருந்த போட்டு நாசம் செய்ய நினைக்குற...ருத்ரன் கோவமாய் கேட்டான்.

அ...அது தெரிஞ்சு நீ என்ன பண்ண போற...என செல்வம் பதறினான்.

உன் பதட்டமே சொல்லுதே விசயம் ஏதோ பெருசுனு... உண்மைய சொல்லுடா...அருள் ஒரு அறைவிட.... போதையின் பிடியில் இருந்தவன் தடுமாறி கட்டிலில் விழுந்தான்.

முதல்ல இவன தூக்கி தொட்டியில போட்டு முக்குடா... சும்மா பொத்து பொத்துனு விழுந்துட்டு... ருத்ரன் கத்த...

சார் என்ன அமெரிக்காவுல கொடி ஏத்த போறிங்களா... புடிடா இவன எல்லாம் ஒத்த ஆளா என்னால தூக்க முடியுமா... அருளும் எகுறினான்.

சரி தூக்கி தொல... என்று இருவரும் தோப்பிலிருந்த தொட்டியில் முக்கி செல்வத்தின் போதையை தெளிவித்தனர்.

இப்ப சொல்லுடா... எதுக்கு நிலத்த வீணாக்க பார்த்த.... ருத்ரன் கேட்க... செல்வமோ வாயை திறக்காமல் திருதிருவென்று முழித்தான்.

இவன் சரிபட்டு வரமாட்டான்டா இவன போட்டு தள்ளுன இவன ஏவி விட்டவன் தன்னால வர போறான்... அருள் சொல்ல...

அப்டிங்குற...என்ற ருத்ரனும் செல்வத்தை குறுகுறுவென்று பார்க்க...

இல்ல இல்ல...நான் சொல்லிடுறேன் மினிஸ்டர் கங்காதரன் பீர் பேக்டரி கட்ட போறாரு... இங்க

விவசாயம் செழிப்பா இருக்கதுனால யாரும் நிலத்த விற்க ரெடியா இல்ல...அதனால இந்த ஊர விவசாயம் செய்ய தகுதி இடமா மாத்திட்டா அதுக்கு அப்றம் யாரும் இங்க பீர் பேக்டரி வரத எதிர்க்கமாட்டாங்க அதனாலாதான் நிலத்துக்கு அதிகம் வீரியமுள்ள மருந்து போட்டு விளையாத நிலமா மாத்த ஏற்பாடு பண்ணோம்... செல்வம் முழு கதையும் சொல்ல..

மனுஷனாடா நீயெல்லாம்... பொன்னா விளையுற பூமிய வெத்து மண்ணா மாத்தனும்னு நினைக்குறியே நீயெல்லாம் என்ன ஜென்மம்...என்று ருத்ரன் அடி வெளுக்க...அருளும் புரட்டி எடுத்தான்.

எல்லாம் சரிடா... அந்த பரதேசி எதுக்குடா உன்ன வைச்சு காய் நவுத்துறான்... அருள் அடித்துக்கொண்டே கேட்க...

நா...நான் அந்த மினிஸ்டரோட பினாமி...அது மட்டுமில்லாம இந்த தொழில்ல எனக்கு அனுபவம் இருக்கதுனால என்ன நம்பி தரறாரு... அடிவாங்கி கொண்டே சொன்னான் செல்வம்.

ஆமா...இவரு பெரிய கப்பல் தொழில் பண்றாரு உங்கள நம்பி அவரு தரறாரு... பண்றது மொள்ளமாரி தனம் இதுல நம்பிக்க வேற...என்றான் அருள்.

செல்வத்தை ருத்ரனின் கொய்யாத்தோப்பில் உள்ள வீட்டில் அடைத்து வைத்துவிட்டு அடுத்து என்ன செய்யலாம் என்று நண்பர்கள் இருவரும் யோசித்தனர்.

என்னடா ருத்ரா இந்த மினிஸ்டர் நாம நினைச்சத விட மோசமானவான இருக்கான்... பின்னாடி பிரச்சனை வரக்கூடாதுனு நல்லா இருக்க நிலத்த

நாசமாக்க பாக்குறான்னா அவன் எவ்வளவு கேடுகெட்டவனா இருப்பான்... என்றான் அருள்.

ஆமாடா...அவன அப்டியே விட்டா சரியா வராது... நாளைக்கே போய் ஜெயில்ல பார்த்துட்டு வரலாம்...

என்னடா சொல்ற அவன போய் எதுக்கு நாம பாக்கனும்...

இல்லடா அருள் ஃப்ரேம்குள்ள வராமயே அவன் வில்லனா இருக்கான்... நாளைக்கு அவன நேர்ல பார்த்து ஒரு விசிட் பண்ணிட்டு வருவோம்.... ருத்ரன் சொல்ல

சரி நீ ஏதோ பிளான் பண்ணிட்ட நடத்து நடத்து...என்றான் அருள்.

அடுத்த நாள் இருவரும் மினிஸ்டர் கங்காதரனை சந்திக்க காத்திருந்தனர். அப்போது ஐம்பது வயது மதிக்கதக்க ஒருவர் வெள்ளை சட்டை கட்சி கரை வேட்டியில் வழுக்கை தலையுடன் திமிராய் வந்தார் மினிஸ்டர்... கங்காதரன்.

வாங்க வாங்க மினிஸ்டர் சாரி சாரி எக்ஸ் மினிஸ்டர் கங்காதரன்...என்றான் ருத்ரன் கெத்தாய்....

என்னடா நக்கலா...குடும்பமே சேர்ந்து என்னோட பேரு புகழ் பணம் பதவினு எல்லாத்தையும் அழிச்சுட்டு இங்க வந்து நக்கல் பண்றியா... என்று சீறினார் கங்காதரன்.

அட என்ன கங்காதரன் நீங்க எதுக்கு இப்டி கத்துறிங்க... ஒரு மாசமா ஜெயிலுக்குள்ள நல்ல சாப்பாடு வேற இல்ல... பிபி சுகர்லாம் கூடி போயிருக்கும் இப்டி சத்தம் போட்டு கத்தி பக்குனு

எந்த பார்ட்டாவது வேல செய்யாம போயிட போகுது... அருள் கிண்டலாய் சொல்ல...

டேய்ய்ய்ய்.... ஒற்றை விரல் நீட்டி கங்காதரன் கத்த...

என்ன... சவுண்டு கூடுது... விரல மடக்கு...ருத்ரன் சொன்னான்.

டேய்... என்ட்டய வந்து உங்க வீராப்ப காட்டுறிங்களா... நான் நினைச்சது நடந்துருந்துச்சுனு வச்சுக்கவேன் உன் பொண்டாட்டி இந்நேரம் எத்தன பேர்ட்ட சீரழிஞ்சு இருப்பாளோ... கங்காதரன் சொல்லி முடிக்கவில்லை.... அவன் ரெண்டு பல் தரையில் நர்த்தனமாடியது.

என் பொண்டாட்டிய பத்தி இன்னொருதடவ பேசுன இப்ப பல்லு மட்டும் கொட்டுச்சு அடுத்த பேச நாக்கு மட்டும் இல்ல உடம்புல உயிரும் இருக்காது... ஆங்காரமாய் ருத்ரன் மிரட்ட....

வாயில் வழிந்த இரத்தத்தை துடைத்த கங்காதரன்
என்னடா பூச்சாண்டி காட்டுறியா... இப்பவே உன் பொண்டாட்டிய தூக்கி உன்ன கதற வைக்குறேன் பாக்குறியா...

நீ என் பொம்முவோட நிழலக்கூட தொட முடியாது... முதல்ல என் பொண்டாட்டிய கடத்தனும்னு நினைச்ச உன் மருமகன் இப்ப எங்க எப்டி இருக்கான்னு கண்டுபிடி... அதுக்கு அப்புறம் என்ன எப்டி பழிவாங்கலாம்னு யோசி...

டேய்...என்னடா பண்ணிங்க அவன...சொல்லுங்கடா... அவன்தான்டா என் வாரிசு... என்ன பண்ணிங்க சொல்லுங்கடா... ருத்ரனின்

சட்டையை பிடித்து உலுக்க அதை அசால்டாய் தட்டிவிட்டான் ருத்ரன்.

அத என்ட்ட கேட்டா எனக்கு என்ன தெரியும்...இதோ இவன்தான் என் தங்கச்சி மேல கை வைக்க நினைச்சவன ஸ்பெஷலா கவனிப்பேனு கவனிச்சான்...சோ அவனக்கேளு....என்று நடப்பதை வேடிக்கை பார்த்துக் கொண்டிருந்த அருளை உள்ளே இழுத்துவிட்டான் ருத்ரன்.

கங்காதரன் அருளிடம் பாய... அட இருய்யா... என்ன நீ இந்த தவ்வு தவ்வுற...

ஐயோ...எனக்குனு இருந்தது அவன் ஒருத்தன் தானே.... என் பொண்டாட்டி தங்கச்சி அவ புருஷன் எல்லாரும் ஆக்ஸிடன்ல இறந்ததுக்கு அப்புறம் எனக்குனு இருந்தது அவன் மட்டும்தானே... என்று அழுது புலம்ப...

ஆமாய்யா...ஆமா... உன்ன மட்டுமே நம்பி வாழ்ந்தவன நீ எப்டி வளர்த்து இருக்கனும்... நல்லவனாதானே... ஆனா நீ நாசமா போனதும் இல்லாம அவனையும் தருதலையா வளர்த்து இருக்க அதான் இன்னைக்கு அவன் எல்லா தப்பும் பண்ணி அதுக்கான தண்டனையும் அனுபவிக்கிறான்... அருள் சொல்ல...

இங்க பாரு உன்ட்ட வெட்டி கத பேச நாங்க வரல...இனிமே எங்கயாவது பீர் பேக்டரி கட்றேன் மோர் பேக்டரி கட்றேனு கிளம்புனா... உன்ன கொன்னுடுவேன்... அத்தோட என் குடும்பத்து பக்கம் தலவைச்சு படுக்கனும்னு கூட நினைக்காத... நினைச்ச... நாக்கை துறுத்தி கண்ணில் வெறியோடு ஒற்றைவிரல் ஆட்டி ...மிரட்டிய ருத்ரன் நகர...

டேய்...உன்ன விட மாட்டேன்டா... உன்ன எப்டி துடிக்க வைக்கனும்னு எனக்கு தெரியும் என்று கங்காதரன் கத்த... அவனை திரும்பி ஒரு பார்வை பார்த்த நண்பர்கள் கிளம்பிவிட்டனர்.

நடந்த அனைத்தையும் சொல்லி முடித்த அருள் ...
இப்ப ஜாமீன் வெளிய வந்தவன் சும்மா இல்லாம இந்த வேலய பாத்து வைச்சுருக்கான் ... என்றான்.

இவ்ளோ நடந்துருக்கு ஒரு பயலாவாது வாய தொறந்தானா பாரு...பரமேஸ்வர் குறை சொல்ல...

அந்த மினிஸ்டர அப்டியே விட்டா நமக்கு ஆபத்து தான்... முரளியின் தந்தை சொல்ல...

அவனே இந்நேரம் அரஸ்ட் பண்ணி இருப்பாங்கப்பா... என்றான் முரளி.

என்னடா சொல்ற... ஊர்வசி கேட்க...

எப்ப அவன் போன் பண்ணி குட்டிம்மாவயும் ருத்ரனையும் கொல்ல ஆள் செட் பண்ணியிருக்கேனு சொன்னானோ...அப்பவே அவன வாழ்க்க முழுக்க ஜெயில்ல களி திங்க ஏற்பாடு பண்ணிட்டேன்... தன் குடும்பத்தை காய படுத்தியவனை தண்டித்துவிட்ட திருப்தியில் சந்தோதஷமாய் சொன்னான் முரளி.

ஆத்தா மகமாயி... உனக்கு காணிக்க செலுத்துறேன்த்தா... என் புள்ளங்கள எல்லா பிரச்சனையுல இருந்தும் காப்பாத்திட்ட...வாணி தன் வேண்டுதலை வைக்க...

அத்த அப்டியே அருள் அண்ணாவுக்கு மொட்ட போடுறேனு வேண்டுங்க... என்றான் ஷித்.

ஏன்டா நல்லவனே உனக்கு இப்டி ஒரு ஆச... ஏதோ அந்த தாரிணி புள்ள இப்பதான் மனசு இறங்கி கல்யாணம் பண்ணிக்கலாம்னு சொல்ல அடுத்த மாசம் கல்யாணம் வச்சுருக்காய்ங்க... நான் மொட்டத்தலயா போய் நின்னேன்னு வை அவ ஓடி போய்டுவா... நல்லா போய்ட்டு இருக்க ஏ வாழ்க்கையுல கும்மி அடிக்க பாக்குறியா...அருள் பரிதாபமாய் கேட்க... அனைவரும் சிரித்தனர்.

சம்யு முழிச்சாலானு தெரியலயே... சுஜி கேட்கவும் அனைவரும் சென்று பார்க்க சம்யுவை அங்கே காணமால் போக அனைவருக்கும் பக்கென்றது...

இங்கு அனைவரும் ஹாஸ்பிட்டலையே சல்லடை போட்டு சம்யுவை தேட அவளோ தன் ஹல்கிடம் சண்டை போட்டுக் கொண்டிருந்தாள்.

மயக்கம் தெளிந்து கண் விழித்த சம்யு தேட யாரும் அருகில் இல்லாமல் போக ருத்ரனுக்கு என்னவானதோ என்ற பயம் ஏற்பட அவசரமாய் அவன் இருந்த அறை நோக்கி ஓடினாள். இவர்கள் அனைவரும் ஹாஸ்பிட்டலுக்கு பின்புறம் இருந்த கார்டனில் பேசிக்கொண்டிருந்தனர்.

முதுகில் மிகப்பெரிய கட்டோடு வலது பக்கம் திரும்பி மயக்கத்தில் இருந்தவனை கண்டு சம்யுவுக்கு நெஞ்சே வெடித்துவிடும் போல் இருந்தது.உள்ளே இருந்த நர்ஸ் இவளை பார்த்ததும்...

டாக்டர்...உங்க ஹஸ்பென்ட்க்கு ஒன்னும் இல்ல... காயம் கொஞ்சம் ஆழம்தான் பட் பிராப்ளம் இல்ல.. இன்னும் மயக்கம் தெளியலனு... சொல்லிட்டு சென்றுவிட்டார்.

பெட்டின் அருகில் இருந்த சேரில் அமர்ந்தவள் ருத்ரனின் கையை பிடித்துக் கொண்டு... ஏன் மாமா இப்டி பண்ண... உன்ன இரத்தத்தோட பார்த்ததும் ...என்னால சொல்ல முடியல மாமா... மாமா கண்ண தொற மாமா....ப்ளீஸ் எனக்கு பயமா இருக்கு... எல்லாரும் ஒன்னும் இல்லனு சொன்னாலும் எனக்கு நீ கண்ண தொறந்து பொம்முனு கூப்பிட்டாதான் நிம்மதியா இருக்கும்... பயமா இருக்கு ப்ளீஸ்...என்று அழுது கரைந்தாள்.

நான் இனிமே சேட்ட பண்ணமாட்டேன்...நீ நீ என்ட்ட கிஸ் கேட்டல்ல நான் தரேன் எழுந்திரு மாமா... அழுதுக்கொண்டே சொன்னவள்... கணவனின் கண்ணம் வருடி அதில் இதழ் பதித்தாள். மூச்சுவிடாமல் அவன் முகம் முழுவதும் முத்தமிட்டவள் இறுதியில் கண்ணீரோடு ருத்ரனின் இதழோடு இதழ் பதித்தாள்.

சில வினாடியிலே... ருத்ரனின் கரம் சம்யுவை அழுத்தி இழுக்க அதிர்ந்தவள் வேகமாய் கண்ணை திறந்து பார்த்தாள். கண்ணில் குறும்போடு ருத்ரன் சம்யுவின் இதழை வன்மையாய் தீண்டினான்.

வலுக்கட்டாயமாக விலகிய சம்யு மாமா...மாமா நீ முழிச்சுட்டியா...என சந்தோஷமாக கேட்க...

உன் குரல்ல கேட்டதும் நான் முழிச்சுட்டேன்...என்றான் இன்னும் மறையாத சிரிப்போடு...

அப்ப...நீ இவ்ளோ நேரம் நடிச்சு இருக்க...பிராடு நான் எவ்ளோ பயந்துட்டேன் தெரியுமா... என்று அழ...

பொம்மு... என்று கஷ்டப்பட்டு எழ முயற்சிக்க... மாமா வலிக்கும் படு... என்றாள் அழுகுரலில்....

ம்ப்ச் அதெல்லாம் ஒன்னுமில்ல...என்று ருத்ரன் சொல்ல...அவன் எழுந்து அமர உதவி செய்த சம்யு அப்டியே அவனை தன் தோளில் தாங்கி கொண்டாள்.

பொம்மு... இங்க பாருடி எதுக்கு அழற... அவ்ளோ சீக்கிரம் இந்த ருத்ரன் உன்ன விட்டு போய்ட மாட்டேன்... என்க...

மாமா...இப்டிலாம் பேசுன... உடம்பு சரியில்லாததுனால அடிக்க மாட்டேனு நினைக்காத... கடிச்சு வச்சுடுவேன்... கோவமாய் சொல்ல...

நீ என்னடி என்னை கடிக்குறது... என்றவன் சம்யு சுதாரிக்கும் அவள் இதழை ஆக்ரமித்து இருந்தான். இவ்வளவு நேரம் இருந்த பயத்திற்கு கணவனின் நெருக்கம் சம்யுவுக்கும் தேவையாய் இருக்க அவளும் அவனுக்கு இணைந்து கொடுத்தாள். சிலபல நிமிடங்களுக்கு பிறகே ருத்ரனின் உடல்நிலை உறைக்க வேகமாய் விலகினாள் சம்யு.

ஏன்டி... ருத்ரன் பாவமாய் கேட்டான். அவனுக்குமே பயம் அந்த அறுவாள் பொம்மு மேல் இறங்கி இருந்தால் என்று இந்நொடி வரை அதிலிருந்து வெளிவர முடியவில்லை... அதற்கு அவளை தனக்குள் புதைத்துக்கொண்டாளே அவன் பயம் சற்று தெளியும்.. அதையே செய்ய நினைத்தான் ருத்ரன்.

மாமா... உனக்கு கொஞ்சமாச்சும் அறிவு இருக்கா...அடிபட்டு ஹாஸ்பிட்டல்ல இருக்க... ஆனா நீ என்ன வேல பாக்குற...

இது என்னடி உன்னோட வம்பா போச்சு... பைக்ல போகும் போது கிட்ட வராதங்குற... ஹாஸ்பிட்டல் கிட்ட வராதங்குற... அழகு பொண்டாட்டிய பக்கத்துல

வைச்சுட்டு எவன்டி சும்மா இருப்பான்...வலித்தாலும் அதை பொருட்படுத்தாமல் ருத்ரன் பேச..

நடிக்காத மாமா...இப்ப எதுக்கு நீ பேச்ச மாத்துற...

நானா...இல்லையே... சம்யு முறைக்க... அப்புறம் சும்மா அழுதுட்டே இருந்தா என்ன பண்றது...

உனக்கு விளையாட்டா போச்சுல மாமா...அறுவா உன்மேல பட்ட அந்த நொடி எனக்கு உயிரே போச்சு தெரியுமா... இங்கபாரு இப்ப நினைச்சா கூட எனக்கு கை கால்லாம் உதறுது.... கண்ணீரோடு சொன்னவளின் கை நடுங்க...

சம்யுவின் கைகளை எடுத்து தன் கண்ணத்தில் அழுத்தியவன் சாரிடா பொம்மு...நீ பயந்துடுவனு தெரியும் அதான் உன் முன்னாடி சண்ட போடக்கூடாதுனு தான் நான் எல்லா பாத்து பாத்து செஞ்சேன்... ஆனாலும் இன்னைக்கு இப்டி நடக்கும்னு நான் எதிர் பாக்குல... ருத்ரன் சொல்லிட்டு இருக்கும் போதே படீரென்று கதவு திறக்க... வேகமாய் உள்ளே வந்தனர் முரளி அருள் ஷித் அவர்களை தொடர்ந்து அனைவரும். இவர்கள் அனைவரும் எப்டி இங்கே என்று ருத்ரன் அதிர்ந்து பார்க்க அடுத்து அவர்கள் சொன்ன செய்தி இன்னும் அதிர்ச்சி அடைய செய்தது.

குட்டிம்மா... எங்கல்லாம் தேடுறது உன்ன...முரளி கத்த

ஏன் பாப்பா முழிச்சா எங்கட்ட சொல்லிட்டு உன் புருசன பார்க்க வர மாட்டியா... கொஞ்ச நேரத்துல உயிரே போயிடுச்சு... அருளும் கத்த...

ஏய்...உனக்கு அறிவில்ல... இங்க என்ன பிரச்சனை போயிட்டு இருக்கு... நீ பாட்டுக்கு டிரிப்ஸ எல்லாம் புடுங்கி போட்டு வந்துருக்க... உன் ரூம் இருந்த லட்சனத்த பார்த்து எங்க மறுபடியும் அந்த மினிஸ்டர் எதாவது பண்ணிட்டானோனு பயந்துட்டோம்... ஷித்தும் கத்த பெரியவர்களும் முறைக்க சம்யுவோ திருதிரு வென்று முழித்தாள்.

டேய் நிறுத்துங்கடா... இப்ப எதுக்குடா ஆளா ஆளுக்கு அவள திட்றிங்க... ருத்ரன் புரியாமல் கேட்க...

ம்ம்ம்... உங்க பொண்டாட்டி பண்ண வேலைக்கு கொஞ்சுவாங்களா... நீங்க வேணா இந்த லூச என்ன பண்ணாலும் நாள் முழுக்க கொஞ்சலாம் எங்களுக்கு அந்த அளவு பொறுமை இல்ல... ஷித் சொல்ல..

புரியுற மாறி பேசுறானா பாரேன்... டேய்...அருள் என்ன ஆச்சு...முரளி நீங்கல்லாம் எப்டி வந்திங்க...

ருத்ரா பாப்பா உன்ன அட்மிட் பண்ணதும் மயங்கிடுச்சுடா... எங்களுக்கெல்லாம் என்ன பண்றதுனு தெரியல... தூக்குன வெட்டுன வாழமரம் மாறி சரியுறாடா... எங்களுக்கு அப்டியே மூச்சே நின்னு போயிடுச்சு... அழுது அழுது மூஞ்செல்லாம் சிவந்து வீங்கி போய் இருந்துச்சுடா.... டாக்டர் செக் பண்ணிட்டு ரொம்ப பயந்ததுனால மயங்கிட்டாங்க... மயக்க மருந்து கொடுத்து தூங்க வைச்சுட்டு... கொஞ்சம் கேர்புல்லா பாத்துக்கோங்கனு சொல்லிட்டு டிரிப்ஸ் ஏத்திட்டு போனாங்க... அப்பதான் மூச்சே வந்துச்சு... சரினு போய் டீ குடிச்சுட்டு பேசிட்டு வந்து பார்த்தா... ரூம்ல ஆளக்காணோம் டிரிப்ஸ் எல்லாம் புடுங்கி கிடைக்குது... ரூம்மே சிதறி கிடக்குது... நாங்க பயந்து போய் ஹாஸ்பிட்டலே தேடி அலஞ்யுறோம்... உன் ரூம்லருந்த நர்ஸ் சொல்லிதான் இவ இங்க இருக்குறது

தெரிஞ்சு ஓடி வந்தா.. உன்ட்ட சண்ட போட்டுட்டு இருக்கா... அருள் சொல்லி முடிக்க... ருத்ரனோ சம்யுவையே பார்த்துக் கொண்டிருந்தான்.

ஏன் பொம்மு...உன்ன நல்லா பாத்துக்கேறுனு நல்லா பாத்துக்குறேனு சொல்லிட்டு உன்ன நானே ரொம்ப கஷ்ட படுத்துறேனோ...உடைந்த குரலில் ருத்ரன் கேட்க...

ஏன் மாமா இப்டி பேசுற... நீ மட்டும் இல்லனா நான் எங்க எப்டி சீரழிஞ்சு போய் இருப்போனோ... சம்யு சொல்ல... பொம்மு என்று கத்த மற்றவர்களோ இவளுக்கு எப்டி இது தெரியும் என்று அதிர்ந்து பார்த்தனர்.

கண்ணீரோடு தலை குனிந்திருந்தவளை நிமிர்த்தி என்ன வார்த்த பேசுறடி... என்று மிரட்டினான் ருத்ரன்.

இல்ல மாமா...நீ சண்ட போட்டுட்டு இருக்கும் போது...என்ன வெட்ட வந்தான்ல அவன் சொன்னான்... அந்த பிரசாத் என்ன கடத்தி என்ன செய்றாதா இருந்தான்னு அப்டி மட்டும் நடந்து இருந்தா... என்று அழ...

குட்டிம்மா... நாங்க இத்தன பேர் இருக்கும் போது உன்ன அப்டி விட்டுடுவோமா...என்று தங்கையை அணைத்துக் கொண்டான்.

பாப்பா ரோட்ல போற நாய் நம்மள பார்த்து குறைச்சா அதுக்காக நாம கவல பட முடியுமா என்ன...அருள் சொன்னான்.

பெரியவர்களும் சம்யுவை சமாதனபடுத்தினர்.

அட நீங்க எல்லாரும் அப்புறம் பீல் பண்ணுங்க... எனக்கு இருக்க சந்தேகத்த முதல்ல தீர்த்து வைங்க....ஷித் சொல்ல என்னடா என்ற ரீதியில் அனைவரும் பார்த்தனர்.

இல்ல ஒருத்தன் ஆசபட்டு கிடைக்கலனதும் வில்லனா மாற அளவுக்கு இவ வொர்த்தா என்ன...யோசனையாய் ஷித் கேட்க...

அண்ணா... மாமா...அப்பா... தாத்தா... பாருங்க இவன... என்று சம்யு சிணுங்க...

எனக்கு தோணுன சந்தேகத்த கேட்டேன்....அதுக்கு எதுக்கு ஊரயே கூப்டுற... உன்னலாம் ருத்ரன் மாமா இப்டி உருகி உருகி லவ் பண்றதே எனக்கு ஆச்சரியம்...ஷித் சொல்லி முடிக்கவில்லை...அவனை துரத்தி துரத்தி அடித்தாள் சம்யு கவலை மறந்து அனைவரும் சிரித்தனர்.

உண்மையா சொன்னா அடிக்குது குட்டிபிசாசு... அத பார்த்து நீங்க எல்லாம் சிரிக்குறிங்க ஷித் நியாயம் கேட்க...

நான் குட்டிபிசாசாடா....நீ உண்மைய சொல்றியா... நானும் ஒரு உண்மைய சொல்றேன் கேட்டுக்க... நீ மனசுக்குள்ள காதல் கோட்ட கட்டி வச்சுறிக்கியே அந்த மஞ்சு அண்ணியவிட நான் அழகுதான்...சம்யு போட்டு உடைக்க... அடிபாவி சோத்துல விசம் வைக்க ஏற்பாடு பண்ணிட்டாலே பாவி... என்ற ஷித் எல்லாரையும் பார்க்க... அனைவரும் முறைக்க...

அட நாசாமா போறவனே... என் கொழுந்தியாள நீ சைட் அடிச்சுட்டு இருக்கியா... அருள் கேட்க..

ஹலோ பாஸ் உங்களுக்கு இன்னும் கல்யாணம் ஆகல... கல்யாணம் ஆன பிறகுதான் அவ உங்களுக்கு கொழுந்தியா... தெரியும்ல...

அட மூதேவி... கல்யாணம் ஆனாலும் ஆகாட்டியும் அவ எனக்கு அத்த பொண்ணுடி தங்கம்.... அவள கல்யாணம் பண்ண மாப்ளய நான்தான் முடிவு பண்ணணும் அது தெரியுமா உனக்கு...என்று நக்கலாய் கேட்க...

அண்ணா... என் வாழ்க்கையுல விளக்கேத்த வந்த தெய்வம் நீங்க...என்று ஷித் அந்தர் பல்டி அடிக்க...

டேய்... என்னடா நடக்குது இங்க... நீங்கலாவே சம்பந்தம் பேசி முடிவு பண்றிங்க... ஊர்வசி கேட்க...

பையன் சந்தோஷத்துக்கு முன்னாடி நீங்க எல்லாம் குறுக்கவா நிக்க போறிங்க... என்றான் ஷித்.

எப்டி பேசி ஆஃப் பண்றான் பாருங்க பெரிப்பா...

விடுமா... புள்ளைங்க சந்தோஷம் தானே நமக்கு முக்கியம்... நம்மளும் அருளுக்கும் தாரிணிக்கும் கல்யாணம் ஆனதும் இத பேசாலாம்னுதானே இருந்தோம்... இப்ப இவனுக்கும் பிடிச்சு போச்சு அவ்ளோதான்... தாத்தா சொல்ல...

ஆஹா...இதுவல்லவோ குடும்பம் பையனுக்கு புடிச்ச பொண்ணயே பாத்து இருக்கிங்க... இது தெரியாம நான் இந்த அருள் அண்ண கால்ல போய் விழுந்துடேனே... சொல்லிய ஷித் திரும்பி பார்க்க பாவமாய் நின்றான் அருள்.

என்ன அண்ணா சும்மா விளையாட்டுக்கு சொன்னத போய் சீரியஸா எடுத்துக்குட்டிங்களா...

அட உன்னலாம் யாரும் மனுஷனாவே மதிக்கமாட்டாங்க... உன் பேச்சயா மதிக்க போறாங்க... சம்யு நக்கலடிக்க அவளை முறைத்தான் ஷித்.

பாப்பா சொல்றதும் சரிதான் ... ஆனா இப்ப நான் அதுக்காக பாக்கல இப்பகூட இந்த தாரிணி எனக்காக கல்யாணத்துக்கு ஓகே சொல்லல பாருடா... என்க

ஆமா... இவர பிடிக்காம தான் சின்ன வயசுலருந்து கட்டுனா இவரதான் கட்டுவோம்னு உட்கார்ந்து இருக்கோம்... என்றவாறே உள்ளே வந்தாள் தாரிணி.அவள் பின்னாடியே மஞ்சுவும் அவளது தாயும் உள்ளே வந்தார்.

உண்மையாவாடி செல்லம்... அருள் முகமெல்லாம் பல்லாய் தாரிணியை நெருங்க...

சின்ன புள்ளைங்க எல்லாம் இருக்கோம் என்ன கொஞ்சல்ஸ் வேண்டி கிடக்கு... என அருளை பின்னே இழுத்தான் ஷித்.

தாரிணி குடும்பம் ருத்ரனை நலம் விசாரித்து முடிக்க அப்டியே மஞ்சுவிடம் ஷித்தை திருமணம் செய்ய சம்மதமா என்று கேட்க... குறுகுறு வென்று இரண்டு நிமிடம் ஷித்தை பார்த்தவள் சரி என்றாள்.கடைசியில் ஆண்கள் நால்வர் மட்டுமே இருந்தனர்.

முரளி நீங்க எல்லாம் எப்டிடா வந்திங்க...ருத்ரன் கேட்க

மினிஸ்டர் போன் பண்ணி மிரட்டுனான்டா... அதான் உடனே நான் கிளம்புனேன்... அப்ப வீட்லருந்து போன் பண்ணி தாத்தா உனக்கு இப்டி ஆயிடுச்சுனு சொன்னாங்க உடனே போனும்னு சொல்ல... ஷித்துக்கு

போன் பண்ணா எடுக்கல...அவன் ஆபிஸ்ல கேட்டா தெரியலனு சொன்னாங்க... இவன பாத்தா வேலைக்கு ஆகாதுனு... எல்லாரையும் கூட்டிட்டு கிளம்பி பிளைட்ல வந்தேன்...வந்தா எனக்கு முன்னாடி இவன் நிக்குறான்... முரளி தம்பியை முறைத்துக்கொண்டே சொன்னான்.

அது அருள்ண்ணா போன் பண்ணி சொன்னாங்க... அதான் நான் யார்ட்டயும் சொல்லாம வந்துட்டேன்... என்று இழுக்க முரளி முறைப்பதை பார்த்தவன் ஆமாண்ணா அந்த பிராசாத்த என்ன பண்ணிங்க... எங்க இருக்கான்... என்று பேச்சை மாற்றிவிட்டான்.

எங்க காதல் பட பரத் மாறி சுத்திட்டு இருக்கானோ யாருக்கு தெரியும்... என்றான் அருள்.

சம்யு வர அண்ணன்கள் மூவரும் வெளியேறினர்.

பொம்மு ரொம்ப பயந்துட்டியா...

ரொம்ப ரொம்ப...என்றாள் ருத்ரனின் விரலோடு விரல் கோர்த்து...

சாரிடா இனிமே... எந்த பிரச்சனையும் இல்லாம பாத்துக்குறேன்... கோவத்த குறைச்சுக்குறேன்... நீ பயந்து போய் பாக்கும் போது உயிரே போற மாறி இருக்கு... உன்ன கஷ்ட படுத்துற எதையும் இனிமே செய்யமாட்டேன்.... காதலோடு சொன்னவனை நெஞ்சோடு அணைத்தவள் ஐ லவ் யூ மாமா என்றாள்.

லவ் யூ சோ மச் பொம்மு... என்று நெற்றியில் முத்தமிட்டான் ருத்ரன்.

அத்தியாயம்

24

ருத்ரன் ஹாஸ்பிட்டலில் இருந்த பத்து நாளும் சரி டிஸ்டார்ஜ் ஆகி வீட்டிற்கும் வந்தபிறகும் சரி சம்யு அவனை உள்ளங்கையில் வைத்து தாங்கினாள். அத்தனை நாள் பொம்முவாய் இருந்து சேட்டை செய்து விளையாடியவள் பொறுப்பாய் மனைவியாய் தன் கடமைகளை செய்தாள். மருந்தா... ருத்ரனின் இயற்கையாய் உரமேறிய உடம்பா... இல்லை சம்யுவின் கனிப்பா என்று தெரியவில்லை இருபதே நாளில் ருத்ரன் குணமடைந்தான். வாரத்தில் இரண்டு முறை சென்னையில் இருந்து அனைவரும் வந்து பார்த்துவிட்டு சென்றனர்.

அன்று மதியம் சாப்பிட்டுவிட்டு அறையில் ருத்ரன் படுத்திருக்க சம்யு வந்து மாத்திரையை நீட்டினாள்.

மாமா...இந்தா மாத்திர போடாம வந்துட்ட பாரு...என்று மாத்திரையை கொடுக்க அதை வாங்காமல் மனைவியையே பார்த்துக் கொண்டிருந்தான் ருத்ரன்.

என்ன மாமா பாக்குற மாத்திரைய வாங்கு... எனக்கு கீழ வேல இருக்கு...

என்ன வேல...

இது என்ன கேள்வி... எத்தனையோ வேல இருக்கு... நீ மருந்து சாப்டு... சொல்லிக் கொண்டிருந்தவளை ஒரே இழுப்பில் இழுத்து கட்டிலில் சரித்து அவளை சிறை பிடித்து இருந்தான் ருத்ரன்.

மாமா... என்ன பண்ற... என்று எழுந்திருக்க முயல அவளால் அசைய கூட முடியவில்லை.

கீழ போய் என்ன பண்ண போற... கொஞ்ச நேரம் மாமாக்கு கம்பெனி குடுத்துட்டு போறது... என்றவன் அவள் தோளில் முகம் புதைத்தான்.

அதில் தடுமாறியவள் மாமா உனக்கு உடம்பு சரியில்ல... மருந்து சாப்பிடனும் எழுந்திரி... உள்சென்ற குரலில் சொல்ல...

எனக்கு இப்ப தேவையான மருந்து நீதான்...என்ற ருத்ரன் அவனுக்கு தேவையான மருந்தை அவள் இதழிலிருந்து சுவைக்க ஆரம்பித்தான்.

மென்மையாய் ஆரம்பித்த இதழ் முத்தம் வன்மையாய் மாற... ருத்ரனின் கைகள் மனைவியிடம் எல்லை மீறியது... இடையில் முத்த ஊர்வலம் நடத்த பெண்ணவளோ மொத்தமாய் கரைந்தாள்.

ருத்ரன் கணவனாய் தன் தடைகளை நீக்க வெட்கியவள் அவனையே ஆடையாய் அணிந்து கொண்டாள். ஒருமாத பிரிவை கூடலில் கரைத்தனர் இருவரும்.

அடுத்த மாதத்தில் அருள் தாரிணியின் திருமணம் வெகு சிறப்பாய் நடந்து முடிந்தது. தங்கை சாதனத்தில் இருந்து சம்யுவே அனைத்து சடங்குகளையும் செய்தாள். அன்றே ஷித்துக்கும் மஞ்சுவுக்கும்

திருமணம் பேசி முடிக்கப்பட்டது. மஞ்சு படித்து கொண்டிருப்பதால் இன்னும் ஒருவருடம் கழித்து திருமணம் வைத்து கொள்ளலாம் என்று முடிவெடுத்தனர். ஷித்தும் அலைபேசியில் தொலைதூர காதலை வளர்த்துக் கொள்ளலாம் என்று தலையாட்டிவிட்டான்.

அன்று காலை தென்னந் தோப்பில் இருந்த ருத்ரனை தேடி சம்யு வேக வேகமாக வந்தாள்.

இவ இந்நேரத்துல இங்க என்ன பண்றா... ருத்ரன் யோசித்து முடிக்கும் முன் அவன் அருகில் வந்திருந்தாள் சம்யு.

ஏய்.. பொம்மு ஹாஸ்பிட்டலுக்கு கிளம்பாம இங்க என்ன பண்ற...

நீ இங்க என்ன மாமா பண்ற...

தேங்காய் லோடு ஏத்துறாங்க அத பாக்க வந்தேன்... நானே இன்னும் ஐஞ்சு நிமிசத்துல கிளம்பி இருப்பேன் உன்ன கொண்டு வந்துவிட... நீ எதுக்கு வந்த...ருத்ரன் கேட்க...

சுற்றி முற்றி பார்வையை ஓட்டியவள்...ம்ப்ச்... நீ வீட்டுக்கு வர வரைக்கும் எனக்கு பொறுமை இல்ல மாமா...என்றாள்.

அப்டி என்ன தலை போற விசயம்...என்று கேட்டவனை தரதரவென்று இழுத்து சென்றாள்.

பொம்மு... எங்கடி இவ்ளோ அவசரமா இழுத்துட்டு போற... நில்லுடி...சொல்றத கேட்குறாளா பாரேன்....அவன் நினைத்தால் கொஞ்சம் அழுத்தி

நின்றாலும் அடுத்த அடி சம்யுவால் இவனை இழுக்க முடியாது...ஆனால் ருத்ரன் அவள் இழுத்த இழுப்பிற்கு சென்று கொண்டே கேட்டான்.

கொஞ்ச நேரம் சும்மா வா மாமா... என்ற சம்யு தோப்பு வீட்டுக்கு இழுத்து சென்றாள்.

மரங்கள் சூழ அந்த இடமே குளுமையாய் இருந்தது. கீச்கீச் என்று பறவைகளின் சத்தம் கேட்க ரம்மியமாய் இருந்தது.

உட்காரு மாமா... என்றாள் அங்கிருந்த கயித்து கட்டிலை காட்டி...

பொம்மு என்னடி ஆச்சு...வாய் கேள்வி கேட்டாலும் மனைவி சொன்னதை கேட்டு அமர்ந்தான்.ருத்ரன் அமர்ந்த அடுத்த நொடி சம்யு அவன் மடியில் அமர்ந்து அவன் கழுத்தை கட்டிக் கொண்டாள்.

என்னாச்சு பொம்மு... நீ நல்லா இருக்கதானே... வீட்ல யார் கூடவாது சண்ட போட்டியா... ஒரு கையால் மனைவியை அணைத்தவன் இன்னொரு கையால் அவள் தலையை வருடிக் கொண்டே கேட்டான் ருத்ரன் ஏனென்றால் அருள் ஷித்கூட சண்ட போட்டுட்டு அப்சட் ஆகி மூஞ்சிய தூக்கிட்டு இப்படிதான் வந்து ருத்ரன் மடியில உட்கார்ந்துக்காவா இவன் அவனுங்கள புடிச்சு திட்டிவிட்டுட்டா நார்மல் ஆகிடுவா...

ம்ஹீம் இல்ல மாமா... என்றாள் அவன் தோளில் சாய்ந்திருந்தவள்.

அப்ப உடம்பு எதுவும் சரியில்லயா...என்க

ம்ப்ச் இல்ல மாமா... என்று சிணுங்க ருத்ரனுக்கு சிரிப்பு தான் வந்தது சின்ன புள்ள மாறி வந்து மடியில உட்கார்ந்துட்டு இப்டி சிணுங்கி மனுஷன காலையிலயே சூடேத்தி விடுறா பாரு... என நினைத்தவன்... வேற என்னதான் ஆச்சு... நான் வீட்டுக்கு வர வரைக்கும் வெயிட் பண்ண முடியாதுனு சொன்ன... இப்ப இப்டி வந்து மடியுல உட்கார்ந்து தோள்ள சாஞ்சு தூங்கதான் வந்தியா... அவள் காதிலிருந்த ஜிமிக்கியோடு விளையாடிக்கொண்டே கேட்டான்.

மாமா...
ம்ம்ம்...
மாமா...
ம்ம்ம்...
மாமா...
சொல்லுடி பொம்மு...

மாமா...நீ... நீ அப்பாவா ஆகப்போற...வெட்கம் பொங்கி வழிய சம்யு சொல்ல ஜிமிக்கியை ஆட்டிவிட்டனின் கை அப்படியே நின்றது.

ஒருநிமிடம் ருத்ரனுக்கு உலகமே நின்றது போல் இருந்தது...சந்தோஷத்தில் அவன் உலகம் அப்படியே நின்றுவிட்டது. மனசெல்லாம் மகிழ்ச்சியால் நிறைந்து வார்த்தை வரவில்லை ருத்ரனுக்கு...

சம்யுவை நிமிர்த்தி பார்க்க வெட்கத்தில் கண்ணமெல்லாம் குங்குமமாய் சிவந்திருக்க... அவள் கண்களை பார்த்து... பொம்மு நிஜமாவாடி... உலகையே வென்றுவிட்ட உற்சாகத்தோடு ருத்ரன் கேட்க...

ம்ம்ம்...நேத்து எனக்கு டவுட்டா இருந்துச்சு...அதான் காலையில எழுந்ததும் வீட்ல கிட் வச்சு செக் பண்ணேன்... பாஸிட்டீவ்னு வந்துச்சு... மாமா நான் பிரகனன்ட்டா இருக்கேன் நீ அப்பா ஆக போற... சம்யுவும் மகிழ்ச்சியோடு சொன்னாள்.

ருத்ரன் தன் மற்றற்ற மகிழ்ச்சியை மனைவியின் இதழ் வழியே அவளுக்கு காட்டினான். சம்யுவும் கணவனின் பின்னந்தலையில் கை கொடுத்து அவனோடு இணைந்து தன் மகிழ்ச்சியை அவனுக்கு சொன்னாள்.நீண்ட நேர முத்தத்திற்கு பின் அவளை விட்டவன்.

பொம்மு... நான் எவ்ளோ சந்தோஷமா இருக்கேன்னு வார்த்தையால சொல்ல முடியலடி... அப்டியே வானத்துல பறக்குறமாறி இருக்கு... நான் நான் அப்பா ஆக போறேன்... என சந்தோஷத்தில் சம்யுவை தூக்கி சுத்தினான்.

ஆஆஆ... மாமா இறக்கிவிடு... தலை சுத்துது... சம்யு சிரித்துக்கொண்டே சொன்னாள்.

சாரி சாரிடி பொம்மு... சந்தோஷத்துல என்ன பண்றதுனு தெரியல... என்று இறக்கிவிட்டான்.

இருவரும் இந்த சந்தோஷ செய்தியை வீட்டில் சொல்ல... அனைவரும் சந்தோஷத்தில் துள்ளிக் குதித்தனர். வாணி உடனே மருமகளுக்கு திருஸ்டி சுத்தி போட்டார். தாத்தா காலிலும் பரமேஸ்வர் வாணி காலிலும் விழுந்து ஆசிர்வாதம் வாங்கினர். சென்னையிலிருந்து அடுத்த பிளைட்டில் அனைவரும் பறந்து வந்தனர். ஊர்வசி ஜெகநாதன் தம்பதியினர் காலிலும் விழுந்து ஆசிர்வாதம் வாங்க...

இருவரும் மகள் மற்றும் மருமகனை கட்டி அணைத்து வாழ்த்தினர்.

முரளி ஆனந்த கண்ணீரோடு தங்கையை அணைத்துக் கொண்டான்.

நீயே எனக்கு இன்னும் குழந்த மாறி இருக்கடா குட்டிம்மா... அதுக்குள்ள உனக்கு ஒரு குழந்த...சந்தோஷமா இருக்குடா...என்று நெற்றியில் முத்தமிட... சம்யுவோ அண்ணா நான் உனக்கு எப்பவுமே குழந்ததான்... என்று அண்ணனை அணைத்துக் கொண்டாள்.

இன்னும் என்ன இவள குட்டிம்மா குட்டிம்மானு கொஞ்சுற... இவளே அம்மா ஆயிட்டா...என ஷித் வம்புக்கு நின்றான்.

போடா லூசு...தடிமாடு நீ தான்டா கிழவன ஆகிட்ட...சம்யு சொல்ல...

என்ன உளருற...ஷித் புரியாமல் கேட்க...

ஆமாடா... என்னோட குழந்தைக்கு நீ அங்கிள் தானே... என்று சம்யு சொல்ல அனைவரும் சிரித்தனர்.

அடிபாவி...கல்யாணம் ஆகாத ஒரு கன்னி பையன அங்கிள்ங்கற...சண்டைக்கு வந்தான்.

பின்ன என் புள்ள உன்ன தம்பினா கூப்பிடும்...என்றாள் சம்யு.

அடிங்கொய்யாலே தாய்மாமன தம்பிங்குற...விளையாட்டாய் ஆரம்பித்தவன் ஆனா குட்டிம்மா ரொம்ப சந்தோஷமா இருக்குடா... உன்ன

மாறியே இருக்கும்ல குட்டிப்பாப்பா... இனிமே ஜாக்கிரதையா இருக்கனும் என்ன... கண்ணில் துளிர்த்த நீரோடு சொல்ல...

சரிடா அண்ணா... அதுக்கு ஏ அழுவுற... என்று ஷித்தை அணைத்துக்கொள்ள...

அட என்னங்கடா பாசமலர் படத்த ஓட்றிங்க... தங்கச்சிய மட்டும் அம்மாவா ஆகப்போறதுக்கு வாழ்த்துறிங்க.... என்னையும் அப்பா ஆகரதுக்கு வாழ்த்தலாம்ல... அருள் சொல்ல

ஏதே...என்று அனைவரும் கட்டையை தூக்கினர் அருளை அடிக்க...ஏனெனில் அருள் தாரிணிக்கு கல்யாணம் ஆகி ஒருவாரம் தான் ஆகியிருந்தது.

அட இருங்கடா... ஆளுக்கு ஒரு அடினு அடிச்சா கூட தாங்க மாட்டேன்டா... அப்பா ஆயிட்டேனு சொல்லடா... எப்படியும் ஆவேன்ல அதுக்கு வாழ்த்துங்கனு சொன்னேன்டா... ஒரே அழுகாச்சி சீனா இருக்கேனு காமெடி பண்ணேன்டா... அதுக்கு என்ன கைமா பண்ணிடாதிங்கடா... தெரியாம சொல்லிட்டேன் விட்டுடுங்களேன் என்ற ரீதியில் அருள் சொல்ல அவன் பாவனையை பார்த்தவர்கள் சிரித்துவிட்டனர்.

ஹாஸ்பிட்டல் சென்று செக் பண்ண ரிசல்ட் டிவின்ஸ் என்று வர.... அனைவருக்கும் ஏகபோக மகிழ்ச்சி.

குடும்பமே சம்யுவை உள்ளங்கையில் வைத்து தாங்கியது. ருத்ரன் தரையில் நடக்கவிடாமல் தாங்கினான்.

மருத்துவமனை வாசலில் குடும்பமே திரண்டு இருந்தது... உள்ளே சம்யு பிரசவ வழியில் துடித்துக்கொண்டிருந்தாள்.

டேய்... பயமா இருக்குடா... பொம்மு ரொம்ப அழறாடா... ருத்ரன் லேபர் வார்டையே பார்த்தவாறு சொல்ல...

ஒன்னும் இல்லடா... மூணு பேரும் நல்லாபடியா நம்மள பார்க்க வருவாங்க ஒருபக்கம் அருளும் மறுபக்கம் முரளியும் அமர்ந்து ருத்ரனை ஆறுதல் படுத்தினர்.

அனைவரும் பதட்டமாய் அமர்ந்திருக்க குழந்தையின் அழுகுரல் கேட்டதும் அனைவரின் முகமும் மலர்ந்தது.

நர்ஸ் குழந்தையுடன் என்ன குழந்தை எல்லோரும் ஆர்வமாய் கேட்க... சிரித்த நர்ஸ் ஒரு பொண்ணு ஒரு பையன் என்றவர். குழந்தையை ருத்ரனின் கையில் கொடுத்தார்.

இருகைகளிலும் இரு குழந்தைகளையும் பூப்போல் தாங்கி நெற்றியில் மென்மையாய் முத்தமிட்டான். சுற்றி நின்று அனைவரும் குழந்தைகளை கொஞ்சினர்.

குழந்தையோடு சம்யு இருந்த அறைக்குள் சென்ற ருத்ரன் அங்கு வலியை மீறிய சந்தோஷத்தோடு இருந்த தன் பொம்முவின் நெற்றியில் ஆழ்ந்த முத்தமிட்டான்.

கஷ்டமா இருக்காடி பொம்மு...

இல்ல மாமா...நம்ம பாப்பாங்க எனக்கு கஷ்டம் தருமா... குழந்தைங்கள காட்டு மாமா... என்க.சம்யுவின் அருகில் குழந்தைகளை போட்டான். அப்டியே ரெண்டும் உன்ன மாறியே இருக்கு மாமா... என்றவள் குழந்தைகளை முத்தமிட்டாள்.

லவ் யூடி பொம்மு... என் வாழ்க்கைய அழகான தேவதடி நீ...ருத்ரன் நெகிழ்ச்சியாய் சொன்னவன் தன் பொம்முவின் நெற்றியில் முத்தமிட....

உங்க ரெண்டு பேரு வாழ்க்கைய இன்னும் அழகாக்க வந்துருக்க ரெண்டு தேவதைங்க இது ரெண்டும்... இந்த குட்டீஸ்ங்களோட சேர்ந்து நாமளும் சந்தோஷமா வாழுவோம் எல்லோரும் கோரஸாய் சொல்ல... சம்யுவும் ருத்ரனும் ஏன் குட்டி பாப்பாங்களும் மகிழ்ச்சியாய் சிரித்தனர்.

முற்றும்

www.ingramcontent.com/pod-product-compliance
Lightning Source LLC
LaVergne TN
LVHW040344051026
849518LV00001B/294